THONG DONG
KHẮP MỌI NẺO ĐƯỜNG

TÂM THƯỜNG ĐỊNH
(BẠCH XUÂN PHẺ)

THONG DONG
KHẮP MỌI NẺO ĐƯỜNG

Giáo Dục – Quê Hương
Đạo Pháp – Văn Học Nghệ Thuật

BODHI MEDIA
2020

Thong Dong Khắp Mọi Nẻo Đường
Giáo Dục – Quê Hương
Đạo Pháp – Văn Học Nghệ Thuật
Tác giả: Bạch Xuân Phẻ (Tâm Thường Định)
Nhà xuất bản Ananda Viet Foundation in lần thứ nhất, 2017.
Bodhi Media tái bản, 2020
Bìa và trình bày: Uyên Nguyên và Thiên Nhạn
Copyright @ 2017 by Phe X. Bach và Ananda Viet Foundation
All rights reserved.
ISBN: 978-1-67813-646-8

MỤC LỤC

II. QUÊ HƯƠNG

III. ĐẠO PHÁP

IV. VĂN HỌC NGHỆ THUẬT

DEDICATION
Kính dâng Hương linh Mẹ
và anh Bạch Xuân Thảo

Kính tặng Ba
Thương tặng vợ hiền, Thanh Trang
Gởi gắm hai con, KhangKiệt và các cháu.

Lời Giới Thiệu
Sách "Thong Dong Khắp Mọi Nẻo Đường"

Tác phẩm "Thong Dong Khắp Mọi Nẻo Đường" chỉ dài khoảng 360 trang, nhưng chứa đựng rất nhiều tâm lực – đó là những suy nghĩ của tác giả Bạch Xuân Phẻ (Tâm Thường Định) từ nhiều năm đứng dạy trong trường học Hoa Kỳ và nhiều thập niên hoạt động trong cương vị Huynh trưởng Gia Đình Phật Tử. Đó cũng là những chiều dài địa lý, qua những đại dương trên địa cầu, những nơi tác giả đã đi thật xa trên đường tìm học Thiền và rồi cũng đi thật xa trên đường hoằng pháp. Nói như người xưa là, cuốn sách quý độc giả đang cầm trên tay đã được viết từ người cư sĩ đã đi mòn biết bao nhiêu đôi giày và đã ngồi mòn biết bao nhiêu bồ đoàn để thâm nhập Phật pháp, và rồi hoằng pháp.

Trong Lời Giới Thiệu, chúng ta sẽ chỉ nói về tuyển tập các bài viết của Tâm Thường Định, người có lai lịch được nhà văn Trần Kiêm Đoàn kể lại trong bài "Tuổi Trẻ Đem Đạo Vào Đời" in cuối sách này. Không ai viết hay hơn cư sĩ Trần Kiêm Đoàn, khi nhìn về những chặng đường tìm học và hoạt động của tác giả Tâm Thường Định từ cương vị một huynh trưởng Gia Đình Phật Tử cho tới khi hoàn tất Tiến sĩ về Phật học Ứng dụng, và nhà văn họ Trần đã viết: "...hy vọng vẫn đang dấy lên khi có những tấm lòng tuổi trẻ Phật tử đượm duyên lành đem Đạo vào đời, tạo khả năng làm cho đạo Phật càng ngày càng sáng tỏ hơn..."

Nơi đây, xin mời độc giả cùng đi lướt qua nội dung sách này, trước khi lên mạng Amazon đặt mua sách để cả nhà cùng đọc, và cũng để khuyến tấn giới trẻ.

Tác giả Tâm Thường Định chia tuyển tập "Thong Dong Khắp Mọi Nẻo Đường" làm bốn phần: Giáo Dục, Quê Hương, Đạo Pháp, và Văn Học Nghệ Thuật.

Trong bài đầu tuyển tập, Tâm Thường Định trình bày về Thiền pháp của Dòng Thiền Trúc Lâm, cụ thể là phương pháp của Hòa Thượng Thích Thanh Từ đang truyền dạy ở Thiền Viện Diệu Nhân, Bắc California, nơi tác giả Tâm Thường Định tham dự một số Thiền khóa – nơi Thiền sinh sẽ thức dậy từ 4:45AM để ngồi thiền và tu học tới 9:30PM, trong đó buổi trưa chỉ nghỉ một giờ (rất mực gian nan khi nhìn thấy thời biểu đó, nhưng sẽ cực kỳ hạnh phúc như chúng ta nhận ra qua dòng ký sự của Tâm Thường Định). Đối với các độc giả chưa biết về Dòng Thiền Trúc Lâm, bài này giúp hiểu một số cách tập căn bản về thiền phái lớn nhất tại VN này, và sẽ là căn bản để về sau sẽ tìm hiểu sâu hơn về một cội nguồn lớn của Phật giáo VN.

Trong bài thứ nhì, Tâm Thường Định nói về nhu cầu thân giáo, nghĩa là một người hoằng pháp có khi không cần dạy bằng lời nói, nhưng là dạy qua hành động thể hiện trên bản thân, và người khác sẽ dần dần nhận ra lời Phật dạy qua việc mình làm. Tác giả viết: "Mỗi người con Phật, dù là xuất gia hay tại gia, trai hay gái, già hay trẻ, trong tổ chức GĐPT hay không, đều phải học và thực hành cách chuyển hóa…" Như thế, nói theo người xưa, có thể gọi thân giáo là vô ngôn mà thông suốt.

Tới đây, một câu hỏi sẽ được tác giả chuyển sang bài kế tiếp, rằng thân giáo là cho người thân cận, nhìn thấy và nghe được. Nhưng cõi này bây giờ phần lớn là thế giới bàn phím. Tức là "thời đại @" (đọc theo kiểu VN là "thời đại a còng"). Tác giả đề nghị ra một vài phương châm khi lên thế giới ảo, dựa theo giáo lý nhà Phật. Và tuyệt vời là khi mình sống an lạc và giúp người an lạc.

Bài thứ tư trong sách này là "Nhật Ký Giáo Dưỡng Tuổi Trẻ: 5 Cách Thực Hành Để Xoa Dịu Những Cơn Giận" - nơi đây Tâm Thường Định trình bày về cách đối trị cơn giận. Giận thì ai cũng từng nổi giận, nhưng đối trị cơn giận bằng chánh niệm đã được tác giả trình bày rất minh bạch và khả dụng. Bên cạnh đó, tác giả cũng nói về các lời khuyên y học từ cách ăn, làm việc, thể dục, nghỉ ngơi…

Bạn là giáo viên, đang dạy một lớp mẫu giáo, tiểu học, trung học hay đại học? Tác giả sẽ giúp bạn nhiều hơn một giáo trình sư phạm. Bài thứ năm trong sách là "Phương Pháp Thực Hành Chánh Niệm Trong Lớp Học (Mindfulness-Based Approach In The Classroom)" – là bài Tâm Thường Định (trong cương vị Tiến sĩ Phe X. Bach) thuyết trình cho ngày Hội nghị thượng đỉnh Giáo viên ở California (California Teachers Summit 2015) tại Đại học CSUS ngày 31 tháng 7/ 2015, hướng dẫn gần 400 giáo viên, hiệu phó, hiệu trưởng của những trường học K-12 (từ mẫu giáo tới lớp 12) tại Bắc California. Tác giả đưa ra phương pháp PEACE. Bài này không chỉ có lợi cho các giáo viên, nhưng các bậc phụ huynh cũng nên sử dụng với các con em, vì gia đình cũng là một lớp học phức tạp.

Thứ sáu là "Bài Thuyết Trình Cho Trại Vạn Hạnh: Đạo Phật Và Tuổi Trẻ" nơi đây tác giả nói về Phật giáo và những người Mỹ gốc Việt dưới 40 tuổi. Độc giả sẽ đọc thấy số lượng huynh trưởng và đoàn sinh Gia Đình Phật Tử, cùng với một nan để nêu ra rằng vì sao giới trẻ gốc Việt tại Hoa Kỳ ít tới với các sinh hoạt của Phật giáo và GĐPT. Tác giả nêu ra và tìm cách trả lời câu hỏi: "Chúng ta cần/nên/phải dạy các em những gì?"

Bài thứ bảy là "Nhật Ký Giáo Dưỡng Tuổi Trẻ: Đem Chánh Niệm Và Tình Thương Vào Nhà Tù Tiểu Bang California." Độc giả sẽ biết rằng tác giả Tâm Thường Định trong nhóm một số Phật tử thiện nguyện vào hướng dẫn Thiền tập và giáo pháp trong nhà tù Folsom State Prison (B-yard) – nơi giam 3.300 tù nhân và là nơi người thiện nguyện được các viên chức trại giam dặn dò là, "Trong mọi trường hợp, không bao giờ chạy, vì hễ chạy là có thể bị bắn."

Bài thứ tám là "Nhật Ký Giáo Dưỡng Tuổi Trẻ: Đi Nghe Diễn Giải Của Tiến Sỹ Nguyễn Tường Bách" – kể lại một buổi đi nghe TS Nguyễn Tường Bách nói chuyện về Phật pháp với "hai cửa của Nghe và Nhìn. 'Mở toang' là buông bỏ những gì đã biết, giữ tâm chú ý, rỗng rang, không chủ động, không dụng công, không mong chờ, chỉ chú ý trống rỗng…" Về nhà, thi sĩ Tâm Thường Định đã làm một bài thơ, với hình ảnh "Thiền môn vô trụ đi về tánh không"…

Bài kế tiếp là một kinh nghiệm đặc biệt trong đời được tác giả ghi vào "Nhật Ký Giáo Dưỡng Tuổi Trẻ: Nghe Em Nói Muốn Tự Tử," sau khi một nữ sinh tuổi teen tới thưa rằng em đã từng tự tử nhưng được cứu sống, và bây giờ sống với rất nhiều phiền não. Nhà văn Tâm Thường Định đã viết, "…em nhắc lại vết thương lòng của tôi, nghề giáo ở Mỹ, vì trong cuộc đời làm thầy giáo bao lâu này, đã có 3 em quyên sinh, hai em tự bắn chết và một em tự treo cổ." Nhà văn sẽ nói gì, làm gì? Đây là bài rất nên quan tâm đối với phụ huynh và giới trẻ. Thống kê được tác giả ghi lại, cho thấy ở tuổi đại học, tự vận (quyên sinh) là nguyên nhân đứng thứ hai trong danh sách tử vong ở các trường đại học tại Hoa Kỳ.

Đối với độc giả cư ngụ ở Bắc California, muốn tìm một nơi tu học, tác giả kể trong bài kế tiếp về "Trung Tâm Tu Học Phổ Trí" của Thầy Thích Từ Lực, một nhà sư thuộc thế hệ trưởng thành tại Hoa Kỳ -- đa năng, giỏi hoằng pháp và hướng dẫn tu học cho nhiều thành phần khác nhau, dù Việt hay Hoa Kỳ.

Bạn đã từng trực tiếp nghe thuyết pháp và tập Thiền từ Thiền sư Nhất Hạnh? Tâm Thường Định kể lại qua bài "Tường Thuật Khóa Tu Học Mở Cửa Trái Tim" sau khi đưa cả gia đình dự một buổi như thế ở Lộc Uyển, San Diego.

Một khóa tu học ba ngày bằng song ngữ, trong đó riêng buổi pháp đàm thuần bằng Anh ngữ đã được tác giả ghi lại qua bài "Chút Hy Vọng Cho Tuổi Trẻ Phật Giáo Tại Hoa Kỳ" – nơi đây tuổi trẻ nêu lên với quý Thầy về các thắc mắc thường gặp trong xã hội Hoa Kỳ, như hôn nhân đồng tính, thuyết tiến hóa, cần sa, bình đẳng nam nữ (kể cả Tăng – Ni), tiếp cận với tôn giáo khác, khi gặp bất công… Đó là những đề tài rất lớn.

Bài kế tiếp là "Nhật Ký Giáo Dưỡng Tuổi Trẻ: Tứ Tất Đàn - Một Phương Pháp Giáo Dục Trong Phật Giáo" – nơi đây tác giả ghi về bốn phương tiện thiện xảo trong giáo dục Đức Phật đã dạy nhằm và "chúng ta cũng nên tùy theo căn cơ trình độ và bối cảnh xã hội khác của đoàn sinh / học sinh / đối tượng v.v… để thích nghi làm lợi lạc cho quần sanh và xã hội."

Bạn dạy Phật pháp thế nào cho giới trẻ? Trong bài "Phương Thức Giáo Dục Tuổi Trẻ Phật Giáo - Hãy Gieo Ba Hạt Giống Lành," Tâm Thường Định để ra ba phương thức: Xây dựng (Build), Chuyển hóa (Transform), Hành động (Act). Trong bài đưa ra các thí dụ cụ thể về từng phương thức này.

Bài kế tiếp được Tâm Thường Định viết trong kinh nghiệm của một thầy giáo dạy môn hóa học, để ra, "5 Biện Pháp Giảm Tác Hại Trong Nghề Nail" – một lĩnh vực kinh doanh đã và đang nuôi sống rất nhiều người Việt tại Hoa Kỳ. Tác giả trực tiếp gặp một số người làm nail, nói chuyện, quan sát và suy nghĩ cách để giúp đồng hương.

Một bài rất đặc biệt, viết chung với Ni Sư Thích Nữ Thuần Tuệ, với đề tài "Lãnh Đạo Trong Chánh Niệm - 5 Nghệ Thuật Lãnh Đạo Cho Hàng Huynh Trưởng" – tuy nói là huấn luyện huynh trưởng Gia Đình Phật Tử nhưng cũng có thể áp dụng cho tất cả mọi người trong cương vị của bậc trưởng thượng, dù trong gia đình hay ngoài xã hội. Trong bài cũng dẫn ra lời dạy của Hòa Thượng Trúc Lâm.

Trong ba phần sau của tác phẩm -- Quê Hương, Đạo Pháp, Văn Học Nghệ Thuật - tác giả Tâm Thường Định sử dụng bút pháp có tính văn học nhiều hơn, trong đó có dịch sang Anh văn một số bài thơ của các vị tôn túc. Trong đó, tác giả viết về mẹ, về ba, về biển, về những ngày về thăm quê hương, về Ôn Già Lam, về HT Thích Thiện Trì, HT Thích Minh Đạt, về Tu Viện Kim Sơn, về Phạm Duy, Phạm Thiên Thư, Trịnh Công Sơn, về Minh Đức Triều Tâm Ảnh...

Tâm Thường Định cũng đưa ra một số quan tâm về cách dịch thơ Thiền sang tiếng Anh. Trong bài "Bài Thơ Cư Trần Lạc Đạo Của Tổ Trúc Lâm Yên Tử Việt Nam," vâng lời Ni sư Thích Nữ Thuần Tuệ, tác giả đối chiếu một số cách dịch bài thơ nổi tiếng đó từ nhiều dịch giả -- trong đó có Võ Đình, Công Huyền Tôn Nữ Nha Trang, Nguyên Giác... -- và rồi huynh trưởng họ Bạch dịch tổng hợp, một lần thấy chưa như ý, lại dịch lần hai sang Anh văn. Giới trẻ tại Hoa Kỳ chỉ hiểu qua bản Anh văn, và do vậy, bài này là cơ duyên để độc giả trẻ đối chiếu, hiểu sâu hơn về Thiền Việt Nam.

Tương tự, trong bài khác, Tâm Thường Định dẫn ra nhiều cách dịch bài thơ Xuân Vãn của Trần Nhân Tông (*Niên thiếu hà tằng liễu sắc không, Nhất xuân tâm sự bách hoa trung...*) trong đó nói rằng vua khi còn trẻ, vua không hiểu lẽ sắc và không, nên khi xuân tới, tâm rộn ràng với trăm hoa. Và sau khi hiểu tột cùng, thấy mặt Chúa Xuân (*Như kim khám phá Đông hoàng diện*), mới chỉ đơn giản ngắm hồng rơi thôi (*khán trụy hồng*). Đây là lời của người đã thấu tột cùng Bát Nhã Tâm Kinh, khi Trần Nhân Tông lìa cả sắc và không để thấy tận mặt Gương Tâm Chiếu Sáng Rỗng Rang, nơi tất cả các sắc hồng của xuân đều rơi xuống (hiểu là, tất cả sắc-uẩn và phi-sắc-uẩn, của hoa nở và hoa tàn, của hoa và không-hoa đều tan vào biển tịch diệt của Niết Bàn Diệu Tâm)... Cũng là vị vua họ Trần khi dạy "hữu vô câu bất lập," nghĩa là, có với không đều chẳng nên lập.

Danh tăng Tuệ Sỹ trong bài thơ "Một Thoáng Chiêm Bao" khởi đầu với câu: *Người mắt biếc ngây thơ ngày hội lớn...* Tâm Thường Định và GS Nguyễn Văn Thái nhận định rằng chữ "mắt biếc" rất khó dịch, vì không thuần chỉ màu sắc, mà còn mang ẩn nghĩa "trinh nguyên và ngây thơ."

Thơ của Thầy Tuệ Sỹ hay là một chuyện, nhưng hàm nhiều nghĩa mới là gian nan cho người dịch. Bản Anh dịch đưa ra trong sách này sẽ giúp giới trẻ tại Hoa Kỳ tiếp cận với một nhà thơ lớn của dân tộc VN đương thời, cũng là một nhà sư đi giữa những gian nan lịch sử với tâm hồn trong trắng như câu thơ Thầy viết, *"Như cò trắng giữa đồng xanh bất tận."*

Độc giả sẽ thấy rằng tác phẩm này của Tâm Thường Định nên được đọc kỹ, đọc nhiều lần -- cũng y hệt như Tâm Thường Định khi dịch sang Anh văn một số thơ Thiền, đã ghi trong sách này nhiều bản dịch khác nhau, và riêng tác giả đưa ra có khi 2 bản dịch để nêu lên minh bạch mà, có khi một bản dịch không chở hết ý. Tuyển tập này cần có trong mọi gia đình, cho mọi lứa tuổi cùng đọc, để cùng thâm cảm về Phật pháp. Cũng như cần cho tất cả các giáo viên, các huynh trưởng GĐPT, tất cả các giới trẻ. Nơi đây, Tâm Thường Định đã nỗ lực gói trọn tinh hoa suy nghĩ của anh, những kinh nghiệm trong nghề giáo và trong cương vị người dạy Thiền Chánh Niệm trong các khóa hội thảo giáo viên California, và đã ghi xuống cả những cảm xúc về dòng suối Thiền Tông Việt Nam chảy trong lịch sử dân tộc và đang lưu truyền ra hải ngoại.

Xin trân trọng kết thúc Lời Giới Thiệu bằng mấy dòng thơ trao tặng Tâm Thường Định và tất cả quý độc giả:

Mở sách đọc từng chữ
thấy hoa bay giữa dòng
ướp thơm lời chánh ngữ
kết bè để qua sông.

Miệt mài từng năm tháng
tu trí tuệ, từ bi
khắp trời tâm gương sáng
vin chánh niệm mà đi.

NGUYÊN GIÁC

I. GIÁO DỤC

NHẬT KÝ GIÁO DƯỠNG:
TU LÀ ĐỂ BIẾT CHÍNH MÌNH
THEO TRUYỀN THỐNG
THIỀN TÔNG VIỆT NAM

Cuối tuần qua, chúng tôi lại có duyên tham dự Khoá tu học mùa Thu hằng năm của Thiền Viện Diệu Nhân ở Rescue, CA. Khoá tu năm nay có chủ đề: Tu Là Biết Mình. Thiền viện này là một chi nhánh của Thiền Tông Việt Nam từ trong nước do Đại Lão Hoà Thượng Thích Thanh Từ dung hợp từ thập niên 70's. Có thể nói, pháp môn Thiền Tông Việt Nam cuối thế kỷ 20 xuất xứ từ Tu Viện Chân Không (1970-1986) và Thiền Viện Thường Chiếu từ năm (1974 cho đến nay) do Ngài chủ trương và hướng dẫn. Vì chúng tôi, chỉ được nhân duyên tu học có hai ngày mà lại bán trú nên có thể những gì chúng tôi viết và cảm nhận ở đây không đầy đủ. Vậy mong quý vị rộng lượng mà hoan hỷ.

Khác với những chi nhánh Thiền tông khác ở Trung Hoa (Ví dụ như Tào Động, Lâm Tế, Quy Ngưỡng... Thiền tông Việt Nam mà Hoà thượng đề xướng có ba dòng tư tưởng hay 3 cái mốc thời gian lớn, đó là thời Ngài **Nhị Tổ Huệ Khả** thời Ngài **Lục Tổ Huệ Năng**, và dĩ nhiên cũng là quan trọng nhất đó là cái mốc cuối cùng, Đức Vua Trần Nhân

Tông (1258-1308), **Sơ Tổ Trúc Lâm.** Lúc bấy giời Ngài dung hợp tinh hoa của các nhánh Thiền thiện hành như Tỳ-ni-đa-lưu-chi, Vô Ngôn Thông, Thảo Đường để thành lập phái thiền Trúc Lâm Yên Tử.

Theo cuốn sách, ***Thiền Tông Việt Nam***, Đại Lão Hoà Thượng Thích Thanh Từ cho biết sự dung hợp này từ ba vị tổ sư thiền, *"Nơi Nhị Tổ, chúng tôi ứng dụng pháp an tâm. Nghĩa là biết rõ tâm suy tưởng lâu nay là hư ảo, không để nó đánh lừa, lôi dẫn chúng ta chạy theo trần cảnh, nên nói "Vọng tưởng không theo". Mỗi khi nó dấy lên đều biết rõ như vậy. Một khi hành giả nhận diện bản chất hư ảo của chúng thì chúng tự biến mất..."* Rồi Ngài tiếp,

"...Với Lục Tổ, chúng tôi ứng dụng sáu căn không dính mắc sáu trần làm hướng tiến tu. Đó là câu "Bất ưng trụ sắc sanh tâm..." trong kinh Kim Cang được Ngũ Tổ giảng cho Lục Tổ. Nhưng làm sao căn không dính trần? Đương nhiên phải dùng trí tuệ Bát-nhã quán chiếu, thấy các pháp duyên hợp hư dối như huyễn như hóa. Vì thế trong kinh Pháp Bảo Đàn, sau phẩm Hành Do là đến phẩm Bát-nhã. Nhờ trí tuệ Bát-nhã soi rọi thấy rõ các pháp duyên sanh, không có chủ thể (vô ngã), không cố định (vô thường) nên tâm không nhiễm trước sắc... do đó căn, cảnh không dính mắc nhau. Căn, cảnh không dính mắc nhau là Vô Niệm, Vô Tướng, Vô Trụ, đó là chủ trương của Lục Tổ.

Lại có một cách khác, nếu hành giả kiến tánh như Lục Tổ, hằng sống với thể tánh bất sanh bất diệt của mình thì còn gì bận bịu với vọng tưởng hư dối, với sáu trần giả hợp. Đi đứng nằm ngồi không lúc nào rời tự tánh chính mình. Được thế thì ung dung tự tại, nên nói "đói ăn khát uống".

- Đến Sơ Tổ Trúc Lâm, trong bài kệ "Câu Có Câu Không", đoạn thứ tư nói "Nón tuyết giày hoa, ôm cây đợi thỏ", là tinh thần Bát-nhã của Lục Tổ. Các pháp hư giả như nón tuyết, như đôi giày bằng hoa, tạm có rồi tan mất, mới thấy đẹp rồi héo xàu, có gì lâu bền. Nếu chấp giữ nó là người ngu, như kẻ "ôm cây đợi thỏ". Toàn thể pháp đối đãi đều không thật, do phương tiện bày lập, giống như dây sắn dây bìm, một phen cắt đứt chúng *mới là an vui tự tại. Đấy là tinh thần hai câu kết của bài kệ "Cắt đứt sắn bìm, đó đây vui thích". Vừa dấy niệm là đối đãi, vừa thốt lời là đối đãi, nếu dứt hết đối đãi thì còn niệm nào để khởi, còn lời gì để nói. Đây là hằng sống thật với thiền."*

Nói tóm lại, Ngài chủ trương "Thiền, Giáo đồng hành" và nhấn mạnh rằng:

"Để thấy rõ nét lối dung hợp pháp tu qua ba vị Tổ trên, chúng tôi cô đọng lại bằng những lối tu:

1.Biết vọng không theo, vì vọng tưởng là những tâm niệm hư ảo.

2.Đối cảnh không tâm, vì nó là tướng duyên hợp giả dối tạm bợ.

3.Không kẹt hai bên, vì đối đãi là không thật.

4.Hằng sống với cái thật, không theo cái giả, vì giả là luân hồi, thật là giải thoát.

Khoá tu này được sự chứng minh và giảng dạy của Ni Trưởng Trụ trì Thích Nữ Như Đức và Ni Sư phó Trụ trì Thích Nữ Hạnh Phước của Thiền Viện Viên Chiếu tại Việt Nam, Ni sư viện chủ Thiền Viện Diệu Nhân và Ni sư Thích Nữ Thuần Bạch, nguyên là Viện chủ Thiền Viện Diệu Nhân. Ngoài những vị giáo thọ rừng cột của Thiền Viện Diệu Nhân, Ni Sư Thích Nữ Thuần Chánh và Ni Sư Thích Nữ Thuần Hậu là những vị giáo thọ thuyết giảng từ bên Việt Nam qua hệ thống webcam cùng hướng dẫn những Phật tử xa gần hành trình và ứng dụng bốn lối tu học của Thiền Tông Việt Nam thật khéo léo và linh động hướng dẫn.

Trong hai ngày chúng tôi tinh chuyên tu học; nhận thấy ở đó năng lượng tu tập của Đại chúng rất là cao và sự hành trì một cách nghiêm mật. (Xin xem chương trình tu học ở phần phụ mục). Trong không gian và thời gian ấy, trong đó có buổi Phật pháp vấn đáp cũng như những buổi thọ trai, chúng tôi thấy lòng từ của quý Ni sư thật mênh mông và ai ai cũng hoan hỷ, cảm nhận được sự an lành, vững chải và thanh thoát.

Riêng chúng tôi, không biết nói gì hơn chỉ chia sẻ một chùm thơ nho nhỏ như là dấu mốc thời gian trong sự trải nghiệm của khoá tu này.

Sáng sớm lên Thiền viện, chúng tôi không những được buổi bình minh êm ả nhẹ nhàng đón tiếp mà có cả vầng trăng mỉm cười vô sự. Rồi chúng tôi viết:

HƠI THỞ NHẸ

Sáng nay Trăng qua núi
Vẫn thanh tao nhẹ nhàng
Nhìn Trăng không dính mắt
Hơi thở này nhẹ tan.

Sau khoá ngồi thiền dài 1 tiếng đồng hồ là buổi ăn sáng và đi thiền hành. Dưới sự hướng dẫn của Ni sư Thuần Bạch, hãy về với tự tánh của mình. Đây là dịp Phản Quan Tự Kỷ. Ngoài việc nhìn ra chính mình, chúng tôi còn thấy những cái đẹp chung quanh.

VẺ ĐẸP QUANH TA

Con đường mới quanh co khúc khuỷu
Từng bước chân thanh thản điềm nhiên
Cây cao thấp giữa thiên nhiên
Có cùng vẻ đẹp triền miên bạt ngàn!

Sau phần, thiền hành lại là phần thiền toạ trước khi dùng trưa cũng theo nghi thức Thiền Tông Việt Nam. Lần này, thú thật, ngồi lâu lúc đầu, thân cũng hơi bất an, nhưng sau đó khắc phục được cái thân. Cái tâm an dần, như lời chỉ dạy **Biết vọng không theo, khởi lên bỏ xuống**. Rồi sau buổi cơm trưa chay thật ngon và tinh khiết, là lúc chúng tôi có giờ tự do; thế là có thời gian và cơ hội cho chúng tôi thưởng thức không gian núi đồi yên tĩnh ở đây.

BỨC TRANH BAN TRƯA

Ngồi đây gió mát nắng hanh

Phong cầm sáu nhịp xanh xanh cõi này
Duy trì tỉnh thức quanh đây
Ô kìa thanh thoát áng mây qua đồi.

Nhưng có lẽ hấp dẫn nhất là những buổi pháp thoại và những lúc hành thiền tự do dưới trời trăng mây gió.

NGỒI THIỀN DƯỚI TRĂNG

Ngồi Thiền gió mát trăng thanh
Lung linh ánh nguyệt
Long lanh tâm mình.
Tâm lặng lẽ
Giữa sinh linh
Rõ ràng thường biết
Cõi tình
Như Lai.

Có những lúc, dường như chúng tôi cũng…

BẤT ĐỘNG

Trăng thanh vằng vặc sáng
Giữa núi đồi cỏn con
Tiếng côn trùng nỉ non
Phật ngồi yên bất động.

Ta có đi trong mộng?
Hay thánh địa linh thiêng
Rõ ràng chốn thiền viên
Tâm bất sinh bất diệt

Bất động để thấy gì bạn có biết…

NHÌN TRĂNG THẤY GÌ?

Nhìn trăng ánh sáng tám chiều
Tưởng gần, không phải, mỹ miều rất xa

Tịch lặng Phật tánh trong ta
Trở về tánh Phật rỗng rang nhiệm mầu

Thấy trăng tạp niệm trong đầu
Khởi lên, bỏ xuống dính đâu niệm này
Ánh trăng vằng vặc lung lay
Đều thân hơi thở mảy may nhẹ nhàng

Trăng vàng cùng gió mùa sang
Từ bi, tĩnh lặng bước ngang tâm mình
Rọi soi Phật tánh lung linh
Thường hằng thanh tịnh lặng thinh mỉm cười.

Khi chúng ta có sự vắng lặng thanh thản ở tâm hồn, chúng ta có thể nhận chân ra nhiều điều. *Phản quan tự kỷ* cũng là vậy, không chạy theo những dục vọng bên ngoài, không bị dính mắt. Khi chúng ta có khả năng biết vọng không theo (let it be) thì chúng ta tăng tưởng thêm bước nữa đó là không dính mắt (let it go) hay *rõ ràng thường biết* trong mỗi sát na vậy, thì chúng ta có thể *trực chỉ chơn tâm*. Ở đây, chúng tôi thấy Chơn Tâm đó là Phật tánh mà chúng tôi ví von là Mẹ. Có thể vì 'rứa', mà cuối cùng có lẽ chúng tôi thấy được Trăng là Mẹ và Mẹ là Phật; Tâm Mẹ là Tâm Phật và tất cả rồi cũng qua trời thái không mà thôi.

MẸ VẦNG TRĂNG THÁI KHÔNG

Mẹ vầng trăng sang tỏ
Soi nẻo đường con đi
Càng ngày con càng rỏ
Tâm Mẹ luôn từ bi.

Trở lại Thiền Tông Việt Nam tại hải ngoại, có hai cơ sở tiêu biểu mà chúng tôi thường quen biết ở California đó là. Chư Tăng ở Thiền Viện Đại Đăng ở Basall, nam California và Chư Ni ở Thiền Viện Diệu Nhân ở Rescue, bắc California. Sự hành trì nghiêm mật của những nơi như thế là tương lai và hoài bảo của Phật giáo Việt Nam. Xin mời các bạn hãy cùng chúng tôi tham dự những khoá tu học kế tiếp. Xin hãy vào trang nhà www.dieunhan.net để tiếp thêm chi tiết. Cầu chúc tất cả quý độc giả sáu thời an lành.

KHÓA TU MÙA THU – TU VIỆN DIỆU NHÂN
TU LÀ BIẾT MÌNH
10/05/2017 – 10/08/2017

Thứ Năm 5 tháng 10:
- 4:45AM: THỨC CHÚNG
- 5:30 – 6:30: TỌA THIỀN
- 7:30: ĐIỂM TÂM
- 9:00 – 9:45: KHAI MẠC KHÓA TU - KHÓA LỄ SÁM HỐI
- 10:00 – 11:00: HƯỚNG DẪN KHÓA TU: NS Thuần Tuệ
- 11:30: THỌ TRAI
- 12:50PM: CHỈ TỊNH
- 1:50: THỨC CHÚNG
- 2:00 – 3:00: TOẠ THIỀN
- 3:30 – 4:30: PHÁP THOẠI: NS Hạnh Phước - Giảng qua webcam
- 5:00: DÙNG CHIỀU
- 6:00 – 7:30: THAM VẤN
- 7:45 – 8:45: TOẠ THIỀN
- 9:30: CHỈ TỊNH

Thứ Sáu 6 tháng 10:
4:45AM: THỨC CHÚNG
5:30–6:30: TỌA THIỀN
7:30: ĐIỂM TÂM
8:30–9:30: THIỀN HÀNH TỰ DO
9:45–10:00: LỜI NHẮC
10:00–11:00: TỌA THIỀN
11:30: THỌ TRAI
12:50PM: CHỈ TỊNH
1:50 PM: THỨC CHÚNG
2:00 – 3:00: TỌA THIỀN
3:30–4:30: PHÁP THOẠI: NS Thuần Hậu - Giảng qua webcam

5:00: DÙNG CHIỀU
7:00: SÁM HỐI
7: 45 - 8:45: TỌA THIỀN
9:30: CHỈ TỊNH

Thứ Bảy 7 tháng 10:
4:45AM: THỨC CHÚNG
5:30 – 6:30: TỌA THIỀN
7:30: ĐIỂM TÂM
8:30 – 9:00: THIỀN HÀNH: NS Thuần Bạch hướng dẫn
9:10 – 9:50: CÔNG TÁC
10:10 - 11:10: PHÁP THOẠI: NS Thuần Bạch
11:30: THỌ TRAI
12:50PM: CHỈ TỊNH
1:50: THỨC CHÚNG
2:00 – 3:00: PHÁP THOẠI: NS Thuần Chánh - Giảng qua webcam
3:30 - 4:30: TỌA THIỀN
5:30: DÙNG CHIỀU
7:00: SÁM HỐI
7:45 - 8:45: TỌA THIỀN
8:50 - 9:10: LỜI NHẮC CUỐI NGÀY
9:30: CHỈ TỊNH

Chủ Nhật 8 tháng 10:
4:45AM: THỨC CHÚNG
5:30 – 6:30: TỌA THIỀN
7:30: ĐIỂM TÂM
8:30 – 9:00: THIỀN HÀNH: NS Thuần Bạch hướng dẫn
9:10 – 9:50: CÔNG TÁC
10:10–11:10: PHÁP THOẠI: NS Thuần Tuệ
11:30: THỌ TRAI
12:50PM: CHỈ TỊNH
1:50: THỨC CHÚNG
2:00 – 3:15: THIỀN TRÀ
3:30 – 4:00: BẾ MẠC KHÓA TU –HOÀN MÃN

THÂN GIÁO: CÓ THỂ LÀ MỘT GIẢI PHÁP CHO TẤT CẢ
(A YOUNG BUDDHIST PERSPECTIVE)

Đạo Phật đã tồn tại và phát triển hơn 2600 năm kể từ khi Đức Phật giác ngộ lúc 35 tuổi. Giáo lý của Ngài được đặt trên nền tảng Từ bi và Trí tuệ qua sự chứng nghiệm của Ngài. Thân giáo là bài pháp vô giá và công dụng nhất mà Ngài đã sống và truyền đạt. Thân giáo là lối hành xử trong đời sống hằng ngày. Sự tiến hóa và hòa bình của nhân loại một phần lớn là nhờ nơi giáo lý giác ngộ rốt ráo của Ngài. Ngày nay, Đạo Phật vẫn là những giải pháp cho nhân loại. Sau đây là bảy phương cách như là giải pháp của Đạo Phật cho quê hương Việt Nam hôm nay và ngày mai.

1. Thiết lập một mindset (tâm/tư duy) thánh thiện

Đầu tiên chúng ta cần có một tư tưởng, một tầm nhìn đúng theo tinh thần Chánh Kiến của nhà Phật. Thánh thiện là những suy nghĩ, lời nói và hành hoạt lợi người, lợi mình ngay trong hiện tại và cho cả tương lai. Thầy Thích Minh Đạt, viện chủ Chùa Quang Nghiêm thường dạy: "Một bác sỹ, một nha sỹ mắc lỗi lầm có thể giết chết một người, nhưng một nhà giáo dục mắc lỗi lầm có thể giết chết cả nhiều thế hệ." Mà chúng ta, những Phật tử, đều là những nhà giáo dục, vì không sớm thì muộn chúng ta là thầy là cô, là chồng là vợ, là ông là bà v.v... Tuy nhiên, theo những nhà nghiên cứu Hoa Kỳ, tất cả những nhà lãnh đạo giỏi cần có một mindset (lối tư duy) thánh thiện.

Nhưng mindset không thôi vẫn chưa có đủ, chúng ta cần phải có một skillset (hành trạng). Mà thêm skillset vẫn chưa đủ, chúng ta cần phải có một toolset (công cụ). Ví dụ: Một người Huynh trưởng tốt trong GĐPT cần có một mindset "trên cầu học đạo, dưới dìu dắt đàn em", sau đó còn phải có những hành trạng, kỹ năng chuyên môn, nhưng cũng cần có công cụ, "đồ nghề" để sinh hoạt.

2. Thấu rõ nguyên lý nhân duyên, nghiệp quả

Có thể nói, tất cả những gì chúng ta có hôm nay là do nhân duyên nghiệp của quá khứ và kết quả tương lai đều tùy thuộc vào những hành động, lời nói và suy nghĩ của chúng ta ngay hiện tại. Hiểu rõ nguyên lý này giúp ta thiết kế (design) vận mạng và tương lai của chính mình. You're in control of your destiny (Bạn đang kiểm soát vận mệnh chính mình), nói một cách khác là: You are your own creator. (Bạn là người sáng tạo của cuộc sống riêng mình). Như Phật dạy: "Nhân nào quả ấy."

3. Sống tốt với quanh mình trước

Thánh Mahatma Gandhi có nói: "Chúng ta là những thay đổi mà mình hằng mong muốn." Tất cả thay đổi đều bắt nguồn từ cá nhân rồi đến gia đình, sau đó lan rộng đến cộng đồng và xã hội. Ví dụ: Ở đâu cũng vậy, đều có rác hết. Nếu chúng ta ý thức được, thì sẽ tự động dọn dẹp ngay cho đẹp mắt và bớt hại đến môi sinh. Nói gần hơn, trong nước ta, nhu cầu về tâm linh ngày càng nhiều mà thiếu nhân sự để giúp đỡ đồng bào, nhất là ở những vùng sâu vùng xa. Phật giáo chưa đáp ứng được tại quê nhà, mà cũng có một số ít Tăng Ni đi hóa duyên ở nước khác trong khi Ngũ Minh Pháp và nhất là Thanh Minh của mình chưa có. Hoằng dương chánh pháp trên xứ người chỉ có thể hiện hữu nếu Tăng Ni thành thạo ngôn ngữ nước đó. Hay nói một cách khác là chúng ta phải có đầy đủ ba yếu tố: Bi-Trí-Dũng (Compassion-Wisdom-Courage), hay theo các doanh nhân hay nói là kiến thức, thái độ, và kỹ năng chuyên môn (Knowledge - Attitude - Skill.)

4. Đồng lợi - Lợi người, lợi mình (Mutual Respect/Benefit)

Tất cả các việc làm đều đặt trên nền tảng từ bi, trí tuệ, dũng mãnh và kiên trì để lợi người, lợi mình. Nếu chúng ta ý thức được sự thành công của kẻ khác chính là của mình, sự đau khổ hay thất bại của kẻ khác là của ta, thì ta đã tạo được sự cảm thông, đùm bọc và tương thân tương ái. Đi xa hơn, chúng ta nên ý thức rằng: Lợi ích và quyền lợi của mình là lợi ích và quyền lợi của gia đình ta, của tổ chức ta, của giáo hội ta, của đất nước ta. Hay nói một cách khác, ở nơi đâu tất cả cán bộ các cấp hay nhân sự của tổ chức đặt quyền lợi chung trên quyền lợi cá nhân thì nơi đó sẽ phát triển tốt đẹp và nhanh chóng.

5. Có mặt cho nhau - (Presencing as in the Theory U)

Ca dao Việt Nam có câu. "Một cây làm chẳng nên non, ba cây chụm lại thành hòn núi cao" hay là "một cánh én không làm nên mùa xuân". Chúng ta cần phải có mặt và tưới tẩm những hạt giống tốt cho nhau. Hay nói theo Glasl, Lemson và Scharmer trong Lý thuyết U thì mình:

1) Liên kết cụ thể ý thức của trưởng nhóm / lãnh đạo với kết quả công việc của họ.

2) Kế hoạch có hệ thống qua sự quan sát, hiểu biết và đồng thuận ra quyết định của cá nhân và tập thể.

3) Đổi mới là không thể thiếu.

4) Hoạch định chính sách (như việc xây dựng các nguyên tắc thiết kế có ý thức cho tổ chức) được kết nối và thích hợp với tầm nhìn đã đồng thuận.

5) Liên hệ để phát triển cá nhân và tổ chức.

Nói tóm lại, làm việc và nuôi dưỡng cho nhau là sự cần thiết để thăng hoa. Hay nói theo Michael Fullan trong Sáu Bí quyết Thay đổi thì đó là:

1) Thương yêu đùm bọc nhân viên/cấp dưới của mình;

2) Kết nối đồng nghiệp với mục đích;

3) Xây dựng tiềm năng là ưu thế;

4) Học hỏi là công việc;

5) Quy tắc chung phải minh bạch và

6) Học hỏi từ hệ thống chính mình.

Nói chung, chúng ta cần phải làm tròn trọng trách và chức năng của chính mình trong gia đình và trong mọi tổ chức.

6. *Sức mạnh của đoàn kết (Collaboration with other organizations for sustainable change)*

Cộng tác với các tổ chức, hội đoàn có tầm nhìn xa và có giá trị cốt lõi thánh thiện để thay đổi cuộc sống của quần sinh. Các cuộc cách mạng lớn đều cần một sự đoàn kết. Sự thay đổi trong đạo Phật cũng vậy, cần sự tương thân tương trợ lẫn nhau. Sức mạnh của tổ chức và networking là cần thiết để tạo ra các thay đổi cho bây giờ và mai sau.

7. *Hành giả - Be a Buddhist Practitioner*

Trong cuộc đời Đức Phật, bài pháp quý giá và hữu dụng nhất là thân giáo mà chính Ngài đã sống và truyền đạt. Thân giáo hay cách hành xử trong đời sống hằng ngày của Đức Phật là kim chỉ nam trong cuộc sống của chúng ta. Còn kinh luật luận chỉ là phương tiện. Nói rộng ra, kinh điển là những gì Đức Phật muốn dạy cho chúng sinh, mà mục đích tối hậu là gì chúng ta đều đã biết. Vậy xin hãy là một hành giả xứng đáng. Như Thầy Thích Đạo Quảng, một vị Tăng tài trẻ tại hải ngoại có dạy: Mỗi người chúng ta có ba cuộc sống: cuộc sống cá nhân (private life), cuộc sống công cộng (public life), và cuộc sống tâm linh (spiritual life). Khi chúng ta có cuộc sống tâm linh, chúng ta có tất cả ba cuộc sống vừa kể. Vậy, chúng ta hãy cùng thực hành sự giáo dưỡng của Đấng từ phụ Thích Ca Mâu Ni bằng thân giáo, khẩu giáo và ý giáo của Ngài.

Kết luận

Với sự phát triển kỹ thuật và kinh tế ngày càng nhanh so với phát triển tâm linh. Mỗi người con Phật, dù là xuất gia hay tại gia, trai hay gái, già hay trẻ, trong tổ chức GĐPT hay không, đều phải học và thực hành cách chuyển hóa. Sửa chữa những vụng về, những tập khí không tốt để chúng ta từng bước hướng thiện. Ngoài ra, chúng ta cần phải nhiệt thành, làm tròn trách nhiệm và chức năng của mình trong mọi hoàn cảnh. Nếu là nhà lãnh đạo uyên bác thì cần phải có Ngũ Minh Pháp trong nhà Phật hoặc bốn loại thông minh ở đời: Mental Intelligence - Physical Intelligence - Emotional Intelligence and Spiritual Intelligence. Thông minh về tâm thần, Thông minh về vật lý, Thông minh về cảm xúc/trí tuệ, và Thông minh về tâm linh.

Nói chung, chúng ta phải "tu thân". Mà trước khi "tu thân" thì chúng ta phải "thành ý và chánh tâm", (là thực hành từ bi và trí tuệ) để rồi "tu thân, tề gia, trị quốc, bình thiên hạ" vậy. Sau cùng, xin mượn lời khuyên của Thầy Thích Minh Đạt đã cho người viết như lời cuối cho bài tham luận này: Muốn trở thành một lãnh đạo tốt, nên cần có ba yếu tố sau:

1. Thành thật với chính mình - không vì tư lợi.

2. Thành thật với mọi người - nói sao làm vậy - lời nói đi đôi với việc làm.

3. Tha thiết, thành thật trong mọi công việc mà mình để xuất.

Tài Liệu Tham Khảo/References:

- Covey, S. (2004). *The 8th Habit: From Effectiveness to Greatness. New York: Free Press.*

- Senge, P., et. al. (2005). *Presence: Exploring Profound Change in People*

Organizations, and Society. New York: Currency Doubleday.

- Senge, P. et al. (2010), *The Necessary Revolution: Working together to create a sustainable world*, New York: Broadway Books.

- Thích, Đạt M. (2011). *Góp Nhặt Lá Rơi*. Stockton, CA. Chùa Quang Nghiêm.

- Thích, Hạnh N. (2007). *The Art of Power*. New York: HarperOne.

NGHỆ THUẬT SỐNG
TRONG THỜI ĐẠI @

Dẫn nhập:

Xa hơn nửa vòng trái đất, từ quê hương thân yêu, Thầy Thái Tuệ gởi email nhờ viết bài với chủ đề: "Làm thế nào để sống có hạnh phúc trong thời đại @". Thật ngạc nhiên nhưng rất vui khi nhận email của Thầy. Ngại lắm, nhưng vì kính trọng Thầy Thái Hòa và Thầy nên nhận lời và xin được cảm ơn Thầy cho con cơ hội này chia sẻ cùng quý độc giả trong nước vài suy nghĩ thô thiển về một cuộc sống hạnh phúc.

*

"Những ai muốn đạt tới an lạc thường nên học hạnh thẳng thắn, khiêm cung, biết sử dụng ngôn ngữ từ ái. Những kẻ ấy biết sống đơn giản mà hạnh phúc, nếp sống từ hòa, điềm đạm, ít ham muốn và không đua đòi theo đám đông."

Kinh Thương Yêu.

Khái niệm về thời đại @ là gì? Theo hiểu biết của chúng tôi thì đó là thời đại ngày nay, khi mọi liên kết giữa cá nhân với cá nhân, cá nhân với cộng đồng, đều được thể hiện qua các địa chỉ có chứa ký hiệu @. Một thời đại mở cửa kinh tế thị trường, mở rộng thông tin, văn minh và khoa học. Một thời đại có lẽ hơi đua đòi chạy theo vật chất bên ngoài và ảo tưởng. Con người trong thời đại @ đôi lúc quên đi hoặc đánh mất những giá trị cốt lõi. Vì thế mình phải tìm lại những nghệ thuật sống, tìm lại bản tính chân thật, nhân phẩm, thanh tịnh và ưu việt để không bị lầm lạc, không quên bản thể bất hoại hằng hữu của mình. Nghệ thuật sống là tìm lại chính mình, biết mình là ai và đang làm gì, biết những gốc rễ, cội nguồn huyết thống và tâm linh của mình. Biết kiểm soát chính mình là bước đầu của hạnh phúc.

Vậy hạnh phúc là gì và làm sao có được hạnh phúc an lạc? Đây là một câu hỏi vô cùng quan trọng, vì ai trong chúng ta lại không muốn có được một cuộc sống an lành và hạnh phúc. Hãy đọc một bài kinh ngắn về Chân Hạnh Phúc (Maha Mangala Sutta) qua bản dịch của Hòa Thượng Thích Thiện Châu:

"Như vầy tôi nghe, một thời Thế Tôn ở tại Savatthi, trong rừng Jeta, vườn Anathapindika. Có một thiên nhân, khi đêm gần tàn, với dung sắc thù thắng chiếu khắp rừng Jeta, đi đến Thế Tôn. Sau khi đến, kính lễ Thế Tôn, rồi đứng một bên, thiên nhân ấy nói lên bài kệ trước Đức Thế Tôn như sau:

'Chư thiên và loài người
Suy nghĩ về hạnh phúc
Ước mong được hạnh phúc
Chân hạnh phúc là gì?'
Thế Tôn đáp kệ rằng:
'Kẻ si mê nên tránh
Bậc hiền đức phải gần
Cung kính người đáng kính
Ấy là chân hạnh phúc.
Chọn nơi lành mà ở

Đời trước đã tạo phúc
Nay giữ lòng thẳng ngay
Ấy là chân hạnh phúc.
Hiểu rộng và khéo tay
Giữ tròn các giới luật
Nói những lời hòa ái
Ấy là chân hạnh phúc.
Cung dưỡng cha mẹ già
Yêu mến vợ /chồng và con
Không vương vấn phiền hà
Ấy là chân hạnh phúc.
Cho và sống đúng cách
Nên giúp đỡ bà con
Hành động không chê trách
Ấy là chân hạnh phúc.
Ngăn trừ điều ác xấu
Dứt bỏ thói rượu chè
Chuyên cần trong Chánh Đạo
Ấy là chân hạnh phúc.
Kính nhường và khiêm tốn
Biết đủ và nhớ ơn
Tùythời học đạo lý
Ấy là chân hạnh phúc.
Nhẫn nhục vâng ý lành
Viếng thăm bậc tu hành
Tùythời bàn luận đạo
Ấy là chân hạnh phúc.
Trong sạch và siêng năng
Suốt thông các chân lý
Thực hiện vui Niết Bàn
Ấy là chân hạnh phúc.

Tiếp xúc với thế gian
Giữ lòng không sa ngã
Không sầu nhiễm bình an
Ấy là chân hạnh phúc.
Như thế mà tu hành
Việc gì cũng thành tựu
Ở đâu cũng an lành

Ấy là chân hạnh phúc."Nếu chúng ta thực hành bài kinh ngắn trên, chắc chắn chúng ta sẽ có được lợi lạc và hạnh phúc.

Về khái niệm hạnh phúc và nghệ thuật sống trong thời đại @, đối với chúng tôi: Khi vừa sinh ra, hạnh phúc đơn giản chỉ là bầu sữa mẹ. Rồi lớn lên dần một chút, hạnh phúc là được đi tắm biển mỗi ngày. Khi ra nước ngoài hạnh phúc đơn thuần là được tự do chọn con đường mình đang đi trong học vấn và trong cuộc sống. Chúng tôi có rất nhiều hạnh phúc mỗi khi đi học về, được mẹ âu yếm và vỗ về; hơn thế nữa là đã có những bữa ăn thịnh soạn khi mẹ không đi làm. Rồi có vợ, hạnh phúc đơn thuần chỉ là những lần chia ngọt sẻ bùi và những thăng trầm trong cuộc sống. Khi có con, hạnh phúc thật giản dị như là khi con biết khóc, biết cười, biết bò, biết đi, biết đứng, biết nói v.v... Nói tóm lại hạnh phúc đang ở trong tầm tay của chính mình. Tuy nhiên, giống như tình yêu, mỗi khi bạn đi tìm hạnh phúc, thì dường như nó càng xa cách bạn. Thiền Sư Thích Nhất Hạnh thường nhắc: "There is no way to happiness, happiness is the way." Xin tạm dịch "Không có con đường dẫn đến hạnh phúc, hạnh phúc chính là con đường." Nó là một quá trình, không phải một nơi để đến.

Tuy nhiên theo kinh nghiệm cá nhân, chúng ta cũng có những nghệ thuật sống để có được hạnh phúc trong thời đại @ này. Đây là bốn điều tôi đang thực tập và nhận chân được sự an lạc và hạnh phúc trong cuộc sống ở thời đại @ này.

1. Sống có định hướng trong nền tảng từ bi và trí tuệ

Khi mình có định hướng thì cuộc sống sẽ có mục đích và ý nghĩa. Nó là năng lượng thúc đẩy ta đạt đến mục đích tốt đẹp mà mình đã định. Tuy nhiên, định hướng này phải đặt trên nền tảng của sự hiểu biết và thương yêu. Nói một cách khác, cần phải biết chắc con đường nào mình đã chọn, con đường nào mình đang đi? Ví dụ, nếu mình muốn đến gần Đức Phật hay một nơi nào đó (tượng Phật chẳng hạn), con đường duy nhất mà mình đi là từ từ tiến đến. Nếu mình không chịu đi hoặc đi lùi lại thì dĩ nhiên là càng ngày càng xa nơi mình muốn đến. Và thế là không bao giờ đến đích. Phần thứ hai là con đường nào mình chọn, ví dụ như cây viết trước mặt bạn. Nếu bạn nghiêng nó về bên phải, chắc chắn nó sẽ ngã về bên phải. Nếu bạn nghiêng nó về bên trái, chắc chắn nó sẽ ngã về bên trái. Trong ca dao tục ngữ của người Việt chúng ta có câu "Gần mực thì đen, gần đèn thì sáng" là vậy. Nhưng điểm đến đó phải có chất liệu thương yêu và hiểu biết thì chúng ta mới không lạc đường đến bến bờ mong đợi.

2. Sống cuộc sống cân bằng và hòa hợp

Chúng tôi đã học và hành trì theo những vị Tôn túc khả kính và có quan niệm rằng, cuộc sống của chúng ta đều có 3 cuộc sống khác nhau: cuộc sống cá nhân (personal/private life), cuộc sống xã hội (public life) và cuộc sống tâm linh (spiritual life). Con người thường gặp những chán chường, không toại nguyện, khổ đau, thất vọng, sợ hãi và đưa đến tột cùng đau khổ (hay không có hạnh phúc thật sự) là vì họ quá đặt nặng vào cuộc sống cá nhân riêng tư hay cuộc sống xã hội nhiều nhương, mà quên đi cuộc sống thứ ba, cuộc sống tâm linh của mình. Mình phải biết cách dung hòa (balance) cả ba để cuộc sống của mình cân bằng và thoải mái hơn. Tuy nhiên, theo quan điểm nhà Phật thì mình nên chú trọng vào cuộc sống tâm linh của mình, vì khi mình có nó, thì mình cũng có hai cuộc sống kia. Cuộc sống tâm linh là tìm lại bản tánh thanh tịnh, "bổn lai diện mục", Phật tánh, hay khả năng giác ngộ của chính mình. Vì thế chúng ta nên cố gắng bỏ nhiều thời gian hơn cho cuộc sống tâm linh của mình, cho chính mình và cho gia đình huyết thống và gia đình tâm linh của mình. Vậy hãy cố gắng dành ít thời gian cho chính mình dù chỉ năm mười phút mỗi ngày để chú tâm đọc một cuốn truyện, nghe một bản nhạc, quan tâm những người thân, sự vật quanh mình hay tụng kinh, tham thiền, hay thực hành chánh niệm. Đó là sự hành trì. Nền tảng của cuộc đời là có một cuộc sống tâm linh trọn vẹn và khi mình có cuộc sống tâm linh cao thượng, mình có tất cả.

Ngoài ra, mình sống làm sao cho hòa hợp. Trên thuận dưới hòa, sống yêu thương và đùm bọc lẫn nhau. Một trong những tinh hoa mà chúng tôi học được từ những vị cao Tăng thạc đức là: "Trên kính, dưới thương, và ngang nhường." Hay nói theo tinh thần trong Gia đình Phật tử là "thương già, hiểu trẻ". Nói tóm lại, nếp sống hòa hợp hay hành xử theo tinh thần lục hòa rất cần thiết để có một cuộc sống an lành và hạnh phúc.

3. Sống cuộc đời thiểu dục hay con đường trung đạo

Trong Kinh Di Giáo, Đức Phật có dạy: "Tri túc chi nhơn tuy ngọa địa thượng du vi an lạc. Bất tri túc giả thân xử thiên đường diệc bất xứng ý." Có nghĩa là: "Người biết thế nào là đủ, tuy nằm trên đất cũng thấy an vui hạnh phúc. Người không biết thế nào là đủ, tuy thân xác ở trên cảnh giới thiên đường, tâm ý vẫn không thỏa mãn!"

Ở ngoài đời, cụ Nguyễn Công Trứ có câu: "Tri túc tiện túc, đãi túc, hà thời túc. Tri nhàn tiện nhàn, đãi nhàn, hà thời nhàn?" (Biết đủ là đủ, đợi cho đủ thì bao giờ mới đủ. Biết nhàn là nhàn, đợi cho nhàn thì bao giờ mới nhàn?) Ở trong đạo chúng ta có "phương pháp đối trị lòng tham muốn quá độ" là Thiểu Dục và Tri Túc. Cố Hòa thượng Thích Thiện Hoa có dạy trong cuốn Phật Pháp Căn Bản là: "Muốn được sung sướng an vui, chúng ta cần phải Thiểu Dục và Tri Túc." Để đối trị lòng tham, Phật khuyên chúng ta phải 'thiểu dục và tri túc'. Có nghĩa là "muốn ít và biết đủ." Thầy nhấn mạnh: "Muốn ít là đối với cái chưa có, mà vì nhu cầu, mong cho có… chứ không muốn (những gì) quá sức hay tài chánh của mình." Thầy lại căn dặn: "Biết đủ, gặp hoàn cảnh nào cũng đều an phận tùy duyên. Đối với việc ăn, mặc và ở, tự thấy mình có đủ dùng rồi, không tham cầu nhiều hơn nữa, mà phải khổ sở về tinh thần" trong đó có ngũ dục (tài, sắc, danh, thực, thùy) hay là: a) Tham muốn tiền của; b) Tham muốn sắc đẹp; c) Tham muốn danh vọng; d) Tham muốn ăn ngon; e) Tham muốn ngủ kỹ. Đây là năm thứ mà người đời tham muốn và thường bị chúng sai khiến.

Vì thế chúng ta cần xét lại, chứ đừng thoả mãn quá đáng ngũ dục đó, thì mình càng thêm khổ. Trong cuộc sống thời đại @ này, thì chúng ta có thể dùng con đường Trung đạo hoặc modification/giảm bớt. Cái đẹp của tất cả là nằm giữa của hai thái cực. Tục ngữ chúng ta có câu: "No mất ngon, giận mất khôn" là vậy. Ví dụ, khi chúng ta đi ăn buffet, thì chúng ta không nên ăn cho thoả mãn (ăn cho đã) vì cứ nghĩ là mình đã trả tiền. Như vậy thì sẽ không còn cảm giác ngon hoặc an lành nữa.

Nói tóm lại, như cố Hòa thượng Thích Thiện Hoa dạy: "Kẻ ngoài đời và người trong đạo, muốn được hạnh phúc chân thật, thì nên tu hạnh 'thiểu dục' và 'tri túc'. Vì thật sự, những người không quá đòi hỏi về vật chất, thì chẳng hề so sánh với bề trên; do đó, không thấy mình thiếu thốn về vật chất, nên ít khổ. Hơn nữa, họ chỉ so sánh với kẻ dưới, thấy mình khá giả, đầy đủ hơn, nên dễ mãn nguyện. Muốn tránh khỏi tai nạn trong gia đình và xã hội, mỗi người trên thế gian này, đều phải giữ phận thủ thường, đừng vượt quá khả năng của mình. Trên thế giới năm châu hiện nay, muốn có hòa bình để mà hưởng lạc thú hòa bình vĩnh viễn, thì cũng không ngoài cái hạnh 'Thiểu dục' và 'Tri túc' mà được."

4. *Sống lạc quan và yêu đời.*

Điều cuối trong bài viết này là mình cần có một cái nhìn lạc quan và yêu đời. Hãy "đem mắt thương nhìn cuộc đời." Hãy sống lạc quan, yêu đời thì cuộc sống nhẹ nhàng và thoải mái hơn. Trong đó, lối sống "chín bỏ thành mười" thì cuộc sống càng ngày càng hướng thiện và những hành giả thì càng có thêm an lạc và hạnh phúc. Cái nhìn lạc quan đó sẽ mở cửa cơ hội cho một tương lai tươi sáng hơn. Việc này không những lợi cho mình mà lợi cho người.

Xin hãy lắng nghe Thầy Thích Chân Pháp Hữu khẳng định: "Tôi năm nay hai mươi bốn tuổi, là một người tu trẻ và hạnh phúc... Tôi muốn nói với những người bạn trẻ rằng đạo Bụt vẫn còn rất tươi mới và thiết thực đối với thế hệ trẻ chúng ta. Đạo Bụt không chỉ dành cho người già và người đã chết, mà có thể trở nên sống động và tràn đầy sự sống. Đạo Bụt có thể dẫn dắt thế hệ mới của chúng ta hướng về một tương lai tươi sáng hơn. Là một người tu, tôi luôn hành trì theo giới luật và uy nghi để bảo hộ cho mình, nhưng không vì vậy mà tôi không được sống như một người trẻ! Tôi vẫn có thể chơi bóng rổ với các sư anh, sư chị, sư em của mình; tôi vẫn có thể hát nhạc rap với các bạn trẻ. Chỉ có điều, tôi làm những điều này với ý thức chánh niệm và với tinh thần xây dựng tình huynh đệ... Tôi cầu mong cho mọi người trẻ trên thế giới này đều tìm thấy cho mình một nơi mà mình có thể trở về để tiếp xúc với gốc rễ của mình, và tiếp xúc với gia tài tâm linh mà tổ tiên đã trao truyền." (Lá Thơ Làng Mai 35, 2012, trang 71-75.) Đó là một sự lạc quan và yêu đời vô giá.

Nói tóm lại, nghệ thuật sống thế nào để có an lạc và hạnh phúc thì ai trong chúng ta cũng đã biết. Cái quan trọng là ở phần thực nghiệm và hành trì. Vậy xin mời tất cả quý độc giả hãy HÀNH TRÌ và cùng nhau thầm tụng bài kinh Thương Yêu để kết thúc bài viết này.

*Kinh Thương Yêu**

Những ai muốn đạt tới an lạc thường nên học hạnh thẳng thắn, khiêm cung, biết sử dụng ngôn ngữ từ ái, những kẻ ấy biết sống đơn giản mà hạnh phúc, nếp sống từ hòa, điềm đạm, ít ham muốn và không đua đòi theo đám đông.

Những kẻ ấy sẽ không làm bất cứ một điều gì mà các bậc thức giả có thể chê cười.

Và đây là điều họ luôn luôn tâm niệm:

Nguyện cho mọi người và mọi loài được sống trong an toàn và hạnh phúc, tâm tư hiền hậu và thảnh thơi.

Nguyện cho tất cả các loài sinh vật trên trái đất đều được sống an lành, những loài yếu, những loài mạnh, những loài cao, những loài thấp, những loài lớn, những loài nhỏ, những loài ta có thể nhìn thấy, những loài ta không thể nhìn thấy, những loài ở gần, những loài ở xa, những loài đã sinh và những loài sắp sinh.

Nguyện cho đừng loài nào sát hại loài nào, đừng ai coi nhẹ tính mạng của ai, đừng ai vì giận hờn hoặc ác tâm mà mong cho ai bị đau khổ và khốn đốn.

Như một bà mẹ đang đem thân mạng mình che chở cho đứa con duy nhất, chúng ta hãy đem lòng từ bi mà đối xử với tất cả mọi loài.

Ta hãy đem lòng từ bi không giới hạn của ta mà bao trùm cả thế gian và muôn loài, từ trên xuống dưới, từ trái sang phải, lòng từ bi không bị bất cứ một cái gì làm ngăn cách, tâm ta không còn vương vấn một chút hờn oán hoặc căm thù. Bất cứ lúc nào, khi đi, khi đứng, khi ngồi, khi nằm, miễn là còn thức, ta nguyện duy trì trong ta chánh niệm từ bi. Nếp sống từ bi là nếp sống cao đẹp nhất.

Không lạc vào tà kiến, loại dần ham muốn, sống nếp sống lành mạnh và đạt thành trí giác, hành giả sẽ chắc chắn vượt khỏi tử sinh.

Tài Liệu Tham Khảo/References:

1. *Làng Mai, Kinh Thương Yêu, trang nhà Làng Mai, www.langmai.org, tải xuống ngày 29 tháng 2, 2012.*

2. *Nguyễn Công Trứ, Chữ Nhàn.*

3. *Thích Chân Pháp Hữu, Đạo Bụt trong lòng người Trẻ, Lá Thư Làng Mai 35, trang 71-75. Làng Mai xuất bản, 2012.*

4. *Thích Thiện Châu, Kinh Chân Hạnh Phúc (Maha Mangala Sutta).*

5. *Thích Thiện Hoa, Thiểu Dục và Tri Túc, Phật Học Phổ Thông, Phật Học Phổ Thông (Tập I - Từ khóa một đến khóa 5), trang 240-247. Chùa Khánh Anh, Paris, Pháp Quốc, 2000.*

English version: Discourse on Loving Kindness (Metta Sutra)

He or she who wants to attain peace should practice being upright, humble, and capable of using loving speech. He or she will know how to live simply and happily, with senses calmed, without being covetous and carried away by the emotions of the majority. Let him or her not do anything that will be disapproved of by the wise ones.

(And this is what he or she contemplates:)

May everyone be happy and safe, and may all hearts be filled with joy.

May all beings live in security and in peace - beings who are frail or strong, tall or short, big or small, invisible or visible, near or faraway, already born, or yet to be born. May all of them dwell in perfect tranquility.

Let no one do harm to anyone. Let no one put the life of anyone in danger.

Let no one, out of anger or ill will, wish anyone any harm.

Just as a mother loves and protects her only child at the risk of her own life, cultivate boundless love to offer to all living beings in the entire cosmos.

Let our boundless love pervade the whole universe, above, below, and across. Our love will know no obstacles. Our heart will be absolutely free from hatred and enmity. Whether standing or walking, sitting or lying, as long as we are awake, we should maintain this mindfulness of love in our own heart. This is the noblest way of living.

Free from wrong views, greed, and sensual desires, living in beauty and realizing Perfect Understanding, those who practice boundless love will certainly transcend birth and death.

Etena sacca vajjena sotthi te hotu sabbada.
Etena sacca vajjena sotthi te hotu sabbada.
Etena sacca vajjena sotthi te hotu sabbada.
[By the firm determination of this truth, may you ever be well.]
Metta Sutta, Sutta Nipata 1.8

(Thich, Hanh Nhat, and the Monks and Nuns of Plum Village. Chanting from the Heart: Buddhist Ceremonies and Daily Practices. Parallax Press, 2007. 269.)

NHẬT KÝ GIÁO DƯỠNG TUỔI TRẺ:
5 CÁCH THỰC HÀNH
ĐỂ XOA DỊU NHỮNG CƠN GIẬN

Chúng ta đều biết giận là không lành mạnh, không nên và không đẹp, thế mà chúng ta lại thường nổi giận. Ông bà ta có dạy "No mất ngon, giận mất khôn" là thế. Sau đây là 5 phương pháp thực tập để xoa dịu cơn giận và tận hưởng thời gian quý báu, quan trọng của mình với nhau.

Trong cuộc sống có những điều rất nhỏ mà cũng có thể làm ta nổi giận và sự giận dữ đó có thể đưa đến tan vỡ hạnh phúc cá nhân và hạnh phúc gia đình. Thật ngạc nhiên là thông thường những điều nhỏ bé ấy có thể khiến chúng ta mất bình tĩnh hay nổi trận lôi đình. Mỗi khi sự giận dữ của bạn nổ tung, thật khó để kiểm soát hay lấy lại những gì mình đã nói và làm.

Tức giận, cũng như những cảm xúc khác - vui, buồn, thương, ghét v.v... - không phải là một điều xấu. Đó là một cảm xúc cần thiết, nhưng nếu chúng ta không kiểm soát những cảm xúc, lời nói, hoặc hành động, nó sẽ đưa ta đến chỗ mất niềm vui, an lạc, hoặc tệ hơn là sự cãi vả để rồi đưa đến bất hòa hay tan vỡ.

Vì thế chúng tôi xin chia sẻ 5 phương thức hay chiến thuật xem như là biện pháp phòng ngừa để giữ cho cơn tức giận đừng nổ tung trong cuộc sống, giúp chúng ta có chánh niệm - nền tảng của sự an lành và hòa hợp.

1. Nhận chân cơn giận của mình

Cơn giận có hình tướng (anatomy) và mục đích chính của nó, cũng như cái ngã (ego), là làm cho nó càng ngày càng to và cuối cùng là nổ tung ra. (Anger happens spontaneously, build up and explode). Trong giai đoạn đầu, cơn giận thường có mồi để bộc phát. Ví dụ như sự căng thẳng, bực bội, không ưa thích gì đó, khó chịu trong cơ thể, mệt mỏi, ngã mạn, kêu ca, v.v... Đây là bước đầu, là ngòi nổ. Rồi, cơn giận thường tự phát, dồn dập và bùng nổ. Sự nóng nảy của chúng ta thường có những dấu hiệu cảnh báo như bực mình, tức tối, một cảm giác thất vọng, gia tăng nhịp thở, đỏ mặt, run rẩy v.v...

Khi mình có sự thực tập, thì mình nhận ra cơn giận của chính mình ở trong giai đoạn nào. Khi giận, mình biết là mình đang giận. Chúng ta phải đủ bình tĩnh và can đảm để nhận ra cảm xúc của mình và của đối phương. Hãy thở sâu và chậm vài hơi. Chút thời gian ít ỏi đó có thể giúp ta khám phá cảm xúc và quan điểm của mình.

Hãy thở sâu và chậm ba hơi; dài biết dài, ngắn biết ngắn. (Hơi thở ra thông thường dài hơn hơi thở vào). Thở chánh niệm như vậy một vài hơi, bạn sẽ nhận thấy sự thay đổi cảm giác cơ thể. Lắng nghe những suy nghĩ của mình mà không cần thêm bớt các cuộc đối thoại nội tâm hay ít nhất là để cho nó lắng đọng.

Mình đang suy nghĩ gì? Hãy kiên nhẫn vì những cảm giác khó chịu có thể trỗi dậy, nhưng hãy quan sát, quán chiếu cơn giận dữ của mình với sự từ bi cho chính mình (self-compassion). Bạn có thể sẽ ngạc nhiên khám phá rằng cơn tức giận của mình có thể dạy cho mình những điều cần thiết.

2. Biết rằng chúng ta có nhiều lựa chọn

Trong tất cả những tình huống, nhận chân rằng chúng ta có lựa chọn để giải quyết. Thông thường thì chúng ta phản ứng tức khắc khi một việc gì xảy ra. Với sự thực tập chánh niệm, dù chuyện gì xảy ra, hãy bình tĩnh và thực hành chánh niệm, rồi đáp ứng cho thích hợp. Xin hãy xem hình vẽ minh họa sau đây:

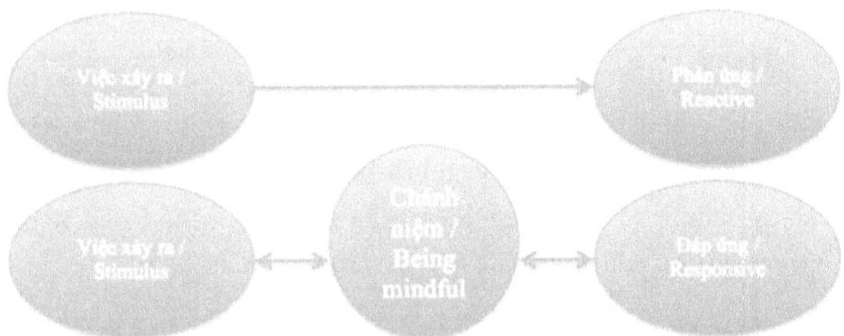

Trong thời gian thử thách này, hãy nhắc nhở mình: "Ta đang có một sự lựa chọn" và xin đừng chọn lựa hay giải quyết trong sự thiếu bình tĩnh hoặc nóng giận, làm lãng phí thời gian và năng lượng của bạn trong những lúc có cảm xúc tiêu cực. Điều đó có thể hại mình, hại người bây giờ và cả tương lai. Những quyết định hay sự chọn lựa của ta đều phải đặt trên nền tảng lợi mình, lợi người, ngay bây giờ và cả tương lai.

3. Hành Thiền - Thực tập thiền hành

Thiền đã có từ ngàn xưa và có nhiều đạo thực tập Thiền, không riêng gì Phật giáo. Thiền giúp chúng ta thư giãn, nhẹ nhàng và lắng đọng. Theo những nhà nghiên cứu hàng đầu ở Hoa Kỳ trong lãnh vực Thiền Chánh Niệm như Jon-Kabat-Zin, Thiền làm nhịp tim chậm lại, giảm huyết áp, giảm sự lo lắng, và kết quả là làm giảm stress. Trong một thử nghiệm tham gia vào một chương trình giảm stress thiền chánh niệm kéo dài tám tuần, kết quả báo cáo cho thấy có mức giảm đáng kể về sự kích thích hằng ngày (24%) và căng thẳng tâm lý (44%) đối với những người tham gia, và những lợi ích được duy trì ba tháng sau đó.

Các nhà nghiên cứu như Kabat-Zinn (1990), Thompson và Gauntlett-Gilbert (2008) cũng tiết lộ rằng hành thiền và thực tập chánh niệm tăng cường cải thiện sự tự nhận thức và tình trạng bệnh tật mãn tính, cũng như làm tăng trưởng hạnh phúc nói chung. Ngoài ra, Martins (2012) phát hiện ra rằng những người lớn tuổi hành thiền, đạt được khả năng chánh niệm, tăng trưởng lòng từ bi, sự hiện diện, sự chú tâm và ảnh hưởng về nhận thức về cuộc sống, tuổi tác, sự sống chết và mất mát của họ. Khi về già, hành giả sống an nhiên và ít giận hờn, dễ dàng yêu thương và tha thứ hơn.

Gần đây, tạp chí Time Magazine cũng tường thuật là học sinh tiểu học tập thiền thường có điểm thi cao hơn trong toán học so với những em khác. Vì thế, chúng ta có thể tập thiền cùng các em khoảng 5 đến 10 phút mỗi ngày nếu thời gian cho phép.

4. Hãy tập dừng lại và quán chiếu

Trong khi cơn giận bùng nổ, hãy nhận diện nó. Tự nhủ rằng, tôi biết tôi đang giận. Hít thở thật sâu vài hơi. Nếu không có thời gian, thì chỉ một hơi thật dài. (Hơi thở ra dài hơn hơi thở vào). Hãy đi bộ (Take a walk) hay tìm đến một nơi có không gian thoáng rộng hơn.

Chúng ta phải nhận thức và tự nhắc nhở rằng, ta không thể kiểm soát bất cứ lối suy nghĩ, cảm xúc, và hành động của ai cả. Những gì ta có thể điều khiển là của chúng ta. Bác sỹ Amy Saltzman đã trình bày kỹ năng sống và cách thực tập qua phương pháp PEACE (Pause, Exhale, Acknowledge, Choice, Engage - Dừng lại, Thở ra, Nhận diện, Lựa chọn, Hành động) cũng không ngoài mục đích này.

5. Ăn và ngủ điều độ

Có 4 loại thức ăn mà những nhà nghiên cứu Hoa Kỳ gọi là 4 thức ăn thầm lặng giết người (four silent food killers). Đó là chất muối, đường, mỡ/chất béo, và bột/gạo). Những chất này làm cho gần một nửa dân số Mỹ có một hoặc nhiều bệnh mãn tính, trong đó có bệnh hen suyễn, bệnh gan nhiễm mỡ, sâu răng (đặc biệt là ở trẻ em), bệnh tiểu đường loại 2, ung thư, mất trí nhớ, suy gan, và bệnh tim mạch dẫn đến các cơn đau tim và đột quỵ. Ngoài ra, nếu uống bia rượu nhiều cũng không tốt cho sức khỏe. Thậm chí cà-phê cũng vậy, lượng caffeine có thể thay thế một đêm ngon giấc. Có thể về lâu dài làm tăng thiếu ngủ và gây nguy cơ mắc bệnh tim và tiểu đường. Hãy tránh cà phê và rượu mạnh khoảng 2-3 giờ trước khi đi ngủ.

Nói tóm lại, nếu ăn uống không điều độ sẽ đưa chúng ta đến những bệnh tật và thảm cảnh này. Chúng ta phải ăn uống cẩn trọng, nhất là cần nạp năng lượng vào buổi sáng. Nếu cơ thể bất an hay khó chịu, thì tâm trí của mình cũng không được thoải mái và có thể đưa đến sự nóng giận. Vì thế ăn uống và ngủ nghỉ điều hòa sẽ giúp chúng ta sống vui và sống khoẻ, ít giận hờn vu vơ.

Nói tóm lại, giận là một trong những cảm xúc tự nhiên mà chúng ta có thể nhận chân và chuyển hóa được. Nếu chúng ta thực tập chuyên cần những phương thức trên, chúng ta có thể nhận chân được sự chuyển hóa của nội tâm. Trong cuộc sống, chúng ta cần phải cởi mở, lạc quan, nhẹ nhàng và uyển chuyển để mình có cuộc sống an lạc và lành mạnh hơn, hầu làm cho thế giới này ngày càng tốt đẹp.

Tài Liệu Tham Khảo/References:

1. *Bach, P. X. (2014). Mindful Leadership-A Phenomenological Study of Vietnamese Buddhist Monks in America with Respect to their Spiritual Leadership Roles and Contributions to Society (Doctoral dissertation, Drexel University).*

2. *Gazella, K. A. (2005). Jon Kabat-Zinn, PhD. Bringing mindfulness to medicine. Alternative Therapies in Health and Medicine, 11(3), 56-64.*

3. *Kabat-Zinn, J. (1990). Full catastrophe living: Using the wisdom of your body and mind to face stress, pain and illness. New York: Delacorte.*

4. *Martins, C. A. R. (2012). Silent healing: Mindfulness-based stress reduction*

program for older adults. Available from Proquest Dissertations and Theses database. (UMI No. 3522535)

5. *Meiklejohn, J., Phillips, C., Freedman, M. L., Griffin, M. L., Biegel, G., Roach, A., ... & Saltzman, A. (2012). Integrating mindfulness training into K-12 education: Fostering the resilience of teachers and students. Mindfulness, 3(4), 291-307.*

6. *Saltzman, A. (2011). Mindfulness: A guide for teachers. The Center for Contemplative Mind in Society.*

7. *Thompson, M., & Gauntlett-Gilbert, J. (2008). Mindfulness with children and adolescents: Effective clinical application. Clinical Child Psychology and Psychiatry, 13, 395-407.*

PHƯƠNG PHÁP THỰC HÀNH CHÁNH NIỆM TRONG LỚP HỌC (MINDFULNESS-BASED APPROACH IN THE CLASSROOM)

Lời dẫn

*Đ*ây là bài thuyết trình cho ngày Hội nghị thượng đỉnh Giáo viên ở bang California (California Teachers Summit 2015) tại trường Đại học Tiểu Bang California Sacramento (CSUS) vào ngày 31 tháng 7, năm 2015. Chúng tôi được mời thuyết trình cho gần 400 giáo viên, hiệu phó, hiệu trưởng của những trường học K-12 trong Miền Bắc California. Cùng với hai nhà giáo dục Teresa Burke và Elzira Saffold danh dự trong năm 2015 (teachers of the year), chúng tôi được gặp và thảo luận với vị Chủ tịch trường Đại học Tiểu Bang California Sacramento (CSUS) Dr. Robert S. Nelsen, và Mr. Tom Torlakson, CA superintendent of public instruction. Họ tâm sự với chúng tôi rằng, giáo dục là một nhân quyền căn bản, cần luôn cải cách và tiến hoá. "Nếu đi nhanh thì đi một mình, muốn đi xa thì cùng đi chung." Họ cảm ơn chúng tôi nhận lời mời chia sẻ những thực tập hữu ích cho đồng nghiệp. Xin mời quý vị đọc bài thuyết trình mà chúng tôi đã chia sẻ.*

Thân chào quý đồng nghiệp,

Tôi rất vinh hạnh được đứng đây chia sẻ với quý vị, những nhà giáo dục giàu tâm huyết và từ bi, về một số phương pháp được rút tỉa từ lớp học, đời sống cá nhân cũng như đời sống nghề nghiệp của chính mình. Những phương pháp và nghiên cứu này cũng có trong luận án của tôi. Kết hợp với nhau có thể gọi là Phương Pháp Thực Hành Dựa TrênChánh Niệm Trong Lớp Học.

Chánh niệm là năng lượng của sự tự chú tâm quan sát bản thân và ý thức được những gì đang diễn ra xung quanh mình và bên trong mình. Chánh niệm đưa chúng ta quay trở lại với giây phút hiện tại. Giây phút hiện tại là điều duy nhất chúng ta đang thực sự có - Bây giờ và Ở đây - bởi vì "Hôm qua đã là quá khứ và ngày mai thì còn bí ẩn. Chỉ có hôm nay, hiện tại, là món quà hy hữu." Chánh niệm giúp chúng ta tập trung hơn, trí tuệ được minh mẫn hơn (tức là loại bỏ những suy nghĩ tiêu cực và không cần thiết), và thực hành chánh niệm nâng cao lòng yêu thương và tâm từ của mỗi chúng ta.

Tất cả chúng ta, bao gồm học sinh, sinh viên hay giáo viên, đều hiểu biết ở một mức độ nào đó rằng: Tương lai được định hình từ những gì chúng ta đang suy nghĩ, nói năng và hành động ngay tại thời điểm này. Mọi việc chúng ta làm đều có hệ quả của nó; và những hệ quả có thể là tích cực, có thể là tiêu cực. Ví dụ, nếu học sinh muốn có một điểm A trong tương lai, chúng phải học tập chăm chỉ từ ngay bây giờ. Bắt đầu kỳ học, chúng ta hãy nhắc nhở các em rằng tất cả các em đều đang có điểm A, nhưng làm thế nào để duy trì điểm A đó là một chuyện khác. Nó cũng giống như tình yêu hay là hôn nhân, yêu và cưới nhau là một giai đoạn đẹp và dễ dàng, nhưng làm sao để duy trì tình yêu và cuộc sống hôn nhân đó là cả một vấn đề khác, bao hàm cả nghệ thuật và khoa học sống.

Phương Pháp Thực Hành Dựa Trên Chánh Niệm có khả năng giúp chúng ta làm được điều đó, tức là duy trì tình yêu, kéo dài hôn nhân hay giữ được điểm A đó. Đây là một kỹ năng sống mà học sinh ngày nay đang cần. Tôi thường hỏi học sinh của mình vài câu hỏi sau và chính tôi cũng thường quán chiếu: "Chúng ta có phải là một phần của vấn đề hay là một phần của giải pháp?" và "Con đường nào chúng ta đang đi?", xét về bất kỳ khía cạnh nào trong cuộc đời của chúng ta: học vấn, tài chính, sự phát triển tâm linh, mối quan hệ của chúng ta với người khác, bao gồm anh chị em, bạn bè, bạn đời, cha mẹ, hay bất kỳ ai khác, v.v... Nếu mục tiêu là điểm A hay là cánh cửa kia - cánh cửa dẫn đến một tương lai rạng ngời, tốt đẹp hơn, thì mục đích, mục tiêu của chúng ta có đúng hướng? Liệu chúng ta có đang đi đúng định hướng không? Liệu chúng ta có đang đi về phía đó với những gì chúng ta đang suy nghĩ, nói năng và hành động?

Thông qua sự thực hành chánh niệm, tôi có thể nhận ra và ý thức được một số phương cách mà con người cư xử. Là con người, đặc biệt là những người trẻ tuổi, chúng ta thường hay có phản ứng nhanh. Cho dù bất kỳ chuyện gì xảy ra, chúng ta có xu hướng phản ứng lại ngay (reactive), nhanh và lẹ. Ví dụ, học sinh có thể cãi lại bằng ngôn ngữ khó nghe, hay thậm chí có những hành động quá mức như là đóng sầm cánh cửa lại khi bị đuổi ra khỏi lớp. Khi sử dụng phương pháp chánh niệm, cho dù bất kì điều gì xảy ra, chúng ta hãy giữ chánh niệm - chúng ta chú ý đến hiện tại, chú ý đến những gì đang xảy ra bên trong mỗi người và tình huống bên ngoài. Sau đó, chúng ta có thể hồi đáp (responsive) lại tình huống. Không phải là phản ứng, mà là hồi đáp lại trong sự bình tĩnh. Hãy biết rằng việc đang xảy ra, chúng ta có nhiều lựa chọn và hãy chọn một giải pháp tốt nhất cho mình và người.

Trong mọi tình huống, chúng ta có thể nhận chân ra rằng những gì chúng ta lựa chọn đặt trên nền tảng lợi mình, lợi người - ngay bây giờ và cả tương lai. Thông thường, chúng ta sẽ phản ứng ngay lập tức khi điều gì đó xảy ra; với sự thực hành chánh niệm, cho dù bất kì điều gì xảy ra, chúng ta hãy bình tĩnh và thực hành chánh niệm ngay lúc đó, và sau đó đáp trả lại việc đã xảy ra mà không phản biện giận dữ. Một kỹ thuật mà tôi sử dụng và dạy học sinh thực hiện cùng tôi là thực hành chữ

"PEACE" (Hòa bình / Bình yên), theo như Bác sĩ tâm lý Dr. Amy Saltzman trong tác phẩm Still Quiet Place - Mindfulness for Teens (2010)

P - Chữ P là Pause - Dừng lại. Khi chúng ta nhận ra những điều khó khăn, hãy dừng lại. Chưa hành động gì cả, không phản ứng. Không làm bất cứ điều gì hết.

E - Chữ E là Exhale - Thở ra. Hãy hít thở thật sâu (thở vào bằng mũi và thở ra bằng miệng). Tôi thường làm như vậy 3 hơi, nhưng thoạt đầu, học sinh chưa có khả năng đó, thì hít thở một hơi thật sâu là được rồi.

A - Chữ A là Acknowledge (Thừa nhận, Công nhận), Accept (Chấp nhận), và Allow (Cho phép). Bạn phải nhận ra cảm xúc của chính mình và của người khác. Nếu bạn buồn, bực bội hay là giận dữ, mình biết và chấp nhận là mình đang buồn, bực bội hoặc giận dữ. Bằng cách thừa nhận sự tức giận của mình thôi, điều đó đã bắt đầu xoa dịu cơn thịnh nộ. Tôi thường nói với học sinh tôi mỗi khi có chuyện không thể giải quyết ngay: "Bây giờ thầy đang không vui, những gì em làm khiến thầy và cả lớp mất tập trung. Và dường như em cũng không vui vẻ. Vì vậy, tại sao em không ra ngoài và đi bộ đi, rồi sẽ nói chuyện sau." Mình chấp nhận con người của các em, như hiện thân của chúng đang là, cả thể chất và tinh thần, không thêm không bớt. Hãy cho phép các em là con người của các em. Hành động của các em và con người của các em là hai việc khác nhau.

C - Chữ C là Choose (Chọn Lựa) - Chọn lựa để đáp trả lại làm sao cho thích hợp và tốt đẹp.

Chữ C cũng là Compassion (Từ Bi) - Chọn lựa để đáp lại với lòng từ bi. Hãy từ bi với chính mình và từ bi với người khác. Từ bi là một khái niệm cốt lõi trong Đạo Phật - Từ Bi có thể được định nghĩa như là khả năng mang lại niềm vui và an lạc cho người khác trong khi làm vơi đi được sự thất vọng và đau khổ của người đó.

Để có được từ bi đối với người khác, chúng ta phải biết từ bi với chính mình trước.

Từ bi và an lạc xuất phát từ tâm mình. Tất cả sự chuyển hóa và hạnh phúc đều bắt đầu từ bên trong ra ngoài; chuyển hóa ta, chuyển hóa người. Hạnh phúc trong ta lan rộng bên ngoài. Tâm bình thế giới bình là vậy. Từ bi bên trong, từ bi ra ngoài (Giống như quả trứng nếu thời gian cho phép.)

Chữ C cũng có nghĩa là Clarity (Trong sáng hoặc rõ ràng): Chọn lựa để đáp lại với sự rõ ràng và minh bạch. Hãy biết rõ về những gì mình muốn, giới hạn của mình tới đâu, trách nhiệm của mình là gì, v.v…

Và cuối cùng chữ C còn viết tắt của Courage (Can đảm) - Mình phải có bản lĩnh, can đảm để nói ra sự thật, nghe và chấp nhận sự thật từ người khác.

E - Chữ E là Engage (Hành động). Bây giờ chúng ta hãy sẵn sàng nhập cuộc, đối mặt với mọi tình huống một cách tích cực. Chúng ta có thể tạo ra một tình huống làm việc lợi-mình-lợi-người-lợi-xã hội (win-win-win situation), tương quan và tương ái. Hãy "Bắt đầu với một sự kết thúc có hậu" - có nghĩa là mình làm mà không có dính mắc.

Trong lớp học, tôi thường sử dụng Phương Pháp Thực Hành Dựa Trên Chánh Niệm để mang lại nhận chân sự tuyệt vời của giây phút hiện tại, như là thỉnh chuông - bạn gọi là "rung chuông", chúng tôi gọi là "thỉnh chuông", chúng ta có thể thỉnh chuông mời gọi sự chú ý của học sinh. Chúng ta cũng có thể nhắc các em tập hít thở sâu và chậm, có thời gian yên tĩnh và một số kỹ thuật khác.

Tôi cũng chia sẻ "Mỗi tuần một điều hay" với học sinh để chia sẻ những bài học quý trong cuộc sống, có giá trị nhân bản và đạo đức. "Mỗi tuần một điều hay" không chỉ để vun bồi, khuyến khích học sinh, mà còn giúp chúng ta xây dựng một mối quan hệ vững chắc giữa thầy cô giáo và học trò. Như các bạn đã biết, khi chúng ta thiết lập một mối quan hệ tốt đẹp, việc dạy học trở nên dễ dàng hơn.

Tôi thậm chí đã tập cho các em 'thiền hành' mà không để chúng biết rằng chúng đang làm điều đó. Nếu học sinh sử dụng ngôn ngữ không lịch sự, hay có những cư xử không tốt trong lớp học, tôi yêu cầu chúng ra ngoài, và không quấy rầy các sinh hoạt của lớp. Tuy nhiên, thay vì bảo chúng ngồi xuống và đợi, điều này có thể làm cho cơn giận hay bực bội của các em tăng lên, hay ít nhất, điều đó cũng thật là buồn chán và giáo viên lại mất cơ hội dạy bảo, tôi yêu cầu các em đi bộ chậm rãi và giữ chánh niệm. Tôi bảo các em phải chạm vào bức tường này, đi bộ trong yên lặng đến bức tường kia, chạm vào nó và đi qua đi lại 5 lần. Trước thời gian đó, các em có cơ hội tự quán chiếu và thường là có thể xoa dịu sự thất vọng, buồn bã và cơn giận dữ, và nhận ra những điều cần sửa đổi. Khi tôi hỏi "Em có biết tại sao thầy bảo em ra khỏi lớp học?", hầu hết các em trả lời "Dạ biết" và "Xin lỗi", nhưng nếu chúng không làm như vậy, tôi bảo chúng đi bộ như vậy thêm 5 lần nữa và lúc này, tôi hướng dẫn chúng tập trung sự chú ý vào một điểm, như dấu vết trên tường hoặc một cây xanh để chú ý xem chúng nhận ra sự thay đổi khi di chuyển qua lại, khi gần khi xa. Sau 10 lần làm như vậy, chúng bình tĩnh hơn và sẵn sàng quay lại lớp học và học tiếp.

Nhìn chung, các nhà nghiên cứu cho thấy rằng Phương Pháp Thực Hành Dựa Trên Chánh Niệm có hiệu quả trong lớp học cho tuổi teen và thậm chí là cho người lớn, ít nhất là đối với tôi. Tôi cũng sử dụng phương pháp đó. Đây là ví dụ để minh họa.

(Diễn giả sử dụng một đoạn audio...)

Như các bạn đã thấy và nghe, đây là một trong những lần tôi được bổ nhiệm thay thế cho phó hiệu trưởng trường Mira Loma. Tôi đã chứng kiến một học sinh bị còng tay đưa tới nhà tù. Khi ấy, tôi có cảm giác dường như cả một hệ thống hoặc phương cách giáo dục của chúng ta đang thất bại. Điều này nhắc nhở tôi về điều mà người thầy Phật giáo Việt Nam thường nhắc: "Nếu một bác sĩ hoặc nha sĩ phạm sai lầm, người đó có thể giết chết một con người, nhưng một nhà giáo dục như chúng ta, nếu chúng ta phạm sai lầm, chúng ta có thể giết chết cả một thế hệ". Và tôi nhận thấy rằng không chỉ giết chết một thế hệ mà nhiều thế hệ, vì các em sẽ là bậc cha mẹ sau này. Là một giáo viên trung học, chúng ta quản lý khoảng 165 học sinh trong một ngày và năng lượng của chúng ta có thể giảm dần mỗi ngày. Vì thế, điều tất yếu quan trọng là chúng ta phải biết chăm sóc thật tốt cho chính mình. Chúng ta không thể cho những gì mà mình không có. Hãy chăm sóc tốt cho chính bạn, cả thể chất lẫn tinh thần, cảm xúc, tâm linh và tất cả những gì mà bạn có thể nghĩ đến để chúng ta có thể làm tốt hơn. Hãy dành một ít thời gian và không gian tĩnh lặng cho chính mình mỗi ngày để nạp lại năng lượng yêu thương cần thiết.

Hãy thở và cười.

Cảm ơn quý bạn đã lắng nghe! Xin cảm ơn.

BÀI THUYẾT TRÌNH CHO TRẠI VẠN HẠNH: ĐẠO PHẬT VÀ TUỔI TRẺ

Dẫn nhập

Nam Mô Phật Bổn Sư Thích Ca Mâu Ni

Kính thưa quý trưởng,

Chúng em, một học viên bậc Lực, người luôn thao thức về giáo dục tuổi trẻ, khi thấy đề tài Đạo Phật và Tuổi trẻ mà Ban Tổ Chức đề ra, mừng quá và góp ý là được chia sẻ trong khả năng của mình. Chúng em hân hạnh được anh Phó Trưởng ban Nghiên cứu Huấn luyện Thiện Hải Đoàn Mãn mời như là một nhà giáo dục, một học giả Phật giáo, cùng thuyết trình với Giáo sư Trần Kiêm Đoàn. Nhưng Giáo sư Đoàn bảo rằng: "Chúng ta thuyết trình hai mặt của một vấn đề, chú nói về thế hệ trước và bên nhà, cháu nói về thế hệ sau, bên này. Cháu cứ trình bày quan điểm của cháu, nói thẳng nói thật và chúng ta cùng hội thảo với nhau." Với sự thương yêu và quan tâm đó, chúng em xin được góp sức trong khả năng của mình - một hành giả đạo Phật.

Phật Giáo và Tuổi Trẻ, xin được nhấn mạnh chỉ nói về Phật giáo và Tuổi trẻ Việt Nam mà thôi. (Xin được mở ngoặc, theo thiển ý tuổi trẻ - tuổi dưới 40 - và Việt Nam ở đây là tuổi trẻ Việt sống ở Mỹ, có hình hài người Việt, nhưng tư tưởng và cách tiếp thu là nền giáo dục Tây phương hay là người Mỹ gốc Âu Châu. Hay nói chính xác hơn là người Hoa Kỳ gốc Việt Nam).

Xin được trình bày 2 quan điểm khách quan chính.

1) Thực trạng đang xảy ra,

2) Giải pháp thực thi.

Còn nói về nguyên nhân thì ai trong chúng ta cũng điều biết rồi. Quý vị có thể tham khảo thêm bài "Tại Sao Giới Trẻ Ít Đến Với Đạo Phật?"

Trong khi chia sẻ, nếu có những vụng về hay 'va chạm', xin quý trưởng và quý vị hoan hỷ niệm tình tha thứ cho.

I. THỰC TRẠNG ĐANG XẢY RA

Ngày nay, nhân loại nói chung, tuổi trẻ và người Tây Phương nói riêng, đang tìm đến với Đạo Phật ngày càng nhiều. Theo thống kê năm 2010, Đạo Phật là tôn giáo lớn, đứng hàng thứ 4 trên thế giới với ước tính 488 triệu, 495 triệu, hoặc 535 triệu người, chiếm khoảng 7% đến 8% dân số thế giới. Ngay cả Trung Hoa, mặc dù chỉ có 18.2% dân số theo đạo Phật, nhưng có đến 244.130.000 người -chiếm 50.1% toàn dân số theo Đạo Phật trên thế giới. Giới trẻ các nơi như Âu Châu, Úc Châu, và một số nước Á Châu như Thái Lan, Trung Quốc ngày càng tìm đến Phật Giáo.

Riêng ở Việt Nam ta, hãy thử nhìn vào thực trạng số lượng Huynh trưởng và đoàn sinh trong tổ chức GĐPT. Thống kê cho hay vào năm 2015, trong nước tính luôn cả mọi tổ chức trong GĐPT, 'truyền thống', 'phân ban' và 'thống nhất', chỉ có trên 120.000 huynh trưởng và đoàn sinh, trong số này có 2/3 là thuộc về 'Phân ban', số còn lại là 'truyền thống' hay 'thống nhất'. Còn tại Hoa Kỳ thì chúng ta chỉ còn khoảng 5.000 huynh trưởng và đoàn sinh.

Ở những nơi khác như Canada, Âu Châu và Úc Châu, chúng ta có khoảng 2.000 huynh trưởng và đoàn sinh. Vậy tổng số tất cả trong và ngoài nước hiện được biết có khoảng 130.000 Huynh trưởng và đoàn sinh, trong khi dân số người Việt trong và ngoài nước khoảng 97 triệu người. Vì thế, số lượng Huynh trưởng và đoàn sinh trong tổ chức GĐPT quá ít ỏi, vậy xin hãy đoàn kết, tương thân tương ái, giúp đỡ, đùm bọc, tin tưởng và yêu thương nhau. Vì thế, chúng ta cần hỗ trợ và hợp tác để cùng nhau tiến bước và nếu chúng ta không thể làm gì cho tốt hơn, thì ít nhất là đừng làm gì gây tổn hại.

Một ví dụ khác, ở Miền Liễu Quán tại Bắc California, trên giấy tờ thì có tất cả 559 huynh trưởng và đoàn sinh, nhưng trên thực tế số lượng đi sinh hoạt thường xuyên chỉ khoảng 65%. Mà đa số là ngành Oanh Vũ (7 đến 12 tuổi), số lượng ngành Thanh (18 tuổi trở lên) chỉ có 17/559 và ngành Thiếu (13-17) thì có 222/559. Ngoài ra, đa số đoàn sinh của tổ chức GĐPT là nữ giới. Số lượng đoàn sinh nữ chiếm hơn 60% trong khi đa phần thì là huynh trưởng nam.

Vì thế những sinh hoạt của chúng ta phải đặt mạnh vào việc huấn luyện, huân tập và giáo dưỡng các em hãy còn non trẻ (Oanh Vũ) và nữ giới. Ngoài ra, chúng ta phải thấy rằng: Đến tuổi 17 là các em đã phải đi làm, lo việc ở trường và chuẩn bị vào Đại học, và như vậy chúng ta đang 'mất' các em. Vì thế trong những buổi sinh hoạt, chúng ta cần biện pháp giáo dưỡng kịp thời, có tính khoa học và khế lý khế cơ cho các em, nhất là các em đoàn sinh nữ vì các em sẽ là phụ huynh sau này. Các em đến và đi trong tổ chức áo lam trong một thời gian rất ngắn, nên chúng ta cần phải đặt câu hỏi quan trọng là, "Chúng ta cần/nên/phải dạy các em những gì?" và "làm sao mình biết". Nói như thế là để biết rằng số lượng tuổi trẻ Việt Nam (trong đó có cả huynh trưởng và đoàn sinh) tại Hoa Kỳ đi sinh hoạt hay đến với Phật giáo nói chung và tổ chức GĐPT Việt Nam nói riêng ngày càng ít dần.

Tổ chức chúng ta vẫn còn tình trạng 'giữ lửa', duy trì và đình trệ chưa phát triển đúng với phong cách và lối giáo dục Tây Phương cũng như tinh thần khế lý khế cơ của Đạo Phật.

II. GIẢI PHÁP

1. Cần truyền đạt một ý thức dân tộc Việt Nam

Từ ngàn xưa, dân tộc Việt Nam có những tập tục thích ứng với môi trường sống thiên nhiên, rất hữu hiệu trong thời đại cổ xưa như nhuộm răng, ăn trầu... Dân tộc Việt Nam lấy Đạo Hiếu làm đầu, khác với người Trung Quốc từ thời xưa, mà quan niệm đạo hiếu của người Việt rất gần với đạo Phật. Văn hóa Việt Nam có trình độ rất cao và lâu đời so với các nước lân bang như văn minh Đông Sơn, văn minh Hòa Bình, v.v... Phật Giáo Việt Nam có triết lý và phương thức hành xử rất cao, bình đẳng và siêu việt, như triết lý sống "Cư trần lạc đạo," của Tổ Sư Trần Nhân Tông, một triết lý có thể áp dụng hữu hiệu cho cả giới xuất gia và tại gia Phật tử để vừa giữ được đạo vừa giữ được đất nước, vân vân và vân vân...

Tuy nhiên, hiện nay, ý thức dân tộc của Việt Nam vẫn còn chạy theo, vay mượn nhiều nơi từ Đông sang Tây, thay vì truyền bá những đặc thù riêng của dân tộc. Tư tưởng Việt Nam vẫn còn chưa được thống nhất hay định nghĩa một cách rõ ràng và chính xác, vì thế chúng ta chưa có một ý thức hay tư tưởng mang tính cách thuần tuý dân tộc. Thôi thì, chúng ta hãy thảo luận những gì nhỏ nhất và chúng ta có thể làm được, đó là sự chuyển hóa từ những hệ ý thức rất nhỏ và văn hóa người Việt Nam. Ví dụ: Những tư tưởng, văn hoá, ý thức của người Việt Nam như 'đi trễ / giờ giây thun', 'sinh hoạt ồn ào', 'xả xác bừa bãi / không giữ gìn vệ sinh chung' v.v… cần được chuyển hoá.

Chúng ta phải dạy các em những tập tục tốt của người Việt Nam và người Tây phương; những thuần phong mỹ tục của đa văn hóa sẽ giúp các em về lâu về dài. Tuổi trẻ Việt Nam tại hải ngoại có cơ hội hấp thụ 2 nền văn hóa đặc thù, và hãy truyền đạt cho các em một ý thức hệ văn minh - có cả hai nền văn hóa rất riêng biệt, Đông Tây và Mới Cũ. Tại sao chúng ta không phát huy những văn hóa tuyệt đẹp của Đạo Phật, như Tinh thần Bồ Tát Đạo, Đạo hiếu làm con hay những cái nhỏ nhặt hơn, như *'no mất ngon, giận mất khôn'*; *'đi thưa về trình'* v.v... Nhưng trên thực tế nhất là chúng ta hãy thay đổi những điều rất nhỏ trong phạm vi của tổ chức mình trước, rồi những thành đạt lớn sẽ bắt nguồn từ những thành đạt cỏn con. Vậy chúng ta hãy:

Sinh hoạt phải đúng giờ
Không lễ mễ, không xả rác.
Cách ứng xử tươi mát
Tôn trọng, bảo bọc nhau.

Xa hơn nữa, chúng ta phải dạy các em bỏ những gì có tính cách riêng tư, nhỏ nhoi để lo cho cái chung. Quyền lợi tập thể, tổ chức hay cộng đồng phải lớn hơn quyền lợi các nhân, gia đình và phe nhóm. Những gì đang xảy ra quanh ta, quanh các em rất nhỏ so với Đạo pháp và Dân tộc, sao chúng ta không nghĩ đến những việc lớn hơn, như những bậc tiền bối, trong đó có những vị sỹ phu yêu nước như Phan Bội Châu, Phan Châu Trinh, v.v.... là những người "thấy rõ nhất những nhược điểm của xã hội và con người Việt Nam. Ông chủ trương phải thay đổi từ gốc rễ bằng cách nâng cao trình độ trí tuệ và đạo đức của người Việt, phát triển kinh tế - văn hóa, học những tư tưởng tiến bộ của Phương Tây, từ bỏ phong tục tập quán lạc hậu... Ông cho rằng Việt Nam phải phát triển kinh tế và giáo dục để tự lực tự cường, hội nhập vào thế giới văn minh rồi mưu cầu độc lập chứ không cầu viện ngoại bang dùng bạo lực giành độc lập. Chỉ như vậy mới bảo đảm Việt Nam sẽ có một nền độc lập chân chính, lâu bền về chính trị lẫn kinh tế trong quan hệ với ngoại bang cũng như nhân dân sẽ được hưởng độc lập và tự do cá nhân trong quan hệ với nhà nước."

2. Chuyển hóa / Thay đổi cái nhìn (perception) của mình / *Transformation - A shift of Mind*

Chúng ta phải có lối nhìn mạch lạc rằng Phật giáo là một lẽ sống, một lối sống lành mạnh an hòa. Sinh hoạt GĐPT cũng là một cách sống. Ví dụ như đại gia đình của Huynh trưởng Nguyên Túc, gia đình anh đi sinh hoạt chung từ Bà Ngoại đến các cháu rất thuần thục. Anh an nhiên vui vẻ hát bài "Ngày Chủ Nhật, ngày của riêng mình"; ôi một thứ xa xỉ, một niềm vui mà ít có gia đình nào có được. Nếp sống lành mạnh, dung hòa và đầy tâm linh như thế là nhựa sống cho mình, cho người và cho đời. Những sinh hoạt của tổ chức là đồng lợi, Lợi người lợi mình (Mutual Respect/Benefit). Tất cả các việc làm đều đặt trên nền tảng từ bi, trí tuệ, dũng mãnh và kiên trì để lợi người lợi mình. Nếu chúng ta ý thức được sự thành công của kẻ khác chính là của mình. Sự đau khổ hay thất bại của kẻ khác là của ta. Thì mình đã tạo được sự cảm thông, đùm bọc và tương thân tương ái lẫn nhau. Đi xa hơn, chúng ta nên ý thức rằng: Lợi ích và quyền lợi của mình là lợi ích và quyền lợi của gia đình ta, của tổ chức ta, của giáo hội ta, của đất nước ta. Hay nói một cách khác, nơi nào mà tất cả cán bộ các cấp hay nhân sự của tổ chức đặt quyền lợi chung trên quyền lợi cá nhân thì nơi đó sẽ được phát triển tốt đẹp và nhanh chóng.

Trong kinh Pháp Cú có dạy: "Tâm dẫn đầu các pháp, Tâm tạo tác...", ngày nay các nhà nghiên cứu về giáo dục như Peter Senge nhấn mạnh: "Sự phát triển trong việc giáo dục bắt nguồn từ sự chuyển hóa tâm thức" (Senge 2000). Ngài Dalai Lama trong cuốn sách Nghệ Thuật của Hạnh phúc (The Art of Happiness) có chia sẻ "chỉ đổi cách nhìn của mình không thôi cũng đủ làm cuộc sống nhẹ nhàng và an vui hơn".

Tuổi trẻ như một tờ giấy trắng, nên phải tạo cơ hội và huân tập tuổi trẻ những cách nhìn đúng đắn nhằm chuyển hóa cách nhìn, cách suy nghĩ và hành động của giới trẻ. Albert Einstein có nói: "Only a life lived for others is a life worthwhile." (Cuộc sống vì người khác là cuộc sống xứng đáng nhất.) "Mình phải chuyển đổi các em từ lối suy nghĩ vị kỷ đến vị tha, từ cái hẹp hòi, chỉ biết cho chính mình trong cái "tôi, cái của tôi", v.v... thành cái của "chung, cái của chúng ta và của tất cả". Dạy các em phải nhận thức rằng, tự lợi lợi tha, tự giác và giác tha để cuối cùng được giác hạnh viên mãn." Thêm vào đó, trong thuyết Đầy tớ Lãnh đạo (Servant Leadership), phục vụ nhân sinh là nền tảng của lãnh đạo (Greenleaf, 1977). Trong Phật giáo, đức Phật dạy: "Phụng sự chúng sanh là cúng dường Chư Phật" tạm dịch "Service to all sentient beings is honoring to the Buddhas." Tổ Bách Trượng dạy: "Nhất nhật bất tác, nhất nhật bất thực" nghĩa là "Một ngày không làm, một ngày không ăn". Vì thế, ai trong chúng ta cũng phải tự chuyển hóa chính mình trước qua tư tưởng, suy nghĩ, lời nói và hành động của chính mình. Có thể là những việc làm thiết thực trong việc phục vụ nhân sinh và xã hội như giúp đỡ những người bệnh tật, giúp giảm nạn nghèo đói, làm giảm đi bất công xã hội, giảm bớt ô nhiễm môi sinh, chăm lo người già, hướng dẫn thiếu nhi học tập đạo đức v.v... đó là sắc thái của sự lãnh đạo và giáo dục thực tiễn có hiệu quả.

3. Cần phát triển nhân sự (Talent management), nội lực và khả năng

Hiện nay tổ chức của chúng ta đang thiếu nhân sự, và những nơi có tạm đủ nhân sự thì khả năng song ngữ và kỹ năng cũng chưa đạt. Thêm vào đó, hàng lãnh đạo nòng cốt thì già cỗi, mà lớp trẻ, nói chung, đa phần vẫn còn thiếu nội lực tu học và khả năng sinh hoạt linh động trong môi trường mới. Vì thế, sự phát triển nhân sự là cần thiết và trên hết. Xin nhớ cho rằng, phát triển nhân sự không phải là quản lý huynh trưởng hay đoàn sinh mà là phát huy tiềm năng của huynh trưởng và đoàn sinh đó.

4. Cần phải hòa hợp và không làm khổ cho nhau

a. Chúng ta thực sự chưa có hòa hợp vì nhiều lý do chung khách quan. Nhìn chung là có nhiều thế lực bên ngoài, nhiều nội ma và ngoại chướng. Có lẽ vì chúng ta thiếu nội lực và khả năng để đối phó những thế lực đó. Thêm vào đó, những sinh hoạt trong tổ chức chúng ta có tính nội bộ, chưa mở rộng đến quần chúng. Việc đầu tiên để hóa giải việc này, là nhận chân và chấp nhận chúng ta đang có vấn đề và cố gắng tìm mọi cách để khắc phục và thay đổi những việc liên quan đó.

Một trong những việc hòa hợp mà chúng tôi chứng kiến trong Đại hội X vừa qua của BHD Hoa Kỳ là tinh thần Tương sám, Vô chấp - Vô ngã mà Huynh trưởng Tâm Duy Phan Duy Chiêm, đã khấn lời sám hối trước

Ba Ngôi Tam Bảo, trước Chư vị Tiền Bối Hữu Công, Chư Tôn Thiền Đức và tất cả quý Huynh trưởng Đại biểu có mặt và vắng mặt là: "Tôi xin nói điều này với tất cả các anh chị em có mặt ở đây và với tất cả những anh chị em vắng mặt, trong thời gian anh làm trưởng ban vừa qua, nếu có điều gì sai sót, mà làm phật lòng anh chị em, anh xin thành tâm sám hối..." Trong cuộc sống hằng ngày của chúng ta, có mấy ai "Khi sáu căn tiếp xúc sáu trần. Đem ý thức tinh chuyên phòng hộ." Hay áp dụng như lời kinh đơn giản này: "Sáng cho người thêm niềm vui, chiều giúp đời bớt khổ". Tất cả chúng ta đang có mặt ở đây là những người bơi ngược dòng, đang cưu mang và hành trì Bồ Tát Hạnh, chẳng lẽ những cái ngã nhỏ nhoi, những cái ta đã ghét, hay những kiến chấp bất lợi mà chúng ta không dẹp được?

b. Sự thật mà nói, chúng ta đã làm khổ nhau quá nhiều. Chúng ta đã thiếu chánh niệm với nhau. Chúng ta không những làm thế mỗi khi ngồi lại với nhau mà còn qua các văn kiện hành chánh, truyền thông báo chí đến các mạng xã hội (social media). Còn nữa, chúng ta lại lạm dụng truyền thông báo chí để chuyển tải những thứ không lành mạnh cho nhiều người. Những việc này cần phải được chuyển hóa cho lợi ích của mình và của người. Chúng ta có quyền lựa chọn và có thể cho mình là một nhà ký giả, một nhà truyền thông, một người huynh trưởng 24/7/365, không chỉ riêng mỗi cuối tuần sinh hoạt. Nhưng hơn thế nữa, chúng ta, hàng huynh trưởng là những nhà giáo dục.

c. Có lẽ những biện pháp kịp thời là, chúng ta cần có chương trình huấn luyện, các khóa tu dưỡng và tu học định kỳ cho các hàng huynh trưởng. Riêng các Hội đồng cấp cũng vậy, cho những buổi thực tập riêng. Thêm vào đó, tuổi trẻ cần những sinh hoạt có ấn tượng ví dụ như trại kết thân, trại họp bạn toàn quốc v.v... mà chúng ta rất lâu mới tổ chức trại họp toàn quốc. Cho nên, ít nhất phải có 1 trại họp bạn trong mỗi một nhiệm kỳ 4 năm.

Ngoài ra, cần phải cộng tác với các tổ chức, hội đoàn có tầm nhìn xa và có giá trị cốt lõi thánh thiện để thay đổi cuộc sống của quần sinh. Các cuộc thay đổi lớn đều cần một sự đoàn kết. Sự thay đổi trong đạo Phật cũng vậy, cần sự tương thân tương trợ lẫn nhau. Sức mạnh của tổ chức không nằm ở vài huynh trưởng lãnh đạo mà nằm nơi phát huy tiềm năng của tuổi trẻ. Vậy, việc nối kết, phát triển nhân sự và tiềm năng là cần thiết để từ đó tạo ra các thay đổi cần thiết cho bây giờ và mai sau.

Cuối cùng để sự hòa hợp được viên dung, mỗi chúng ta đều ý thức là chúng ta cần có nhau; thấy được tình lam hữu đó mà cùng nhau gắn bó, xóa đi những chấp ngã, dị biệt, những vụng về và sơ suất của nhau để chung cùng một lý tưởng cao đẹp.

5. Tam giáo (Thân, Khẩu, Ý Giáo) - Lời nói cần phải đi cùng với hành động

Mỗi người huynh trưởng của chúng ta là một người làm giáo dục. Hơn nữa, chúng ta phải là những người con Phật hành trì những lời dạy bảo của Đấng từ phụ Thích Ca Mâu Ni.

Xin hãy là một hành giả bạn nhé - Be a Buddhist Practitioner. Trong cuộc đời của Đức Phật, bài pháp quý giá và hữu dụng nhất là thân giáo mà chính Ngài đã sống và truyền đạt. Tam giáo của Ngài, 3 nghiệp thanh tịnh của Ngài trong đời sống hằng ngày là kim chỉ nam trong cuộc sống của chúng ta. Còn kinh luật luận chỉ là phương tiện. Nói rộng ra kinh điển là những gì Đức Phật muốn dạy cho chúng sinh, mà mục đích tối hậu là gì chúng ta đều đã biết. Vậy xin hãy đừng là học giả mà là hành giả xứng đáng của Người. Như Thầy Thích Đạo Quảng, một vị Tăng tài trẻ tại hải ngoại có dạy: Mỗi người chúng ta có ba cuộc sống: cuộc sống cá nhân (private life), cuộc sống công cộng (public life), và cuộc sống tâm linh (spiritual life). Khi chúng ta có cuộc sống tâm linh, chúng ta có tất cả cả ba cuộc sống vừa kể. Vậy, chúng ta hãy cùng thực hành sự giáo dưỡng của Đấng từ phụ Thích Ca Mâu Ni bằng thân giáo, khẩu giáo và ý giáo của Ngài.

Nói tóm lại như bác sỹ Tâm Minh Lê Đình Thám, một trong những sáng lập viên tổ chức Gia Đình Phật Tử, đã nhấn mạnh: "Không có một thành tựu vĩnh cửu nào mà không nghĩ đến tuổi trẻ." Tuổi trẻ Phật giáo Việt Nam tại Hải ngoại nói chung, và Hoa Kỳ nói riêng đang thật sự mất hướng, vậy chúng ta, đang có cơ hội tiếp cận khi các em đang sinh hoạt với GĐPT, cần xác định một hướng đi có Phật tính đầy nhân văn, nhân bản, từ bi và trí tuệ mang truyền thống tâm linh của dân tộc.

Để kết bài thuyết trình này, em xin mạn phép đặt vài câu hỏi để trại sinh Vạn Hạnh I đồng suy gẫm và tự tìm câu trả lời cho chính mình và cho tổ chức GĐPT.

1. Gia tài nào quý anh chị hữu trách truyền trao cho thế hệ kế thừa?

2. Chúng ta đang truyền đạt đến huynh trưởng và đoàn sinh những gì? Làm sao chúng ta biết?

3. Chúng ta muốn/sẽ/nhìn thấy gì ở tổ chức GĐPT Việt Nam, ở Phật Giáo VN tại Hoa Kỳ trong 10 năm, 20 năm và 50 năm nữa?

Tài Liệu Tham Khảo/References:

1. *Bach, P. X. (2014). Mindful Leadership-A Phenomenological Study of Vietnamese Buddhist Monks in America with Respect to their Spiritual Leadership Roles and Contributions to Society (Doctoral dissertation, Drexel University).*

2. *Harvey, Peter (2013). An Introduction to Buddhism: Teachings, History and Practices (2nd ed.). Cambridge, UK: Cambridge University Press. p. 5. ISBN 9780521676748. Retrieved 2 September 2013.*

3. *Johnson, Todd M.; Grim, Brian J. (2013). The World's Religions in Figures: An Introduction to International Religious Demography (PDF). Hoboken, NJ: Wiley-Blackwell. pp. 34-37. Retrieved 2 September 2013.*

4. *Pew Research Center, Global Religious Landscape: Buddhists.*

5. *Tâm Minh - Vương Thuý Nga và Nguyên Túc Nguyễn Sung, Số Lượng Đoàn Sinh tại Hải Ngoại và Hoa Kỳ. Personal communication. 2015.*

6. Wikipedia.com, *Buddhism by country*. Retrieved 28 July 2015. https://en.wikipedia.org/wiki/Buddhism_by_country

7. Wikipedia.com, *Demographics of Vietnam*. Retrieved 20 June 2016. https://en.wikipedia.org/wiki/Demographics_of_Vietnam

NHẬT KÝ GIÁO DƯỠNG TUỔI TRẺ: ĐEM CHÁNH NIỆM VÀ TÌNH THƯƠNG VÀO NHÀ TÙ TIỂU BANG CALIFORNIA

Từ xa lộ cao tốc I-80 hướng về El Dorado Hill, chúng tôi rẽ trái trên Folsom Blvd, xuyên qua phố thị lẻ loi. Gần bờ hồ Folsom, một nhà tù rất lớn nằm dưới thung lũng của những ngọn đồi đẹp bao bọc, hàng trăm cây sồi California (native oaks) hiện ra thật vững chãi nhưng buồn tẻ. Thỉnh thoảng chúng tôi thấy những đàn gà Tây và những chú nai ngơ ngác bước nhẹ trên đồi. Cảnh trí ở đây thật bình yên đến vắng lặng.

Đã hơn 4 năm rồi, chúng tôi vào tù để đem thông điệp chánh niệm và từ bi chia sẻ cho những tù nhân, trong đó có những đồng hương Việt Nam đa số còn trẻ. Chúng tôi là những thiện nguyện viên của Buddhist Pathway Sangha (BP3) đến phụng sự cho nhà tù an ninh tối đa Folsom State Prison (B-yard) của tiểu bang California.

Xin mở ngoặc, nhà tù Folsom State Prison, viết tắt là FSP, mở cửa vào năm 1880, là nhà tù an ninh tối đa (maximum security prison), lớn thứ hai và lâu đời nhất trong tiểu bang, sau nhà tù San Quentin. Nhà tù FSP nằm ở thành phố Folsom, CA, khoảng 20 dặm (30 km) về phía Đông Bắc của thủ phủ Sacramento. Nhà tù FSP khá nổi tiếng bởi vì nhạc sĩ Mỹ nổi tiếng Johnny Cash đã đến đây thu album live vào năm 1968.

Theo trang nhà California Department of Corrections and Rehabilitation (Sở Cải Huấn và Phục Hồi Chức Năng California, http://www.cdcr.ca.gov), thống kê năm 2013-2014 cho biết nhà tù FSP có 3.023 tù nhân nam và 307 tù nhân nữ (bị giam riêng trong khu vực khác), tổng cộng là 3.330 tù nhân và có 1.058 nhân viên làm việc (Custody Staff: 562, Support Staff: 301, Healthcare Staff: 195), không tính những thiện nguyện viên như chúng tôi; và tiêu tốn 130 triệu Mỹ kim mỗi năm để hoạt động (Annual Operating Budget, $130 million). Nghĩa là cứ 1 nhân viên chăm sóc 3 tù nhân, trong khi chúng tôi là giáo viên trung học, 1 người phải chăm lo đến 165 học sinh mỗi ngày.

Với chi phí 130 triệu đô-la mỗi năm, để giam giữ 3.330 tù nhân thì bình quân là 39.039 đô-la cho mỗi tù nhân trong một năm. Trong khi đó, theo thống kê của tiểu bang California thì mỗi năm chỉ chi phí 9.220 đô-la cho mỗi học sinh ở trường công lập (K-12 public school).

Từ năm 1997, dưới sự lãnh đạo thiện nguyện tận tình của Bà Diane Wilde, Buddhist Pathway Sangha (BP3), một tổ chức bất vụ lợi, đã đưa tình nguyện viên vào tù để mang triết lý Phật giáo, nghi lễ, đem phong trào chánh niệm và hướng dẫn thiền định đến cho các tù nhân đang ở trong những trại tù tiểu bang California. Đến nay, BP3 đã đưa chương trình này đến với 17 nhà tù lớn nhỏ ở tiểu bang California, từ sa mạc HighDesert đến thị thành Sierra Conservation Center.

Triết lý Phật giáo nhấn mạnh vào hành vi đạo đức và thực hành thiền định để có cái nhìn sâu sắc mà phát sanh lòng từ. Thực tế là nhiều tù nhân có quá nhiều khổ đau của chính mình và đã gây đau khổ cho người khác. Thêm vào đó, những người tù nhân này đang sống trong một môi trường rất phức tạp, bạo động và đôi khi vô vọng, nên chương trình này thành lập nhằm cung cấp cho các tù nhân phương tiện cần thiết, công cụ, tài nguyên và kỹ năng sống hầu thay đổi cuộc sống của họ khi còn bị giam giữ hoặc sau khi được thả ra.

Khi vào tù làm thiện nguyện, chúng tôi thường đi chung, 2 hoặc 3 người, vì những thủ tục rườm rà và vì sự an toàn cho mình. Trước khi vào đó, chúng tôi phải đi học về hệ thống nhà tù, về các nhóm băng đảng, phải kiểm tra sức khoẻ, làm hồ sơ xác nhận không bị phạm tội, chích ngừa ho lao, v.v... Chúng tôi phải lái xe gần 40 phút, rồi đậu xe và đến cổng để trình trước khi vào bên trong, những người canh tù bắt chúng tôi phải ghi tên và ngày giờ vào cùng với lý do chánh đáng. Chỉ có những người có trách nhiệm và nhân viên mới vào được cổng này. Tất cả xe cộ và người ra vào đều phải được kiểm tra.

Sau đó, chúng tôi đến Sally Port, nơi có hai lớp kẽm gai, chính giữa là luồng điện sống. Trên tháp canh gác tù (observation tower) có những nhân viên an ninh vạm vỡ đang canh chừng với súng đạn và nhiều máy ghi hình (camera) bao quanh. Cá nhân tôi đã thuộc lòng lời dặn của tiến sỹ Gus Koehler, người bạn Phật giáo cùng lý tưởng, dặn dò tôi vào tối đầu tiên là không bao giờ chạy trong bất cứ hoàn cảnh nào khi ở bên trong nhà tù, vì "khi chạy mình có thể bị bắn".

Mỗi khi vào, chúng tôi sắp đặt bàn thờ Phật, tụng kinh, tập yoga, ngồi thiền và chia sẻ Phật pháp. Sau đó hồi hướng và tiễn đưa. Đã mấy năm rồi, chúng tôi quen với việc vào ra nhà tù một cách thong dong tự tại như thế đến mức thấy như 'bị nghiện'. Những lúc bận quá không vào chia sẻ được thì tù nhân đợi chờ. Bên trong, những tù nhân cũng gọi mình là nhóm học Phật, tăng thân (Sangha), và mỗi khi vào thì năng lượng tu học của mình lại có thêm. Đó là những cảm giác êm đềm, an nhiên và tự tại mà chúng tôi đã viết trong một bài thơ, khi lần đầu tiên vào ra cửa tù FSP.

VÀO RA TỰ TẠI

Tặng Gus, Jeff và Joette

Vào tù ra khám trong tự tại
Cảm giác nào thoải mái như vầy
Niềm an lạc giữa nơi tù tội

Hạt bồ đề đạo pháp nhiệm mầu
Những người tù một lần dại dột
Nay ngồi tù hối hận trong lòng
Về cửa Phật tĩnh tâm thiền định
Gieo hạt lành ngay giữa long đong
Tối nay trong khám nhiều lợi lạc
Người canh tù cũng được bình yên
Kẻ tù tội tìm về bến giác
Bốn vách tường. Độc Lập. Tự Do.
Tối nay ra khám bao vẻ đẹp
Con nai vàng ngơ ngác nhìn tôi
Vầng trăng sáng im lìm ngõ hẹp
Nghe thênh thang một lối đi về.
Folsom State Prison, CA. November, 2011.

Và đây là bản tiếng Anh:

IN AND OUT AT WILL

To Gus, Jeff and Joette

I am in and out of the maximum-security state prison at will
What a release...
A comfortable feeling.
Finding peace, even bliss in this violent prison place
Even here Dharma seeds are sown
It is a miracle
The criminal elements, once foolish
Now show remorse and regret inside the prison
They come to the Buddha's door and join the meditation retreat,
Personally sowing their own fresh Dharma seed in the middle of
stagnancy and uncertainty.
Tonight I see many benefits for the inmates
Even the prison guards are peaceful

The criminals look for ways to be transformed by finding
In the Chapel of cement cold walls true independence and freedom.
Tonight I came out of jail and found how beautiful things really are
The golden deer look at me bewildered
The crescent, Dormant, moon light is sparkling the night.
I listen to my footsteps on an immense footpath going home.
Folsom State Prison, CA. November 2011.

Hình ảnh và sự biểu hiện lợi lạc của những tù nhân cũng như người tiếp cận là động cơ để mình tiếp tục vào tù và chia sẻ Phật pháp, mặc dù bận bịu với công ăn việc làm và đời sống hằng ngày. Đáng lý ra, chúng tôi sẽ không viết những loạt bài này, nhưng có những lời góp ý hữu lý từ những người anh khả kính, khuyên rằng chúng ta giúp những người trong tù thì tốt nhưng giúp những người ở ngoài tù thì càng tốt hơn.

Nói tóm lại, mặc dù tiểu bang California (CDCR - Sở Cải Huấn và Phục Hồi Chức Năng California) đã tốn rất nhiều tiền và nhân sự để cai quản tù, nhưng cuộc sống của tù nhân rất đơn tẻ, buồn tủi, phức tạp, bạo động và đôi khi là vô vọng, nên chúng tôi hy vọng là chúng ta hãy làm mọi cách để giảm thiểu (từ thuở ban đầu) việc phải đưa con người vào tù, nhất là con em Việt Nam của chúng ta. Chúng tôi cũng hy vọng sẽ có thêm nhân sự tình nguyện để vào tù nhằm trao truyền thông điệp tỉnh thức của đấng Như Lai, giúp đời bớt khổ.

Nếu quý độc giả muốn biết thêm chi tiết, xin thăm trang nhà http://www.buddhistpathways.org/ hoặc liên lạc với chúng tôi ở trang nhà www.phebach.com.

Sacramento, ngày sinh nhật chị Sáu.

NHẬT KÝ GIÁO DƯỠNG TUỔI TRẺ:
ĐI NGHE DIỄN THUYẾT
CỦA TIẾN SỸ NGUYỄN TƯỜNG BÁCH

Trời Sacramento nhiều nắng thiếu mưa, lại là một ngày đẹp và thanh thản. Chúng tôi lái xe về trường Đại học cộng đồng Cosumnes River College (CRC) để lắng nghe Tiến sỹ Nguyễn Tường Bách chia sẻ "Những nẻo đường nhận thức" trong Chương trình Việt Ngữ tại trường Đại học CRC.

Ở Sacramento, có thể nói Chương Trình Việt Ngữ tại Đại học CRC là lâu đời nhất mà những người giáo sư như Cô Đỗ Thị Minh Hồng, Cô Nguyễn Thị Yến, v.v... đang tận tụy giữ gìn và phát huy ngôn ngữ Việt nói riêng và văn hóa thuần phong mỹ tục của Việt Nam nói chung. Vì thế, khi được mời tham dự những việc liên quan đến giáo dưỡng tuổi trẻ, chúng tôi không thể từ chối, nhất là về nghe Tiến sỹ Nguyễn Tường Bách, người mà chúng tôi rất hâm mộ qua cuốn sách Mùi Hương Trầm.

Ban tổ chức (Gs. Đỗ Thị Minh Hồng, Gs. Nguyễn Thị Yến, cô Counselor Anna Đoàn), Cộng đồng người Việt và sinh viên CRC đã đón tiếp Tiến sỹ Bách đến từ Đức một cách nồng hậu và hoan hỷ. Trong số đó, đông nhất là các em sinh viên trong trường CRC, rồi đến Hội Thiền Học Tánh Không và đồng hương Phật tử. Chúng tôi nhận thấy sự hiện diện của Ni Sư Thuần Tuệ, Sư Cô Thuần Tỉnh và Sa Di Ni Phương Thiện từ Thiền Viện Diệu Nhân, Rescue, CA. Các vị khách quý được ban tổ chức giới thiệu hoặc nhắc đến như: Ông bà Nha sĩ Đỗ Kỳ Long, Ông Trần Duy Phô và Hội Từ Bi Quán Thế Âm, Ông bà Mục sư Phan Như Ngọc, Tiến sĩ Trần Kiêm Đoàn, Tiến sĩ Trương Xuân Bình, Tiến sĩ Nguyễn Đăng Hoàng, Tiến sĩ Phan Văn Chương, Tiến sĩ Phan Mẫn (Giáo sư business ở trường CRC), Giáo sư Lý Lập (dạy toán ở CRC), Ông Bà Vũ Hữu Kỳ, Ông bà Hoàng Xuân Thiệu, Ông Đàm Phương, Ông bà Nguyễn Phúc Hồng Thanh, quý Huynh trưởng GĐPT như anh chị Nguyễn Sanh Tỵ, Ngô Thị Thu, Đặng Văn Cường, Nguyễn Huy Hoàng v.v...

Giáo sư Đỗ Thị Minh Hồng, Khoa trưởng ban Việt ngữ tại CRC, giới thiệu:

Tiến sĩ Nguyễn Tường Bách sinh tại Thừa Thiên Việt Nam, du học tại Đức năm 1967. Tốt nghiệp kỹ sư xây dựng năm 1975 và tốt nghiệp Tiến sĩ Kỹ thuật năm 1980. Từ 1980-1992: ông làm việc cho công ty ABB tại Đức. Sau đó Ông làm Giám đốc cho một công ty xuất nhập khẩu tại Cộng Hòa Liên Bang Đức và nghỉ hưu năm 2010. Ông là tác giả và dịch giả của những cuốn sách nổi tiếng đã xuất bản và tái bản nhiều lần.

(Dr. Nguyen Tuong Bach was born in Thua Thien Province, Vietnam, and began studying abroad in Germany in 1967. He earned his Ph.D. degree in Engineering in 1980. He worked for ABB in Germany until 1992 and was the founder/CEO of an import-export company in Germany until his retirement in 2010.

Dr. Bach has authored a number of books and papers on the topic of Eastern Philosophy, especially on Buddhism. A few of his most noted works are Mùi Hương Trầm (Scent of Incense), Lưới Trời Ai Dệt (The Cosmological Drag Net), Mộng Đời Bất Tuyệt (The Endless Dream of Life), Đường Xa Nắng Mới (Long Road New Day), Đêm Qua Sân Trước Một Cành Mai (Last night a spring flower bloomed).

His translated works include Dao cua Vat Ly (The Tao of Physics - Fritj of Capra), Con duong may trang (Long road white cloud - Lama Anagarika Govinda), Thien trong nghe thuat ban cung (Zen in the Art of Archery - Eugene Herrigel), Doi dien cuoc doi (Facing life - Krishnamurti).

Mà trong phần giới thiệu, chúng tôi đắc ý nhất là lời nhắc nhủ của Tiến sĩ Bách cho các bạn sinh viên trẻ; ông đã nói như sau:

"Tôi có may mắn sống trong những nền văn hóa khác nhau. Tôi mong những người trẻ có cơ hội sống trong những nền văn hóa khác trong một khoảng thời gian hoặc dài hoặc ngắn, nói tiếng nói của người ta, tìm hiểu văn hóa của người ta, qua đó cảm nhận được tính cách của người Việt Nam rõ ràng hơn, khách quan hơn. Ra ngoài không phải là xa Việt Nam. Đi để nhìn lại, để tạo cơ hội nhìn rõ con người mình nhiều hơn. Có xa gia đình mới thấy yêu gia đình của mình thế nào, có xa đất nước mình mới thấy yêu đất nước mình như thế nào." (I have been lucky to have lived in many different cultures. I wish that young people will have the same opportunity to live in different cultures however short or long, speak other languages, try to understand other cultures, and through that they will be able to understand the characters of the Vietnamese people more clearly and objectively. To leave Vietnam is not to distance oneself from Vietnam. To go away is so that one can look back, to give oneself a chance to better reflect. To be away from one's family helps one to love it more, to be far away from one's country will help one to cherish it more.)

Trong phần diễn giải "Những nẻo đường nhận thức", Tiến sỹ Bách nhấn mạnh là ông "chỉ nói về những kinh nghiệm và nhận thức của riêng mình. Nó sẽ có tính chất chủ quan và có thể khác lạ, thậm chí kỳ cục so với thông thường. Tôi không có một chút ý định nào thuyết phục người nghe vì phần lớn là các trải nghiệm trong tâm. Tôi cũng thấy thật là khó khăn khi diễn bày những cảm nhận trong tâm bằng ngôn ngữ."

Tiến sĩ Bách trình bày năm nẻo đường nhận thức như sau:

1. Nhận thức bằng cách nghe
2. Nhận thức bằng cách thấy
3. Nhận thức bằng cách quan sát
4. Nhận thức bằng suy luận tư duy
5. Nhận thức bằng cách buông bỏ

1. Nhận thức bằng cách nghe

Theo Tiến sỹ Bách, nghe không chỉ qua lỗ tai bằng âm thanh mà còn nghe bằng tâm. Mà quan trọng hơn mà nhận thức qua "Tâm nghe tâm", một phương pháp mà tự tâm mình lắng nghe chính mình để biết những diễn biến bên trong của mình. Chúng ta có thể thêm vào đây là sau phần lắng nghe tâm, chúng ta nên quán chiếu để biết, nhận chân và phòng hộ những suy nghĩ và lối hành xử của chính mình. Ông nhắc thêm:

"Nhưng cũng có khi ta nghe bên trong, nghe vận động bên trong tâm.

Rong chơi râu tóc bạc phơ
Còn nghe đắm đuối vần thơ yêu người
Người đi ở cuối chân trời
Có nghe tình mộng nửa đời dằng dai...
(thơ Bùi Giáng)

Nghe của Bùi Giáng là tâm nghe tâm. Thế nên "nghe" không chỉ là lỗ tai nghe âm thanh. Tâm nghe tâm là tâm tự lắng nghe chính mình, hay chính xác hơn là nghe những diễn biến trong mình. Nói vậy chứ không phải đơn giản vì "diễn biến trong tâm" thường kéo dẫn chúng ta đi theo mà ta không hề biết. "Diễn biến trong tâm" chính là tâm chúng ta. Hình ảnh trong gương chính là tấm gương. Tâm nghe tâm là tự tách mình đứng bên dòng chảy của tâm và lắng nghe nó. Thế nên Bùi Giáng không hề điên mà rất tỉnh, vì tỉnh táo mới nghe được diễn biến trong tâm."

Có lẽ chúng tôi đồng tình cùng Tiến sỹ Bách rằng "chỉ có một cái nghe đang vận hành. Khi đó thì tính nghe đồng nghĩa với tính biết. Khi đó thì những cái được nghe, hay chính xác hơn là những cái được biết, dường như 'bóc tách' khỏi tâm ta và lơ lửng trong không gian rỗng rang của tâm."

2. Nhận thức bằng cách thấy

Cái thấy qua con mắt là sự nhận xét mà mọi vật chất, hay mọi Pháp (ngôn ngữ của nhà Phật) chỉ hiện qua hình tướng. Và theo Tiến sỹ Bách, hiện tướng là tương đối và tùy theo trình độ và khả năng của người nhìn nó. Điều này nhắc tôi nhớ đến nhà bác học Enstein cũng từng nhắc nhở chúng ta một khái niệm mình bị giới hạn vì những gì mình đang là (we are limited of who we are-our thoughts, feelings and experiences). Cái thấy biết của mình tùy thuộc vào những tư duy, kiến thức, kinh nghiệm sống v.v... Ông lại phân tích thêm: "Đối với người điếc thì thế giới toàn màu sắc và sự lặng yên, đối với người mù thì thế giới đầy âm thanh và một màu đen, đối với người mù màu thì thế giới chỉ có hai màu đen trắng, đối với loài chó, loài có khứu giác nhạy bén thì thế giới nhấp nhô toàn cả mùi..."

Ông nói tiếp: "Heisenberg, nhà vật lý lượng tử cũng nói đại ý "thiên nhiên là câu trả lời trước sự tra vấn của con người". Ta thắc mắc thế nào thì thiên nhiên đáp lại theo cách hỏi của ta. Thế nên cái thấy của chúng ta có hai điều đáng nhớ, một là điều ta thấy chỉ là tướng trạng của sự vật, không phải thể tính thực của nó; hai là nó mang tính chất, mang chữ ký của người ngắm nhìn nó."

Tuy nhiên, cái thấy viên thông trong nhà Phật là thông suốt cả lý và sự, tình và nghĩa và thấy được cả tướng lẫn tánh.

3. Nhận thức bằng cách quan sát (thân và tâm)

Ông bảo rằng "nhận thức bằng cách nghe, nhận thức bằng cách thấy chính là 'mở' hai giác quan tai và mắt, cho hai cái nghe và cái thấy vận hành. Qua Nghe và Thấy hầu như toàn thể thế giới hiện ra quanh ta."

Vì thời gian giới hạn, có lẽ Tiến sỹ Bách chỉ nói về 2 giác quan, Nghe và Thấy, nhưng trên thực tế thế giới quanh ta hiện ra bởi sáu giác quan (mắt, tai, mũi, lưỡi, thân, ý / sắc, thanh, hương, vị, xúc, pháp) qua sự biết của ý thức mà quý Thầy Tổ đã nhắc nhở: "Khi sáu căn tiếp xúc sáu trần. Đem ý thức tinh chuyên phòng hộ."

Có thể nói, nhận thức này chính là ở nơi thực hành của chúng ta. Tùy trình độ, kinh nghiệm hay pháp môn của mình, mỗi khi chúng ta tự lắng lòng quan sát chính mình (qua suy nghĩ, lời nói, hành động) và quan sát chính thân tâm mình thì có lẽ chúng ta sẽ thấy được phép lạ của sự tỉnh thức.

Tiến sỹ Bách chia sẻ, "nếu kiên trì, nếu tỉnh táo và chú ý, thường thì phải sau vài tháng hay vài năm, ta sẽ nhận ra một điều đơn giản trong tâm. Đó là có một dòng hoạt động tâm lý cứ trôi chảy liên tục trong ta. Ban đầu có lẫn vui buồn thương nhớ, về sau cảm xúc ít đi nhưng tâm luôn luôn có hình ảnh, có âm thanh. Đặc biệt trong tâm ta luôn luôn có lời, khi thì độc thoại, khi thì đối qua đáp lại. Luôn luôn có lời nói thầm trong tâm, tôi tạm gọi là 'tâm ngôn'."

Nói chung, tất cả nhận thức đều là "phương tiện thiện xảo", không phải cứu cánh để đưa chúng ta đến trạng thái của tâm hồn rỗng lặng, mà diễn giả gọi là "Tâm hoàn toàn tỉnh giác sáng tỏ".

4. Nhận thức bằng suy luận tư duy

Tiến sỹ Bách cho rằng suy luận tư duy là một trong những hoạt động của tâm. Một phạm trù rất trừu tượng, mà chúng tôi nghĩ những sinh viên khó hiểu, đó là khái niệm về "pháp hữu vi". Ông giải thích rằng, "hiện tượng tâm vật, xác định tính chất chung nhất của chúng là những 'hiện tượng được tạo thành' (hữu vi - composed things). Tất cả những gì được tạo thành, dù là do nhiều phần tử khác hợp lại, hay do các điều kiện khác sinh ra, được gọi là pháp hữu vi. Như thế thì từ mỗi hạt nhân nguyên tử đến cả các thiên hà vĩ đại, từ cực tiểu đến cực đại, đều là pháp hữu vi cả. Thân chúng ta và các cơ quan trong thân từ hơi thở cho đến các bộ phận cũng đều là pháp hữu vi. Chưa hết, cả mọi hiện tượng tâm lý cũng là pháp hữu vi vì tất cả đều sinh ra từ các điều kiện khác. Về triết học đây là sự khái quát hóa cao nhất. Thế là mọi hiện tượng tâm vật trong thế gian đều là pháp hữu vi."

Chúng ta có thể nhắc nói với tuổi trẻ rằng, những cái lớn là sự tập hợp của những cái nhỏ hơn. Như những thành công lớn, bắt nguồn từ những thành công còn con. Và những niềm vui lớn cũng bắt nguồn từ những niềm an lạc của tự tâm. Tới đây, diễn giả nhắc đến bài kệ Lục Như trong kinh Kim Cang:

Nhất thiết hữu vi pháp
Như mộng, huyễn, bào, ảnh
Như lộ, diệc như điện
Ưng tác như thị quán.

Diễn giả chia sẻ:

"Tất cả các pháp hữu vi
Như cơn mộng, như ảo ảnh, như bọt nước, như bóng
Như sương mai, như ánh chớp
Nên quán chúng như thế.
(Kinh Kim Cương, bản Hán dịch của Cưu Ma La Thập)

Nhưng trong bản Phạn ngữ có đến 9 ẩn dụ như sau:

"Như sao đêm, như mắt loạn, như ngọn đèn, như huyễn thuật, như sương mai, như bọt nước, như cơn mộng, như ánh chớp, như đám mây - những gì hữu vi nên được quán chiếu như vậy."

Diễn giả cho rằng, suy luận từ các ẩn dụ mô hình là vô cùng quan trọng vì là bảng chỉ đường trực tiếp nhất. Nhưng vì là bảng chỉ đường nên ta nhìn xong là đi tiếp, không dừng lại. Nếu dừng lại lập tức nó trở thành chướng ngại. Như diễn giả, chúng tôi thiết nghĩ, tất cả đều là phương tiện để chúng ta nhận chân rằng mọi pháp hữu vi cũng nằm trong quy luật vô thường, vô ngã, khổ và không. Từ đó, chúng ta tích cực hơn với cuộc sống. Chúng ta hãy tư duy suy luận để rồi học từ bi và hành hỷ xả. Sáng cho người thêm niềm vui, chiều giúp người bớt khổ.

5. Nhận thức bằng cách buông bỏ

Có lẽ đây là nẻo nhận thức khó hiểu và thực hành nhất vì sự nghịch lý của nó. Buông bỏ là một trong các đặc tính của Tứ vô lượng tâm - Từ Bi Hỷ Xả. Tiến sĩ Bách cho rằng: "Tới nay ta thường nghĩ, nhận thức là một quá trình làm giàu thêm cho tâm. Nhận thức là thêm, thêm kiến thức, thêm kinh nghiệm, thêm phán đoán. Nhận thức chỉ có một chiều 'thêm'. Thế nhưng nếu khéo quan sát, ta sẽ thấy kiến thức và kinh nghiệm là một con dao hai lưỡi. Kiến thức giúp ta hiểu thấu sự vật nhưng đến mức nào đó nó thành chướng ngại. Cái thấy sinh cái biết, đến phiên nó cái biết lại ngăn cản cái thấy.

"Đóa hoa vừa xuất hiện trước mắt. Ta chưa kịp thưởng thức nó thì khái niệm về hoa và kinh nghiệm trong ta liền lên tiếng: 'Đây là loại hoa hồng gai mềm hay trồng tại Đà lạt. Có nhiều màu đẹp hơn nhiều.' Ta không thấy thực tại mà chỉ nghe lời nói của chính ta. Cái biết cũ xưa về hoa đã ngăn ta thấy đóa hoa tinh khôi."

Ông ân cần nhắc lại: "Nếu so sánh kiến thức như những viên gạch nằm trong kho chứa khổng lồ của tâm thì kiến thức và kinh nghiệm rất có khuynh hướng tự mình xây nên một lâu đài và giam giữ ta trong đó. Có ai nói "Có thể xây địa ngục bằng những viên đá của thiện chí" thì ở đây ta có thể nói nhại rằng "Có thể xây lâu đài trú ẩn bằng những viên đá của kiến thức và kinh nghiệm". Có lẽ chúng ta từng thấy rất nhiều người, phần lớn là lớn tuổi và nhiều kiến thức, tự xây cho mình một lâu đài của thành kiến, kinh nghiệm, khái niệm, thang giá trị thiện ác, đúng sai... và ẩn trú trong đó. Họ bít cả cửa sổ, cửa lớn, bản thân họ không ra ngoài và cũng không cho những gì mới mẻ lọt vào. Ánh sáng mặt trời cũng không vào, họ tự đốt đèn bằng chất dầu mang tên "từng biết - well known" và vui sống trong đó."

Ông tha thiết tâm sự là chúng ta hãy: "Mạnh dạn mở toang những cánh cửa đó, tức là hai cửa của Nghe và Nhìn. 'Mở toang' là buông bỏ những gì đã biết, giữ tâm chú ý, rỗng rang, không chủ động, không dụng công, không mong chờ, chỉ chú ý trống rỗng. Ta sẽ thấy ánh sáng mặt trời luôn luôn có đó. Nói 'ra ngoài' là nói ẩn dụ. Tâm không có trong ngoài. Tòa lâu đài nọ xây dựng bằng những viên gạch của tâm. Buông bỏ nó, phá hủy nó cũng là hoạt động của tâm. Chỉ cần thấy xuyên suốt tự tính của nó là đã phá hủy nó rồi, rất dễ. Nhưng cũng vô cùng khó, vì như Arbert Einstein nói, phá bỏ một thành kiến còn khó hơn phá vỡ một hạt nhân nguyên tử. Rất dễ nên nhà Thiền mới nói buông dao quay đầu là thành Phật. Rất khó nên không mấy ai thành tựu. Trước khi thành tựu, Phật cũng phải tu vô lượng kiếp. Về phần tôi, tôi cũng thấy rất khó vì phải bơi ngược dòng tất cả mọi thói quen.

"'Bên ngoài' ra sao? Bên ngoài những lâu đài kín cửa là một không gian vô cùng thanh tịnh. Huệ Năng đã từng thốt lên 'Ai dè tự tánh vốn sẵn thanh tịnh'. Lục Tổ mà thốt lên 'ai dè' thì chúng ta khó mà ngờ đến. Phía trên ta nói 'giữ tâm rỗng rang' là nói cho người trong nhà đi lần ra cửa lâu đài, chứ ở bên ngoài rồi chỉ cần để tự nhiên, tâm vốn rỗng rang, tâm vốn luôn luôn chú ý, tâm vốn luôn luôn tỉnh thức. Cho nên ra ngoài thì cũng bỏ luôn sự chú ý vì lúc đó chính ta là sự chú ý.

"Có thể các bạn hỏi tôi chứng nghiệm được cái gì. Lòng tôi vẫn còn đầy ngập những đám mây. Nhưng mây thỉnh thoảng vén ra cho thấy chút trời xanh. Tôi chỉ ghi nhận được rất ngắn là: Thực tại chính là toàn thể pháp hữu vi đang vận hành chớp nhoáng, vô chủ, cái này sinh ra cái kia, làm điều kiện lẫn nhau để sinh ra và diệt đi. Sinh diệt vô tận."

Sau khi nghe xong bài thuyết giảng và những câu hỏi, chúng tôi cảm nhận những lời chia sẻ của Tiến sỹ Bách. Bài chia sẻ bàng bạc Tánh Không và kinh nghiệm thực tập của diễn giả. Chúng tôi tin chắc là quý đồng hương Phật tử đã thấy và hiểu điều đó, còn chăng là không biết trong số những sinh viên học tiếng Việt đó, có bao nhiêu em hiểu được lời chia sẻ của Tiến sỹ Bách. Rồi tự nhìn lại mình, nhìn về đạo pháp và dân tộc. Song dư âm bốn câu thơ của Thầy Tuệ Sỹ lại về:

Đếm tóc bạc tuổi đời chưa đủ

Bụi đường dài gót mỏi đi quanh
Giờ ngó lại bốn vách tường ủ rũ
Suối nguồn xa ngược nước xuôi ngàn.

Khi bước nhẹ rời khỏi hội trường và trở về cùng với hơi thở và con người của chính mình, tôi lại thầm cảm ơn những ai đã được gặp-một nhân duyên và phước báu của nhau. Vui vì được gặp vợ chồng diễn giả, quý Ni Sư, thầy cô bạn hữu, các sinh viên CRC và thính giả. Âu đó cũng là phước duyên được gặp nhau, trong đầu ẩn hiện dăm câu thơ vừa chớm để cảm ơn người anh trong đạo từ phương xa bỏ bớt thời giờ du dịch để chia sẻ trong tình đạo vị.

Nghe Thấy, Quan Sát, Tư Duy, Buông Bỏ

Kính tặng anh Nguyễn Tường Bách
Một trưa trăng sáng trong ngần
Thiền môn vô trụ đi về tánh không
Phù sinh bao cõi long đong
Thuyền từ bến giác thong dong cõi về.
Breathe and Smile. Thở và cười bạn nhé!
Sacramento, ngày sinh nhật của Ba
-March 10th, 2015.

NHẬT KÝ GIÁO DƯỠNG TUỔI TRẺ: NGHE EM NÓI "MUỐN TỰ TỬ"

Có những lần làm việc thiện nguyện ở trại tù về hay những ngày có nhiều tâm trạng ở trường học khi làm việc cùng tuổi trẻ, chúng tôi thấy có những việc cần trình bày hầu tìm một lối giáo dưỡng chung cho tuổi trẻ chúng ta. Tuy vậy, do thời gian không cho phép, và cứ mãi loay hoay theo cuộc sống, nên rồi mọi việc cứ dần trôi qua.

Nay, cảm thấy có sự cần thiết trong quá trình cải cách giáo dục, và vì lợi ích chung của cộng đồng, chúng tôi xin mạn phép chia sẻ những gì thấy biết. Mong tất cả quý độc giả hoan hỷ và chỉ giáo.

Tháng một năm nay, trời California rất lạ, không có mưa, nắng ấm trời xanh màu ngọc bích và đẹp một cách thơ mộng, với tôi đất trời luôn bình an vì thấy:

Ngựa hoang trên đồi cao
Gặm sương mai trên cỏ
Mây trắng bầu trời xanh
Thênh thang và vô tận.

(Wild horses on the rolling hills

Enjoying the fresh dew on green grass
A floating white cloud, the vast blue sky
Freely and endless).

Thế mà một buổi trưa đẹp trời một nữ học sinh tuổi "teen" đến thỏ thẻ: "Thầy ơi, em đã thử giết em (tự vận) bằng cách uống thuốc quá liều mà không chết. Em còn sống đây mà lòng còn đầy phiền não." Tôi nhìn em, lắng nghe và chia sẻ nỗi niềm tuyệt vọng của em. Em tâm sự tiếp, "Em biết Thầy đang thực hành đạo Phật và dạy cách tham thiền trong đó có chị em và đã giúp chị nhiều, nay chị em đang học đại học. Em lẻ loi, em phải làm sao đây? Thầy chỉ cách em nghen!"

Tự nhiên em nhắc lại vết thương lòng của tôi, nghề giáo ở Mỹ, vì trong cuộc đời làm thầy giáo bao lâu này, đã có 3 em quyên sinh, hai em tự bắn chết và một em tự treo cổ. Vì thế, tôi không những dạy các em khoa học như hóa hay sinh vật ở trường, mà còn dạy kỹ năng sống (life-skills), cách hành xử và giá trị đạo đức. Học sinh/sinh viên ở tuổi teen là tuổi rất phức tạp, có nhiều áp lực từ bạn bè, gia đình và xã hội (trong đó có phần đóng góp lớn của truyền thông và xã hội). Mỗi ngày thứ hai, tôi đều chia sẻ với các em những giá trị cốt lõi, có tính nhân văn, nhân bản cho các em qua những mẩu chuyện hoặc văn thơ.

HÃY TỈNH DẬY

Hừng đông, vạn vật bắt đầu thức dậy
Gió hú trong cõi vắng
giữa sự tĩnh lặng của cõi trần
Đại dương muôn đời hùng vĩ
Sóng xô bờ bọt trắng như mây
Biển mênh mông sóng vỗ ngất ngây
Biển sâu rộng như tình Cha ngây ngất
Biển êm ả, mênh mang, vô tận
Và dạt dào như tình Mẹ đong đầy.
Nhìn ra biển, bao la và vời vợi

Ta thấy mình bé nhỏ, hạt cát lơi
Ta dòng suối ngọt đang chảy về biển lớn
Biển từ bi, biển trí tuệ, biển chân như
Cuộc sống vốn miên trường thay đổi,
như mưa hôm nay và nắng gắt hôm qua
Ôi đời sống có thịnh suy, vui buồn, sướng khổ
Giọt vô thường bọt biển mây chiều
Nhưng may quá, chúng ta có tất cả
điều kiện tự do hạnh phúc bao la
Từ bước chân, hơi thở đến mắt ngà
Từ khối óc, trái tim đến đôi bàn tay lành mạnh
Từ hy vọng, vỗ về và động viên của bạn bè hưng thạnh
Và ân tình, bảo bọc, un đúc của Mẹ Cha
Từ tổ tiên truyền thống nòi giống sơn hà
Ta phải sống để nuôi dưỡng tình thương và hiểu biết
Ta phải sống để nuôi dưỡng lòng từ bi và dũng cảm
Phải làm lành, tránh dữ, giữ sạch tâm
Ta phải sống để cuộc sống tinh anh
Ta phải sống để làm đời thêm đẹp
... Hãy yêu thương và hãy sống cho tha nhân.

WAKE UP: THE AWAKENING FROM WITHIN

At dawn, everything is just about to wake up
The wind howls in the stillness of this earthy place
The ocean is forever powerful
The waves crash into the shore,
The foams are as white as the clouds.
The ocean is vast, immense and sacred
It is as deep and wide as the love of our father
It is vast and limitless as the love of our mother
Looking at the ocean, I realize how tiny we really are
We are but a small stream, flowing into the big sea

A sea of compassion, a sea of wisdom and a sea of awakening
Life is beautiful and ever-changing,
Like today's rain following yesterday's sunshine
Life is a constant change and as fragile as a drop of dew,
as sea foam or as evening clouds
But we are lucky because we have
all the basic conditions for happiness
From your feet, your breath, your lips to your eyes
From your brain, your heart, your mind to your healthy hands
From the hope and encouragement of your friends and family
From the everlasting care and love from your parents and ancestors,
Embedded with much pride, virtues and traditions
We must live to nourish our mind and heart
We must live to cultivate understanding, compassion and courage
We must live to make this world a better place for all.

Trở lại câu chuyện trên, các em tuổi teen rất nhạy cảm, đa dạng, dễ dàng mắc phải những cám dỗ và dễ bị áp lực từ bạn bè. Các em cũng có thể có những bệnh trầm cảm (depression), có nhiều áp lực từ học đường, bè bạn, gia đình, xã hội, và cũng có những lối suy nghĩ rất tiêu cực như quyên sinh chẳng hạn.

Trên thực tế, ở tuổi đại học, tự vận (quyên sinh) là nguyên nhân đứng thứ hai trong danh sách tử vong ở các trường đại học tại Hoa Kỳ. Tôi cũng đang cố gắng mang chánh niệm vào các học đường. Có lần, sau khi một em học sinh nữ tự bắn mình, tôi đã nói với cả lớp là chúng ta sẽ đi bộ trong yên lặng quanh hành lang của trường để gởi năng lượng tập thể cầu nguyện cho nạn nhân được siêu thoát và giúp xoa dịu vết thương lòng của các học sinh và bạn bè của nạn nhân.

Tôi chỉ cho các em chánh niệm bằng cách theo dõi hơi thở của mình và đi thiền hành. Các em có quyền không thực hành điều tôi khuyên, nhưng phải ở lại trong lớp yên lặng. Chỉ có vài em chọn ở lại, phần lớn đã làm việc đó một cách tự nhiên và trân trọng. Các em và tôi yên lặng, từ tốn đi quanh hành lang của trường rất nhẹ nhàng và thanh thản. Sau đó, chúng tôi đã nói về sự sống và sự chết. Những điều rất quan trọng như thế này, trong những gia đình Việt Nam của chúng ta nên thảo luận, chẳng hạn như việc hiến mô, tặng cho y học, việc tương lai hậu sự, giữa sống và chết v.v... mà thông thường theo quan niệm ngày xưa là kiêng cử. Chúng tôi đã trình bày và thảo luận được điều đó và cảm thấy có sự triển vọng để hiểu và cảm thông cho nhau.

Nói tóm lại, chúng ta cần biết là các em có những nhu cầu, ưu tư, phiền toái riêng của tuổi teen. Tất cả mọi vấn đề đều có cách giải quyết, nhưng chúng ta phải đặt nó trong điều kiện và hoàn cảnh tỉnh táo, yêu thương và hiểu biết. Trong cộng đồng chúng ta đang sống, có rất nhiều phương tiện trợ giúp, vì vậy hãy mạnh dạn dùng tới khi cần. Cá nhân chúng tôi không muốn thêm một em nào nữa phải tự bức tử như thế. Chúng ta cần phải gần gũi, nâng đỡ, bồi dưỡng và hướng dẫn các em. Breathe and Smile. Thở và cười bạn nhé!

TRUNG TÂM TU HỌC PHỔ TRÍ
"LÒNG THÊNH THANG RỘNG MỞ"
CÕI AI VỀ

Kính tặng Thầy Thích Từ Lực

Sáng sớm, nắng ban mai lúc nào cũng đẹp. Êm ả và tinh khôi. Có lần chúng tôi đã viết:

Bình Minh - Dawn

bình minh

chim hót vang

như lời ru nhẹ nhàng...

hay như trong bài Vầng trăng và núi

... thấy ánh bình minh

thấy mưa trong nắng

lắng đọng

tâm nào

đời yên.

Và hôm nay, bình minh thật đẹp và bình yên. Chúng tôi lái xe về tham dự lễ An Vị Phật và "Open House" của Trung Tâm Tu Học Phổ Trí.

Lòng lại lâng lâng vui mừng vì được chia sẻ niềm vui, ước mơ và hoài bão mà thầy Thích Từ Lực ấp ủ bấy lâu nay.

Những tháng trước, chúng tôi cùng anh Nguyên Phú, chị Nguyên Nhơn, anh Nhật Quang Đạo v.v... có lần được tháp tùng Thầy đi "xem đất, xem hướng" và cuối cùng mọi thuận duyên đều đến. Thầy đã chọn nơi ngoại ô thành phố Vacaville, một nơi thôn dã, lặng yên và thơ mộng để gầy dựng Trung Tâm Tu Học Phổ Trí.

Ở đây - thuở ban đầu - thật thô sơ, chỉ gồm hai căn nhà nho nhỏ trên năm mẫu đất hoang vu, nhưng đủ để nuôi dưỡng ước mơ và hoài bão của thầy. Nơi đó, theo thầy là nơi để "tiếp tục nuôi giữ ngọn lửa TIN YÊU từ tuổi trẻ." Nơi đó thầy: "Thấy xa xa một áng mây lành

Ngôi cổ tự ẩn mình trong sương sớm
Ni viện Phổ Hương
Trại trường Phổ Quảng
Lòng thênh thang rộng mở giữa trời xanh."

Ở đó, Thầy thấy "một áng mây lành". Ở đời thì "Đất lành chim đậu". Nhưng Thầy thì thấy không những đất lành mà mây lành nữa. Một cái nhìn phóng khoáng của Đạo Phật, một tinh thần Pháp Hoa vô ngại. Ở đâu có mây lành thì ở đó sẽ xanh tươi, yên vui và hạnh phúc.

Ở đó, Thầy thấy một "Ngôi cổ tự ẩn mình trong sương sớm." Đúng thế! Phải nhiều thế hệ sau khi con cháu của chúng ta khôn lớn, hẳn đây là một ngôi chùa cổ Việt Nam tại xứ Người, không những trong sương sớm, mây chiều hay đêm lạnh, mà luôn cả trong ánh sáng và tình thương yêu vô bờ bến của đấng từ phụ Thích Ca Mâu Ni.

Ở đó, Thầy thấy được một "Ni viện Phổ Hương", một nền tảng vững chải cho Đạo Phật Việt Nam trên đất nước Hoa Kỳ. Một Ni Viện để nuôi dưỡng hàng trưởng nữ Như Lai là một cái nhìn xa và thực tiễn cho tương lai Phật Giáo quê người. Hơn nữa đây là Phổ Hương, hương của đất trời, hương của nắng, của gió hay hương của thanh lương địa, hương của tứ vô lượng tâm, hương Lam, và hương của Người. Tôi tin chắc rằng Thầy cũng vậy, Thầy là một Phổ Hương thanh thoát như đức Phật đã dạy: "Hương của Hoa sẽ bay theo chiều gió, chỉ có hương Người bay ngược gió - khắp không gian."

Ở đó, thầy nhắc đến trại trường. Đó là "Trại trường Phổ Quảng" - nơi huân tập, tu dưỡng và sinh hoạt cho tổ chức GĐPT mà thầy đã nhiều lần tâm sự cùng chúng tôi. Với Thầy, có thể nói màu Lam đã gắn liền với Thầy từ thuở thiếu thời, từ một em đoàn sinh xứ Huế yêu thương và kham khổ. Cho nên, tổ chức GĐPT có một chỗ đứng đặc biệt trong trái tim yêu thương của Thầy.

Nói tóm lại, cái nhìn lạc quan như Đạo Phật, cái nhìn xa và sâu của Thầy chứa chan một trời xanh đầy hy vọng. Gần Thầy mới thấu được tấm lòng của Thầy đối với quê hương, đạo pháp, dân tộc và tuổi trẻ, nhất là tổ chức Gia đình Phật tử.

Hãy nhìn vóc dáng của Thầy thôi là chúng ta cũng thấy được cái cực khổ của quê hương và dân tộc.

Hãy nhìn cái khắc khổ, oai nghi tế hạnh của Thầy thôi là chúng ta cũng thấy được tương lai của đạo pháp.

Hãy nhìn những giọt nước mắt và nụ cười của Thầy thôi là chúng ta cũng thấy được tương lai tổ chức GĐPT Việt Nam.

Tự nhiên lái xe về mà thấy "Lòng thênh thang rộng mở" cho "một cõi đi về."

TƯỜNG THUẬT KHÓA TU HỌC "MỞ CỬA TRÁI TIM"

"Chẳng biết rong chơi miền Tịnh Độ
Làm người một kiếp cũng bằng không."
Thích Nhất Hạnh

Thành phố Escondido hiền hòa với đồi núi chập chùng. Chúng tôi cùng gia đình lái xe từ Sacramento về tham dự khóa tu học dành cho người Việt tại Tu Viện Lộc Uyển. Sau năm ngày tu tập và hành trì, chúng tôi và đại chúng đã được nhiều lợi lạc. Sự thành công của khóa tu được thể hiện qua nhiều sắc thái, từ không gian yên tĩnh đến sự làm việc nhịp nhàng của mọi người. Sự thành công đó cũng được biểu hiện qua lời nói và sự hành trì của thiền sinh cũng như nội dung của khóa tu. Lối hành xử của thiền sinh là điều cần nhắc đến. Khóa tu học này có khoảng trên 500 người và trong đó có một số ít người Tây phương. Chúng tôi được biết khóa tu học tuần trước dành cho người ngoại quốc có hơn 900 người cũng được thành công viên mãn, mặc dù đã có những ngày bị cúp điện. Chúng tôi đã gặp những thiền sinh cả Việt lẫn Tây đã trở lại tu học thêm một tuần nữa.

Đối với một người Việt trẻ tuổi lớn lên trên xứ người, cảm nhận một cảnh tượng mà hơn 500 người Việt ngồi thiền và đi thiền hành trong im lặng gần 2 tiếng mỗi ngày mà không nói một lời nào. Đó là một thành công lớn. Sự im lặng hùng tráng này chính là sự gặt hái của khóa tu Mở Cửa Trái Tim. Mỗi buổi sáng khi tiếng chuông chùa báo thức lúc 5 giờ, khi chúng tôi thong dong đi thiền hành dưới ánh trăng vàng vằng vặc trên con đường dẫn đến Thiền đường Thái Bình Dương, chúng tôi đã có được sự an lạc trong tâm hồn. Cái hay hơn nữa là ở đó đã có mặt đông đảo thiền sinh đang ngồi tĩnh tọa.

Mỗi buổi sáng như thế thì Sư Ông cũng đã có mặt đúng giờ, đó là một bài học Thân giáo mà người đã và đang dạy chúng ta. Không những thế, vào ngày thứ tư khi đi thiền hành lên núi cao - Thạch Định (mất hết khoảng 50 phút một chiều), Thầy cũng đã có mặt ở đó trầm lặng và ngồi thiền bất động trên tảng đá thật to. Có lẽ điều ngạc nhiên nhất là từ đứa bé ba tuổi, con tôi, đến bà lão gần 83 tuổi, cũng đều nở nụ cười sau gần một tiếng đồng hồ leo núi. Ai cũng tươi cười và có niềm an lạc. Sự đồng hành của Thầy đã làm núi rừng Lộc Uyển thêm huyền diệu. Thầy đã dạy cho thiền sinh nhiều bài học trong đó thân giáo, khẩu giáo và ý giáo là hùng hồn nhất. Ngoài ra, năng lượng chánh niệm đều được hun đúc hằng ngày.

Thêm vào đó, những bài giảng của Thầy đã làm rung động và chuyển hóa được nhiều người. Tôi đã chứng kiến những giọt nước mắt long lanh của những bà mẹ, những cái gật đầu thỏa đáng của những bậc làm cha, những trận cười thoải mái của đại chúng và những tiếng đùa cợt của trẻ thơ. Đó là những niềm hạnh phúc. Ngoài ra, vào buổi vấn đáp, Thầy cho phép những thiền sinh trực tiếp hỏi Thầy mà người hỏi được ngồi ngang hàng với Thầy. Một sự bình đẳng tuyệt đối, mà có lẽ Thầy đang nhắc đến Phật tánh của mỗi người. Cuối cùng, chúng tôi có cơ duyên được dùng cơm trưa cùng Thầy. Mâm cơm của Thầy rất đơn sơ, chỉ có cơm trắng, chút rau và một ít đồ xào. Thế mà Thầy mời từng người, Thầy mời cụ Doãn Quốc Sỹ, Thầy mời chú Trần Kiêm Đoàn, Thầy mời tôi và những người chung quanh. Cái chan chứa tình người của Thầy đầy tính chất Việt Nam và thật cao thượng.

Có lẽ hai bài thơ dưới đây mà tôi cảm tác là tiếng nói trung thật nhất của khóa tu Mở Rộng Trái Tim như người bạn, Trần Quang Sơn, cùng tham dự nhận xét: "Your poems capture the essence of the retreat well."

Với nỗi niềm đó, xin được chia sẻ và mời quý vị cùng thong dong giữa cõi Ta Bà như lời Thầy dạy: Mỗi bước chân đi vào Tịnh độ.

Tiếng Hát Những Bước Chân

Kính tặng Sư Ông, Tăng thân và đại chúng
khóa tu Mở Cửa Trái Tim.

Sáng tinh mơ tiếng nỉ non của đá
Tiếng vọng hư vô hùng vĩ núi rừng
Sao lấp lánh như niệm Thầy đã định
Tuệ giác nào như Cực Lạc đâu đây
Sáng tinh mơ tiếng ngân chuông cổ
Tỉnh giấc mơ mộng đẹp cõi phù du
Tiếng huyền diệu từ bi và giải thoát
Đưa người về tìm lại Bụt trong ta
Sáng tinh mơ ngồi thiền niệm an lạc
Năng lượng thanh lương quyện cõi cát tường
Thầy ngồi đó hùng hổn trang Thân giáo
Mỉm cười trên huyễn hoặc sắc không
Sáng tinh mơ thiền hành đây Tịnh độ
Đi một dòng sông đến bến Giác bờ
Niệm Định Tuệ, ôi pháp môn mầu nhiệm
Thở đi thôi! Thầy bảo: "Hiểu và Thương".
Đại Ẩn Tự - Chùa Lộc Uyển 9/17/2011

CHUÔNG CHÙA LỘC UYỂN

*Kính tặng Sư Ông, Tăng thân và thiền sinh
khóa tu Mở Cửa Trái Tim, 2011.*

*Trăng mai vằng vặc sáng
Tiếng chuông chùa nhẹ buông
Thiền hành đôi gót nhẹ
Khóm trúc lay miệng cười
Trăng mai vằng vặc sáng
Tiếng chuông chùa vang xa
Đẹp như bản tình ca
Vơi đi nỗi nhớ nhà
Trăng mai vằng vặc sáng
Sắc không cõi thái hư
Vô thường giọt sương sớm
Tịnh Độ cõi Ta Bà
Trăng mai vằng vặc sáng
Niệm Định Tuệ vô biên
Hành giả đời chánh niệm
Phật thân bất nhị nguyên.
Thiền đường Thái Bình Dương
Tu Viện Lộc Uyển – Deer Park,
Escondido, CA.*
09/18/2011.

CHÚT HY VỌNG CHO TUỔI TRẺ
PHẬT GIÁO TẠI HOA KỲ

Đạo Phật Việt Nam đã du nhập Hoa Kỳ vào thập niên 60, người có công đức lớn là cố Hòa Thượng Thích Thiên Ân. Cho đến nay, đa số cách truyền giáo của Đạo Phật thuần túy là bằng tiếng Việt, chưa đi vào người dân bản xứ. Con em Việt thì ngày càng Mỹ hóa và tiếng Việt trở thành ngôn ngữ thứ hai của chính con em mình. Vì thế để truyền đạt Giáo lý Phật Đà cho giới trẻ ngày nay, Đạo Phật Việt Nam dù muốn hay không vẫn phải dùng tiếng Anh để truyền đạt và nuôi dưỡng những thế hệ kế thừa và cho những người bản xứ.

Trong những nỗi niềm thao thức ấy, Thầy Thích Thiện Duyên, trụ trì Chùa Kim Quang, Sacramento, đã đứng ra tổ chức dưới sự đồng thuận và động viên của Hòa Thượng Thích Minh Đạt, viện chủ Chùa Quang Nghiêm, Stockton, CA. Thầy Trụ trì đã ủy thác cho GĐPT Kim Quang đứng ra điều hành ba ngày Tu Học cho Giới Trẻ và GĐPT Bắc California bằng song ngữ, mà ngôn ngữ chính cho những buổi pháp đàm là Anh ngữ. Đây có thể nói là lần đầu tiên tổ chức GĐPT Bắc California có được ân huệ này mà các em ai ai cũng thích.

Buổi tu học này được sự chứng minh, giảng dạy và tham dự của các bậc Chư Tôn Thiền Đức như Hòa thượng Thích Minh Đạt, Thượng Tọa

Thích Định Quang, T.T. Thích Từ Lực, T.T. Thích Minh Thiện, Đ.Đ. Thích Thiện Duyên, Đ.Đ. Thích Thiện Nhơn, Đ.Đ. Thích Đạo Quảng, Đ.Đ. Thích Đạo Chí và Đ.Đ. Thích Tín Chánh. Trong ba ngày tu học, có tất cả 110 huynh trưởng, đoàn sinh và giới trẻ ghi danh tham dự. Đây là một con số rất khiêm tốn nhưng đối với Ban tổ chức thì cũng khá đủ cho một khóa tu học bằng Anh ngữ lần đầu tiên. Ngoài bốn Khóa chính thật hấp dẫn như:

Khóa 1: How to maintain Buddhist practices in our daily life? / Làm thế nào để duy trì việc thực hành Đạo Phật trong cuộc sống hàng ngày? (Thầy Thích Từ Lực/ Thầy Thích Đạo Quảng)

Khóa 2: How to live a simple life in this society and in harmony with others? / Làm thế nào để có một cuộc sống giản dị trong xã hội này và sống hòa hợp với mọi người? (Thầy Thích Minh Thiện/ Thích Thiện Duyên/ Thích Từ Lực/ Thích Đạo Quảng)

Khóa 3: How to transform your performance productively at school and/or at work and how to cultivate positive thinking/self-image and self-esteem/confident to succeed in life? / Làm thế nào để chuyển đổi việc học/việc làm của bạn ngày càng hiệu quả hơn? Và làm thế nào để nuôi dưỡng những suy nghĩ tích cực/về bản thân mình và tự tin để thành công trong cuộc sống? (Thầy Thích Từ Lực/ Thầy Thích Minh Thiện)

Khóa 4: How to become a better Buddhist or Buddhist Youth Member? /Làm thế nào để trở thành một người Phật tử hoặc một đoàn sinh GĐPT tốt? (Thầy Thích Đạo Quảng/ Thầy Thích Thiện Duyên)

Có lẽ thời khóa tối thứ Sáu (Giới thiệu chư Tôn Đức/Giải đáp thắc mắc liên quan đến đạo Phật/ Introducing the Masters/Panel discussion/ Questions-answers regarding Buddhism) thật sôi nổi nhưng an lạc, thực tiễn và cần thiết đó là: Trả lời những câu hỏi của các huynh trưởng trẻ và đoàn sinh; những câu hỏi sau đây được lần lượt trả lời.

1.Các em có những thắc mắc về Gay Marriage, Evolution, Euthanasia (mercy-killing), legalize marijuana…. How should we handle these kinds of questions? Làm sao để giải tỏa những câu hỏi này?

2.What's the correlation between Buddha and Jesus? Sự tương quan giữa Phật và Chúa?

3.Why are the Westerners view Buddhism is a philosophy, not a religion? Vì sao người Tây phương nhìn Phật Giáo như một triết lý sống, thay vì là một tôn giáo?

4.My friends often asked me: "What's Buddhism?" How can I answer that question in 1 minute? Bạn của con thường hay hỏi con "Đạo Phật là gì?" Con nên trả lời như thế nào trong 1 phút?

5.How does Buddhism involve in our society (USA)? Đạo Phật gần gũi và đóng góp như thế nào vào xã hội này?

6.In Buddhism, we are taught to be equal, why do nuns and monks are treated differently? Đạo Phật luôn tôn trọng sự bình đẳng, tại sao lại có sự đối xử khác biệt với chư Tăng và chư Ni?

7.What should a Buddhist do when he/she sees a fight or injustice? Người Phật Tử nên làm gì khi thấy sự bất công?

8.How does Buddhism relate/feel about other religions such as Christianity, Catholics, Hinduism, and Islam? Đạo Phật nghĩ thế nào về những tôn giáo khác, như Thiên Chúa Giáo, Ấn Độ Giáo, Hồi Giáo?

Tất cả các tham dự viên đều được nghe những câu trả lời thỏa đáng, ai ai cũng hoan hỷ và được cảm giác lợi lạc tràn đầy. Thật là một sự bất ngờ và cố gắng vượt bậc của tất cả quý Thầy, trong đó có Hòa thượng chứng minh khi Thầy trả lời bằng tiếng Anh lưu loát (perfect English) sự khác biệt giữa các tôn giáo Bạn và Đạo Phật. Ngài nói bằng tiếng Anh thật chuẩn: "In other religions, you can't ever never become their God, but in Buddhism, you can become the Buddha." Tất cả quý Thầy, ai ai cũng nhấn mạnh "thực hành, thực hành, và thực hành" vì nền tảng căn bản của đạo Phật là để hành trì, chứ không phải chỉ để tin. (Buddhism is the religion to practice, not the religion to believe in.)

Chúng tôi như những đứa con khát sữa, những bài pháp và những lần hàn huyên cùng quý Thầy như là những cơn mưa pháp tưới tẩm những hạt giống Bồ đề, hiểu biết và thương yêu trong mỗi người con Phật. Từ những bài pháp thoại ngắn ban mai (word of wisdoms) đến những buổi pháp đàm, quý Thầy đều nỗ lực hết sức mình. Thầy Minh Đạt thật uyên thâm mà dung hòa. Thầy Định Quang đã âm thầm dạy bài pháp tuyệt vời - thân giáo. Đẹp làm sao khi thầy Từ Lực dí dỏm mà tha thiết, hài hòa và cởi mở. Thầy Minh Thiện chia sẻ tinh thần lục hòa trong phong trào phát động chương trình phục vụ thức ăn cho những người vô gia cư từ hơn 12 năm qua. Thầy Thiện Duyên, cố vấn giáo hạnh GĐPT Kim Quang, người gần gũi và thương yêu tuổi trẻ. Thầy Thiện Nhơn thì luôn luôn tươi cười và hoan hỷ. Thầy Đạo Chí là người có trái tim, con mắt và bàn tay nghệ thuật. Ngay khi Thầy diễn đạt bằng tiếng Anh, dù là "broken English" cũng vẫn đầy tính nghệ thuật. Cuối cùng là Thầy Đạo Quảng, một vị Thầy mà chúng tôi đã có cơ duyên làm việc và học hỏi gần 6 tháng trước khi Khóa tu học này được diễn ra. Thầy thật dễ thương, đa dạng và practical-yet-down-to-earth. Thầy là người đến trước Khóa tu học ba ngày và về trễ nhất. À thì ra, người "đến sớm về trễ." Người mà có lần tôi đã cảm tác về thầy: "Giọt nắng long lanh, nhiệm mầu tượng đá. Thầy về hay đi, hạt mưa lung linh."

Lại một ấn tượng đẹp nữa là đêm Trà đàm. Có một lần tôi đã nghe: "Trước khi là Tu sĩ, quý Thầy đã là những nhà thơ", và tôi tin điều đó vì các Thầy đều đang làm nghệ thuật, mà nói đến nghệ thuật là nói đến cái hay cái đẹp. Nghệ thuật bắt đầu từ cảm xúc, rồi sáng tạo để rồi được thưởng ngoạn và lưu truyền. Trong đêm Trà đàm, những gì cần nói cũng được nói, những gì muốn hát cũng được hát, những gì phải chia sẻ cũng được chia sẻ. Thật là một bầu không khí thiền vị và chan hòa, đã ấm lòng bao trà giả. Văng vẳng tiếng hát của anh Nhật Quang Đạo qua bài: "Một đời người, một rừng cây" của Trần Long Ẩn:

"Chân lý thuộc về mọi người, không chịu sống đời nhỏ nhoi.
Xin hát về bạn bè tôi, những người sống vì mọi người..."

Còn đây tiếng hát thanh trầm đầy đạo vị. Phải chăng đây cũng là tiếng nấc tự đáy lòng về Tổ chức GĐPT Việt Nam hay của Phật Giáo Hải Ngoại của Thầy Thích Đạo Quảng qua bài Tiến Thoái Lưỡng Nan của cố Nhạc sỹ Trịnh Công Sơn...

"Tiến thoái lưỡng nan đi về lận đận.
Ngày xưa lận đận không biết về đâu!
Về đâu cuối ngõ? Về đâu cuối trời?
Xa xăm tôi ngồi tôi tìm giấc mơ
Xa xăm tôi ngồi tôi tìm lại tôi...
Tiến thoái lưỡng nan đi về lận đận
Ngày nay lận đận, là... giọt hư không!"

Hoằng pháp bằng tiếng Anh trong cộng đồng người Việt hải ngoại, nhất là cho giới trẻ Phật tử Việt Nam và người bản xứ có lẽ là bước đầu cần thiết để có những sinh hoạt hoằng dương Chánh Pháp đáng kể trong mạng mạch của sự truyền bá Đạo Phật. Một sự chuyển mình thiết thực cần sự quan tâm, nuôi dưỡng và un đúc từ hàng Chư Tôn Giáo Phẩm cho đến tổ chức GĐPT và những ai đang quan tâm cho tương lai Phật Giáo tại hải ngoại. Xin mượn nội dung email của chị trưởng Nguyên Nhơn để tóm lược ba ngày tu học này. Riêng tôi, tôi ước chi Bạn đã được dự phần! Hy vọng, chúng ta sẽ được hội ngộ trong những năm tháng tới.

"A Di Đà Phật,

Kính bạch quý Thầy,

Chúng con xin được thành kính cám ơn quý Thầy đã bỏ rất nhiều thì giờ để giúp chúng con tổ chức và chuẩn bị, cũng như đã có mặt để trực tiếp hướng dẫn cho Khóa Tu vừa qua.

Chúng con rất vui để thông báo với quý Thầy là kết quả ngoài sự dự đoán của chúng con. Đây là cảm tưởng chung chung của tất cả (qua phiếu tham khảo ý kiến):

1. Các em rất thích và thấy vui là đã quyết định tham dự mặc dù có lưỡng lự lúc đầu.

2. Các em sẽ tiếp tục tham dự các khóa tu tương tự và sẽ giới thiệu với bạn bè mình.

3. Các em hiểu được giá trị của việc thực tập.

4. Các em nhận được từ quý Thầy một cố gắng vượt bực trong việc tiếp cận giới trẻ. Điều này đã nói lên được sự tha thiết của quý Thầy đối với các em về việc tu học và thực tập.

Một lần nữa chúng con xin được tri ân quý Thầy.

Cầu chúc quý Thầy được mọi thời an lành.

Con,

Ngô Thị Thu"

Phải chăng *"Xa xăm tôi ngồi tôi tìm lại tôi"*… hãy lắng lòng và quán chiếu, mình sẽ tìm cái "tôi" như là (as-is) hay cái tôi của "duy ngã độc tôn"? Rồi có *"Tiến thoái lưỡng nan… đi về lận đận. Ngày nay lận đận, là giọt… hư không!"* thì hãy nỗ lực tìm cái thường trong vô thường vậy.

Một ngày không bị *"ngũ ấm xí thạnh khổ."*

NHẬT KÝ GIÁO DƯỠNG TUỔI TRẺ: TỨ TẤT ĐÀN, MỘT PHƯƠNG PHÁP GIÁO DỤC TRONG PHẬT GIÁO

Trước tiên, sứ mệnh và mục đích của giáo dục luôn thay đổi theo không gian, thời gian và niềm tin của mỗi người. Nhưng quan trọng hơn, cần phải xác định "Học để làm gì?" Theo Tổ chức Giáo dục, Khoa học và Văn hóa của Liên Hiệp Quốc (United Nations Educational, Scientific and Cultural Organization - UNESCO), có Bốn trụ cột trong việc học (The Four Pillars of Learning). Học để biết; Học để làm; Học để tự khẳng định chính mình/học để làm người; và Học để cùng chung sống.

"Mục đích chính trong trường học tại Hoa Kỳ là để cung cấp cho sự phát triển tiềm năng trọn vẹn của từng học sinh để sống đạo đức, sáng tạo, và có hiệu quả trong một xã hội dân chủ." (The main purpose of the American school is to provide for the fullest possible development of each learner for living morally, creatively, and productively in a democratic society.) Đã có thời triết lý giáo dục Việt Nam được đặt trên nền tảng: nhân bản, dân tộc và khai phóng. Hiện nay thì khó xác định nền tảng Giáo dục Việt Nam của chúng ta đang đặt ở đâu. Riêng trong Phật Giáo, thiển ý của chúng tôi là sứ mệnh và mục đích tối hậu vẫn là

"Tự giác, giác tha, giác hạnh viên mãn." Nói cách khác là: Tự mình tìm ra chân lý, giúp người thấy ra chân lý, và tất cả đều giác ngộ ra sự thật/chân lý. Còn tổ chức Gia Đình Phật Tử thì lấy Bi-Trí-Dũng làm nên tảng. Ngoài Đức dục, trí dục, và thể dục, chủng tử và huân tập là những phương tiện thiện xảo để giáo dục tuổi trẻ ngày nay. Tuy nhiên chúng tôi muốn đề cập đến Tứ Tất Đàn trong Giáo dục Phật Giáo.

Theo Hòa thượng Thích Thái Hòa, trong bài Tứ Tất Đàn Và Sự Ứng Dụng Trong Cuộc Sống, Thầy giải thích như sau:

Tứ Tất Đàn, tiếng Phạn là catvari siddhanta; catvari có nghĩa là tứ và siddhanta phiên âm là tất đàn, có khi còn được phiên âm là "Tất Đàm", và dịch là "Tác Thành Tựu", có nghĩa là làm cho công việc thuyết pháp của Đức Phật được thành tựu. Chữ siddhanta, Hán dịch là "thành tựu", nghĩa là nhờ dựa vào bốn phương pháp này, mà Đức Phật thuyết pháp và thành tựu được sự nghiệp hoằng hóa, giáo hóa chúng sinh, đưa chúng sinh từ mê lầm đến giác ngộ, từ sinh tử đến Niết Bàn, từ phàm lên Thánh, từ mê lầm đến sự hiểu biết cao thượng.

Nội dung Tứ tất đàn gồm có: 1. Thế giới tất đàn; 2. Vị nhân tất đàn; 3. Đối trị tất đàn; và 4. Đệ nhất nghĩa tất đàn. Đây là bốn phương pháp mà Đức Phật đã tùy duyên và bất biến, giảng dạy và thành tựu viên mãn mà chúng ta có thể áp dụng ngày nay. Vì tính chất tùy duyên trong đạo Phật, chúng ta cũng tùy duyên sinh hoạt, giảng dạy, và hoằng Pháp cho thế hệ kế thừa những phép sau:

1) Thế giới tất đàn: Vì sự an lạc và hạnh phúc của chúng sanh, đức Phật đã dùng phương tiện tùy thuận chúng sinh mà thuyết pháp và giảng dạy.

2) Vị nhân tất đàn: Ngài vì tùy vào căn cơ trình độ cao hay thấp, tâm lý, chủng tử của mỗi người mà dùng phương tiện này, phương tiện khác để họ dễ tiếp thu, mau tiến hóa hầu sống hài hòa an lạc.

3) Đối trị tất đàn: Ngài vì tùy thuận chỗ mê lầm và tâm bệnh của chúng sinh mà nói Pháp đối trị, như một vị bác sỹ giỏi tùy bệnh cho thuốc để

hồi phục.

4) Đệ nhất nghĩa tất đàn: Khác với 3 tất đàn trước chỉ là phương tiện, thì Đệ nhất nghĩa tất đàn là cứu cánh và là mục đích giáo dục của đạo Phật. Khi đức Phật thấy cơ duyên của chúng sinh đã thuần thục Ngài không dùng phép tương đối mà khai thị con đường Trung đạo và Nhị đế (hai sự thật), thật tướng của các Pháp, để thuyết thật tướng của vạn pháp cho chúng sanh sớm giác ngộ.

Như huynh trưởng Tâm Minh Vương Thúy Nga chia sẻ, "Đây là nét đặc sắc của Giáo dục Phật Giáo nói chung hay giáo dục của đức Thế Tôn nói riêng. Trong mỗi thời Pháp của đức Thế tôn lúc còn tại thế, Ngài thường vận dụng 4 tiêu chuẩn hay 4 nguyên tắc để trình bày một vấn đề (một sự thật, một chân lý…)"

Hòa thượng Thích Thái Hòa còn căn dặn:

"Quý vị phải biết rằng, trong Thế gian tất đàn có Đệ nhất nghĩa tất đàn, nên nói theo thế gian mà không sai với chính nghĩa; nói thuận theo thế gian mà không sai với Niết bàn; ở trong sinh tử mà không sai với Niết bàn giải thoát.

"Cũng vậy, trong Vị nhân tất đàn có Đệ nhất nghĩa tất đàn, trong Đối trị tất đàn có Đệ nhất nghĩa tất đàn.

"Chúng ta phải tùy căn cơ, tùy từng hoàn cảnh của con người, từng hoàn cảnh xã hội mà giáo hóa, chúng ta tùy thuận mà không tùy thuộc. Vì sao? Vì trong Đối trị tất đàn, trong Vị nhân tất đàn, trong Thế gian tất đàn, mỗi cái đều có Đệ nhất nghĩa tất đàn. Cho nên, trong cái tùy duyên có tính chất bất biến bên trong."

Đây là điều mà các anh/chị/em cần phải học tập, chiêm nghiệm để có thể hành đạo ở bất cứ nơi đâu, bất cứ lúc nào.

Nói tóm lại, Tứ tất đàn là bốn phương tiện thiện xảo trong giáo dục mà Đức Từ phụ Thích Ca Mâu Ni đã thực hành và giảng dạy. Theo gót chân Ngài, chúng ta cũng nên tùy theo căn cơ trình độ và bối cảnh xã hội khác của đoàn sinh / học sinh / đối tượng v.v… để thích nghi làm lợi lạc cho quần sanh và xã hội. Tuy nhiên, chúng ta cần phải nhớ rằng mục đích sự ra đời của Đức từ phụ vẫn là mang lại sự giác ngộ và giải thoát cho tất cả chúng sanh. Mà muốn thành tựu được sự giác ngộ giải thoát này, chúng sanh, mà nhất là chúng ta, cần phải huân tập, tu dưỡng và chuyển hóa thân lẫn tâm, từ khổ đau thành cuộc sống an vui, hạnh phúc, thanh thản cho mình và cho người, ngay bây giờ và cho cả tương lai.

Tài Liệu Tham Khảo/References:

1. Tâm Minh Vương Thuý Nga, Phương Pháp Truyền Đạt Trong Giáo Dục Phật Giáo Và Trong Môi Trường GĐPT, Trang nhà Thư Viện Hoa Sen. http://thuvienhoasen.org/a17351/phuong-phap-truyen-dat-trong-giao-duc-phat-giao-va-trong-moi-truong-gdpt

2. Thích Hạnh Bình, Đạo Phật Xưa Và Nay, Trang nhà Quảng Đức. http://quangduc.com/a42869/2-dac-tinh-giao-duc-cua-phat-giao

3. Thích Thái Hòa, Tứ Tất Đàn Và Sự Ứng Dụng Trong Cuộc Sống, Trang nhà Thư Viện Hoa Sen.

PHƯƠNG THỨC GIÁO DỤC
TUỔI TRẺ PHẬT GIÁO:
HÃY GIEO BA HẠT GIỐNG LÀNH

"Give me a lever long enough and a fulcrum on which to place it, and I shall move the world". Archimedes.

Tạm dịch theo quan điểm Phật giáo:

"Hãy cho tôi một điểm tựa tâm linh và đầy đủ phương tiện, tôi sẽ di chuyển thế giới này..."

Hơn bao giờ hết tuổi trẻ cần được dìu dắt về mọi mặt, nhất là về cuộc sống tâm linh. Vì đó là nền tảng đạo đức, phẩm chất giá trị của con người, và sự phát triển theo chiều hướng tốt của xã hội. Phật giáo là một tôn giáo lớn, đã, đang và sẽ góp phần không nhỏ cho sự hòa bình, hưng thịnh, nhân cách con người và Mẹ trái đất. Trong kinh điển Phật giáo, chúng ta thường được nghe những cụm từ "ba" chữ đi liền với nhau như: Phật-Pháp-Tăng (Ba Ngôi Báu); Giới-Định-Tuệ (Tam Vô Lậu Học); Tín-Hạnh-Nguyện; Văn-Tư-Tu; Bi-Trí-Dũng; Hòa-Tin-Vui v.v… những con số "3" trong Phật giáo có thể xem như là "sự vận hành"; là phương thức để "hành trì"; công phu để "tu tập";

đó chính là nền tảng "huân tu" trong lãnh vực giáo dục của Phật giáo.

Chúng ta, "nói riêng" có thể tùy nghi chọn bất kì một cụm từ nào để làm nền tảng huân tu cho chính bản thân mình, rồi từ đó chúng ta mang "phương pháp thực tiễn này / this practical way" vào trong xã hội đương thời. Trong kinh điển của Phật giáo, nền tảng cho sự giáo dục đạo đức con người để đi đến tiến trình giải thoát chính là Giới-Định-Tuệ. Trong bài tham luận của thầy Thích Quang Thạnh với chủ đề "Phật Hóa Gia Đình & Đạo Đức Xã Hội" tại Hội thảo Hướng dẫn Phật tử Toàn quốc năm 2011 tại Đà Nẵng, Thầy đã nhấn mạnh rằng: "Phương thức Giáo dục Tuổi trẻ Phật Giáo trong thời Hội nhập" sẽ mở ra một chân trời mới, để trợ giúp cho Thanh-Thiếu-Niên luôn có một trái tim đầy nhiệt huyết, thấm đượm được giá trị "Tài-Đức-Trí" của một người hoàn thiện. Sắc thái của bài tham luận này là "Giáo dục Tâm lý" và "Giáo dục Phật giáo", trong đó Thầy khẳng định lấy Giới-Định-Tuệ làm nền tảng cho sự giáo dục trong đạo Phật.

Ở đây, chúng tôi xin nêu ra "ba hạt giống" hay "ba phương thức" chính yếu để làm nền giáo dục tuổi trẻ Phật giáo ngày nay.

I. Xây dựng (Build):

Phải đặt một nền tảng Phật giáo vững chắc và thực hành giá trị cốt lõi. (Lay a solid foundation and practice its core values.)

Hãy chọn bất cứ giá trị nào trong các pháp môn như: Tam Quy-Ngũ Giới; Tứ Vô Lượng Tâm (Từ-Bi-Hỷ-Xả); Bát Chánh Đạo; Tứ Nhiếp Pháp; Lục độ; v.v... mà "HÀNH TRÌ", thì đó mới là nền tảng vững chắc. Sự thánh thiện này sẽ mở cửa cho một nền giáo dục nhân bản, hoàn thiện và thích đáng hơn.

Hãy tạo một môi trường tốt cho tuổi trẻ. Tuổi trẻ cần có những "sân chơi" hay "điểm đến" lành mạnh. Tổ chức GĐPT là một ví dụ. Trong tổ chức GĐPT, sự giáo dục được đặt trên nền tảng chủng tử và huân tập. Ngoài ra, Đạo Phật Ứng Dụng (Engaged Buddhism) - đã nêu ra phương thức giáo dục và ứng dụng rất hữu hiệu và thực tiễn. Nói chung, nếu chúng ta có một nền tảng bất thối chuyển; một điểm tựa vững chắc; thì chúng ta sẽ có một tương lai rạng ngời, một hướng đi mới, một môi trường sinh hoạt lành mạnh cho giới trẻ. Và cứ thế, chúng ta tiếp tục vận hành sự TU HỌC và HÀNH TRÌ những giá trị cốt lõi đạo đức đó, thì nền tảng giáo dục của Phật giáo cho tuổi trẻ ngày càng thêm vững mạnh.

II. Chuyển hóa (Transform):

Thay đổi cái nhìn (perception) của mình. (Metanoia - A shift of Mind. Be innovative!)

Trong kinh Pháp Cú có dạy: "Tâm dẫn đầu các pháp, Tâm tạo tác...", ngày nay các nhà nghiên cứu về giáo dục như Peter Senge nhấn mạnh: "Sự phát triển trong việc giáo dục bắt nguồn từ sự chuyển hóa tâm thức" (Senge 2000). Ngài Dalai Lama trong cuốn sách Nghệ Thuật của Hạnh phúc (The Art of Happiness) có chia sẻ "chỉ đổi cách nhìn của mình không thôi cũng đủ làm cuộc sống nhẹ nhàng và an vui hơn".

Tuổi trẻ như một tờ giấy trắng, nên phải tạo cơ hội và huân tập tuổi trẻ những cách nhìn đúng đắn nhằm chuyển hóa cách nhìn, cách suy nghĩ và hành động của giới trẻ. Albert Einstein có nói: "Only a life lived for others is a life worthwhile." (Cuộc sống vì người khác là cuộc sống xứng đáng nhất.) "Mình phải chuyển đổi các em từ lối suy nghĩ vị kỷ đến vị tha, từ cái hẹp hòi, chỉ biết cho chính mình trong cái 'tôi, cái của tôi', v.v... thành 'cái của chung, cái của chúng ta và của tất cả'. Dạy các em phải nhận thức rằng, tự lợi lợi tha, tự giác và giác tha để cuối cùng được giác hạnh viên mãn." Thêm vào đó, trong thuyết Đầy tớ Lãnh đạo (Servant Leadership), phục vụ nhân sinh là nền tảng của lãnh đạo (Greenleaf, 1977). Trong Phật giáo, đức Phật dạy: "Phụng sự chúng sanh là cúng dường Chư Phật", tạm dịch "Service to all sentient beings is honoring to the Buddhas." Tổ Bách Trượng dạy: "Nhất nhật bất tác, nhất nhật bất thực" nghĩa là "Một ngày không làm, một ngày không ăn." Vì thế, ai trong chúng ta cũng phải tự chuyển hóa chính mình trước qua tư tưởng, suy nghĩ, lời nói và hành động của chính mình. Có thể là những việc làm thiết thực trong việc phục vụ nhân sinh và xã hội như giúp đỡ những người bệnh tật, giúp giảm các nạn nghèo đói, làm giảm đi bất công xã hội, giảm bớt ô nhiễm môi sinh, chăm lo người già, hướng dẫn thiếu nhi học tập đạo đức v.v... Đó là sắc thái của sự lãnh đạo và giáo dục thực tiễn có hiệu quả.

III. Hành động (Act):

Đặt ý tưởng vào hành động. (Put the ideas into practices.)

Ai trong chúng ta, từ cá nhân đến tổ chức, cũng đều có những ý tưởng, ý kiến hay và đẹp. Những ý kiến này cần được dung hòa, khai triển, rồi đưa vào thực tập. Sự thí nghiệm nào cũng là bước đầu cho sự tiến bộ của nhân loại nên đạo Phật của chúng ta có phương thức "tùy duyên, bất biến" là vậy! Ví dụ: khi thấy những nơi khác có tổ chức các khóa tu học, hội thảo, khóa niệm Phật, thiền hành, v.v... được thành công, thì mình cũng nên học hỏi và mang về thử nghiệm, hòa nhập ở bối cảnh địa phương của mình nếu có thể. Chắc hẳn, sau vài lần tổ chức, những kinh nghiệm đó sẽ được cải tiến và giàu mạnh thêm. Các nhà sinh vật học gọi đó là adaptation or evolution. Nói một cách khác là: Thực hiện, nhận hiệu suất/chỉ trích, và sửa đổi cho tốt hơn (Performance, Feedback, and Revision).

Hai ví dụ dưới đây là điển hình:

Về phần tu học cho tuổi trẻ: Ở trong nước, có những buổi Hội Trại Tuổi Trẻ và Cuộc Sống do thầy Thích Nhật Từ đề xướng được rất nhiều lợi lạc và thành công. Những buổi hội thảo và những trại vui chơi, huấn luyện như vậy rất cần thiết để tạo một nền tảng đạo đức và huân tập những đức tính tốt cho tuổi trẻ. Ở Hải ngoại, sự tiên phong tổ chức trại Tu Học của GĐPT Miền Tịnh Khiết ở Tu viện Mộc Lan, Mississippi năm 2011 là một thành công lớn cho tuổi trẻ GĐPT.

Tu học đại chúng: Ở trong nước, có những khóa học ở chùa Hoằng

Pháp, Tu viện Viên Chiếu, Tu viện Trúc Lâm, v.v... rất thành công cho đại chúng. Ở Hải ngoại, GHPGVN TN HK thấy sự thành công từ các khóa Tu học tại Âu Châu và Úc Đại Lợi, nên đã phối hợp cùng Canada tổ chức khóa Tu học lần đầu tiên tại Bắc Mỹ năm 2011 và đạt được nhiều thành quả tốt đẹp. Mặc dù địa dư và bối cảnh ở Bắc Mỹ rất khác so với Úc hoặc Âu Châu, nhưng chắc chắn sau vài lần tổ chức Giáo hội sẽ đạt được thành công mỹ mãn. Nếu chúng ta đều có bản lĩnh tốt để thực hiện những ý tưởng đó, không sớm thì muộn cũng sẽ được đơm hoa kết trái.

Tóm lại, tuổi trẻ là tuổi đầy nhiệt huyết và cần sự nâng đỡ của người lớn, hầu góp phần phát triển nhân cách và đạo đức. Ba hạt giống căn bản tích cực cho tuổi trẻ là: (1) Xây dựng - Phải đặt một nền tảng giáo dục Phật giáo vững chắc và thực hành những giá trị cốt lõi. (2) Chuyển hóa - Thay đổi nhận thức của mình để hướng thiện và (3) Thực hành- Đặt ý tưởng vào hành động thực tiễn là những phương pháp cụ thể để triển khai những giá trị giáo dục trong Phật giáo. Bằng những giá trị cốt lõi của Phật giáo như: Bi Trí Dũng, Tam Vô Lậu Học hay phương diện Văn Tư Tu, Tài Đức Trí, v.v... chúng ta có thể gieo hạt giống lành cho tuổi trẻ Phật giáo, hầu chuyển hóa và nâng đỡ tuổi trẻ có một hướng đi thánh thiện, thành đạt và có giá trị xứng đáng trong cuộc sống để giúp mình, giúp đời và nối tiếp con đường của Phật tổ.

Tài Liệu Tham Khảo/References:

1. Peter M. Senge. *"Give Me A Lever Long Enough…. And Single-handed I Can Move the World."* *(Page 13-25.) The Jossey-Bass Reader on Educational Leadership, Jossey-Bass, San Francisco, 2000.*

2. *Shields, C. M., Edwards, M. M., & Sayani, A. (Editors). INSPIRING PRACTICE: Spirituality and Educational Leadership, Proactive Publications, Lancaster, PA., 2005.*

3. *Thích Quang Thạnh. Phương Thức Giáo Dục Tuổi Trẻ Phật Giáo trong Thời Hội Nhập. Tải xuống từ trang nhà daophatngaynay.com, ngày 7 tháng 1, 2012.*

http://www.daophatngaynay.com/vn/giao-duc/9444-Phuong-thuc-giao-duc-tuoi-tre-Phat-giao-trong-thoi-ky-hoi-nhap.html

4. Trần Trung Đạo, *Tâm Bút Trần Trung Đạo*, Tác giả xuất bản, 2005.

NHẬT KÝ GIÁO DƯỠNG TUỔI TRẺ: NGHỀ NAIL, PHƯƠNG TIỆN VÀ CỨU CÁNH CỦA NHIỀU NGƯỜI VIỆT NAM MỚI ĐẾN HOA KỲ
(5 BIỆN PHÁP GIẢM TÁC HẠI TRONG NGHỀ NAIL)

Thật là nhẹ nhõm, sạch sẽ, và có cảm giác đẹp đẽ hơn. Đó là cảm giác của tôi khi được đi làm móng chân xong. Quý Chị yêu dấu của tôi cũng như một số nữ giới mà tôi hỏi, "Xin cho cảm giác của mình khi làm nail xong". Những câu trả lời đều có hàm ý của chị Út, đó là họ cảm thấy sạch sẽ, đúng mốt (trend), hợp thời trang, tự tin hơn, quý phái và sang trọng hơn sau mỗi lần làm móng tay chân. Bài viết này nhằm tìm hiểu thêm về thực trạng nghề làm nail (chăm sóc móng tay, móng chân) tại Hoa Kỳ và chúng tôi đưa ra năm biện pháp làm giảm sự tác hại khi hành nghề nail.

Có thể nói, thực tế thường thấy trên đất Mỹ này là người Ấn Độ rất thường làm chủ tiệm xăng, người Đại Hàn làm chủ tiệm giặt ủi, còn người Việt Nam thì làm chủ tiệm nail hoặc làm nail. Đa số phụ nữ Việt Nam mới qua Hoa Kỳ đều chọn làm nghề này vì tương đối dễ dàng kiếm tiền giúp đỡ gia đình mà không cần tiếng Anh nhiều. Có lẽ ai trong chúng ta, ít nhiều đều quen biết những người đã hoặc đang làm nail. Có người trong chúng ta cũng có người thân mới qua Hoa Kỳ, đang hành nghề này, trong đó có nhiều người trẻ không thông thạo tiếng Anh.

Theo tài liệu nghiên cứu của cô Quách và đồng nghiệp làm việc tại Northern California Cancer Center đã được phát hành trong Journal of Community Health vào năm 2008 *[2], ở tiểu Bang California có 300.000 người làm thợ nail, trong đó có khoảng 59-80% là phụ nữ Việt Nam (chưa kể đàn ông?).

Theo bài nghiên cứu này, họ đã phỏng vấn 201 nhân viên Việt Nam làm móng tay trong 74 tiệm. Những người phụ nữ Việt Nam phải đối mặt với rào cản ngôn ngữ, văn hóa và xã hội để làm việc mặc cho sự an toàn và sức khỏe nguy hại của chính mình. Đa số những người làm thợ nail lo ngại về sức khỏe của mình khi tiếp xúc với hóa chất tại nơi làm việc.

Vì lợi ích của nhiều người và nhiều lần có người nhờ tôi viết về đề tài này, nên tôi trình bày những gì mình biết và trải nghiệm. Mặc dầu tôi cũng đã từng làm nail cho Mẹ, chỉ là cắt móng tay sơ sài vậy thôi, làm kiểu tài tử nên có lần tôi đã viết bài thơ dưới, khi chăm sóc móng tay của Mẹ. Bài thơ này được anh bạn Nguyên Quang phổ nhạc:

Cắt Móng Tay Cho Mẹ

cắt móng tay cho mẹ
đôi tay gầy xanh xao
bao yêu thương thuở nào
đều dành cho con cháu
bao nỗi khổ niềm đau
mẹ truân chuyên lo gánh
nuôi cho con đủ cánh
bay khắp những tầm xa
nay con mẹ một nhà
thương yêu và đùm bọc
ở mẹ con được học

từ bi sao bao la
tình mẹ dãi ngân hà
mênh mông và bất diệt
cắt móng tay cho mẹ
Pháp Hoa kinh ngân xa
Tâm Phật ở trong ta
Kim Cương kinh - tay Mẹ.

Mặc dù là vậy, nhưng làm sao tôi có thể viết về một cái nghề "khó mà dễ, dễ mà khó" này. Tôi quan niệm rằng, không ai có thể viết trung thực về nghề nail được nếu tự mình chưa bao giờ được trải nghiệm việc đi làm móng tay hoặc chân. Thế rồi, duyên cũng đến, tôi đi Florida để thăm người thân và chủ động đi tiệm nail để được làm 'chân tay nước', nhưng chỉ muốn được chăm sóc móng chân thôi, vì tay cần tự do để phỏng vấn người làm thợ làm nail. Tiệm này tương đối khang trang và mới mẻ, có tên là Amy's Nail 2. Đây là tiệm nail thứ 2 của gia đình này, chồng đang làm một tiệm nail khác và vợ đang làm tiệm nail này.

Khi vừa bước vào, ấn tượng đầu tiên là mùi khó chịu của hóa chất mà tôi cảm thấy không quen và ngột ngạt. Nhưng thầm nghĩ đây là nồi cơm, tương lai và hy vọng của rất nhiều người Việt Nam trong và ngoài nước, nên tôi tôn trọng và khắc phục để được ngồi trải nghiệm làm móng chân hầu có thể giúp ích cho số đông người làm nail bằng cách viết bài này.

Tôi vốn là nhà giáo dạy hóa học từ trường Trung học đến Đại học, nên tôi biết những hóa chất có nguy cơ độc hại này. Cô gái trẻ Jannet N., tuổi 20, đang học college ở Tampa, FL, nở nụ cười trên môi khi tiếp tôi. Trong khi chúng tôi trò chuyện, em Jannet đã tâm sự và chia sẻ nên tôi học hỏi được nhiều điều về em. Em mới có 20 tuổi thôi nhưng đã đi 'làm nail' rất nhuần nhuyễn và chuyên nghiệp. Em bảo rằng em thích đi làm hơn đi học vì học 'khó vô'. Em vừa tâm sự và vừa bỏ một chất gì đó lên chân, vì không thấy nhãn hiệu nên tôi hỏi em có biết những hóa chất này tên gì và có công hiệu thế nào không. Em lắc đầu không biết.

Theo hiểu biết của tôi thì những hóa chất thường được sử dụng trong tiệm nail bao gồm: Acetone, isopropyl alcohol (thuốc tẩy nước sơn móng), Acetonitrile (chất tháo keo dán móng giả), Ethyl methacrylate (nước làm móng giả), Formaldehyde (chất làm cứng móng), Methacrylic Acid (nước lót primer cho móng giả), Methyl Methacrylate (nước làm móng giả), Ortho-phenylphenol, Quaternary Ammonium Compounds (thuốc khử trùng), Phthalates (nước sơn móng), Toluene (nước sơn móng, keo dán móng giả), Benzoyl peroxide (Bột làm móng tay giả), Ethyl cyanoacrylate (Keo dán móng tay), v.v…

Tất cả những hóa chất này có thể xâm nhập vào cơ thể con người qua ba hình thức chính như hít thở hóa chất, thấm qua da, hoặc bị lỡ nuốt hóa chất đó. Nhưng nặng nhất là người thợ nail vì phải làm nhiều giờ trong tiệm, phải hít thở không khí không được trong lành đó. Những hóa chất này có thể gây ra các bệnh da, nhức đầu, choáng váng, nổi mề đay, phổi, nguy cơ ung thư vú v.v... Thông thường nhất là da nổi mụn; mắt, mũi, và cổ họng khó chịu; chóng mặt; và nhức đầu. Các hóa chất này cũng có thể gây ra bệnh tình nặng hơn như dị ứng da, nhức đầu, bệnh phổi, nguy cơ ung thư vú v.v.. nếu tiếp xúc hóa chất lâu năm.

Làm nail tương đối có tiền nhanh. Thợ nail đa phần nhận lương bổng theo kiểu 60/40. Thợ được 60% còn chủ được 40%. Có người được bao lương hằng tháng, và lương bổng trung bình, tùy nơi tùy tiệm, khoảng 2.500 - 4.000 đô-la mỗi tháng, tương đương với lương giáo chức như chúng tôi lúc mới vào nghề. Tuy nhiên trong số lương bổng này có khoảng một nửa chỉ trả bằng tiền mặt và một nửa trả bằng check. Ngoài ra, người thợ được nhận tiền "T" (hay tips) riêng.

Nói chung, sự chấp nhận rủi ro và trao đổi sức khỏe của mình để hành nghề nail là có thật. Lương bổng tương đối cao, nhưng sự chấp nhận rủi ro về sức khoẻ và cái nghề lương thiện này cần phải được tôn trọng và trân quý. Trong giới làm nail, có một số là đấng mày râu, trong số đó chúng tôi phục những người đã vượt qua được cái ngã, sự cố chấp, và sự tự ái để tìm thấy sự trao đổi cao cả hơn.

Tuy cũng có những điều không hay trong nghề làm nail của người Việt, như hiện tượng phá giá của chủ tiệm nail, giành giật khách hoặc thời gian rảnh rỗi, không có khách thì hơi 'nhàn cư vi bất thiện', đôi khi nhiều chuyện, thị phi, cờ bạc, v.v… nhưng đa phần những người thợ nail làm cực nhọc, hy sinh và tận tụy để lo cho mình, cho gia đình và bà con thân bằng quyến thuộc.

Cũng như bao nhiêu công nhân Việt Nam khác, thợ làm nail làm việc cần cù, chăm chỉ và khéo tay. Ở trong dịch vụ làm đẹp, họ cắt tỉa, giũa móng tay, móng chân. Thợ nail còn làm thêm việc xoa bóp những bàn tay, bàn chân của khách hàng. Họ làm cho khách hàng cảm thấy dễ chịu và đẹp thêm khi rời 'văn phòng' của mình. Họ còn thực tập những tính nết đáng quý trong đời như sự không phân biệt, ai họ cũng làm mà không từ chối. Họ kiên nhẫn lắng nghe những nỗi niềm, đôi khi là khó chịu và thiếu văn hóa, của khách hàng.

Trở lại việc làm móng chân của tôi, qua đó tôi trải nghiệm và biết được những điều khá thú vị. Cô gái Jannet N., người cho phép chúng tôi dùng hình ảnh và những lời tâm sự, bảo rằng đối với cô nghề nail có thể là một công việc tạm thời hay là một sự nghiệp. Cô hỏi tôi có lời khuyên gì không khi phải gặp phải khách hàng khó tính, nhất là những người có mùi hôi như đang hút thuốc 'bậy bạ'. Tôi bảo là làm nail, em phải có khả năng đổi cách nhìn của mình, hãy xem chính em là một vị bác sỹ đang chăm sóc cho một người cần sự giúp đỡ của em. Nếu ai đó khó chịu hay khó tính đi nữa, thì em hãy xem người khách đó là những bệnh nhân của chính em và họ đang cần sự giúp đỡ. Em hãy cố gắng giúp đỡ tận tình, em hãy thực hành câu kinh: "Sáng cho người thêm niềm vui, chiều giúp người bớt khổ." Em hãy làm việc với sự tận tụy và yêu thương của mình.

Cô bé Jannet vui vẻ chăm sóc cho móng chân của tôi, từ cắt tỉa, xoa bóp, paraffin wax, thoa lotion. Cô còn định cúi xuống mang tất (socks) lại, nhưng tôi đã từ chối vì mình có thể làm điều đó. Chúng tôi trả tiền 25 đô-la cho việc làm nail, thêm 15 đô-la tiền tip và ra về trong niềm hoan hỷ với nhau.

Sau gần 45 phút, mùi hôi của hóa chất vẫn còn đó nhưng tôi đã quen rồi và không còn cảm thấy thấy khó chịu nữa. Tuy nhiên, với kiến thức của một người dạy hóa học, tôi xin góp ý các thợ nail cần phải để phòng và bảo vệ sức khỏe cho chính mình. Sau đây là 5 biện pháp có thể giảm sự tác hại trong nghề làm nail:

1. Tạo môi trường có không khí trong lành - Giảm thiểu nguy cơ hít hóa chất

- Bảo đảm cho tiệm hoặc nơi làm việc sạch sẽ

- Ra ngoài tiệm, thở không khí trong lành sau mỗi 30 phút hoặc khi làm xong một khách hàng.

- Cần phải có hệ thống thông khí (ventilation) tốt và hệ thống hút khí gần bàn làm việc. Để không khí trong lành vào ra bằng cách mở rộng các cửa nếu được.

- Nếu những nơi lạnh hoặc nóng quá, hệ thống thông gió bình thường (HVAC: Heating, Ventilation, Air-conditioning) cần phải chạy suốt thời gian làm việc.

- Cần phải có đủ ánh sáng cho thợ.

2. Cần áp dụng những thói quen tốt - ngăn ngừa nguy cơ nuốt phải hóa chất

- Mang bao tay và áo tay dài khi làm việc

- Luôn có nhãn hiệu, đọc và làm theo đúng sự chỉ dẫn khi sử dụng hóa chất, tránh bỏ nhiều hơn sự cho phép (Nhiều không có nghĩa là tốt).

- Cất trữ những hóa chất cẩn trọng và đúng chỗ, nhớ ghi nhãn rõ ràng và đóng nút lại nếu không sử dụng.

- Thùng rác phải được đậy lại và thường xuyên đổ rác vì bông gòn có chất acetone và isopropyl alcohol.

- Phải rửa tay trước và sau khi làm cho khách hoặc sau khi sử dụng hóa chất trong tiệm.

- Không được ăn uống gần hóa chất hoặc bàn làm việc.

3. Phải sử dụng đúng loại trang bị bảo vệ cá nhân - giảm thiểu nguy cơ da bị dính hóa chất

- Mang áo tay dài, mang bao tay và sử dụng đúng loại. Ví dụ, bao tay nitrile thì tốt hơn latex hoặc vinyl. Bao tay nitrile bảo vệ chống lại chất độc trong hóa chất. Hơn nữa, nó giúp bạn phòng ngừa bụi acrylic dính lên tay và bàn tay.

- Mang áo tay dài, che mặt, v.v… khi chiết hóa chất (chia ra những chai nhỏ) hoặc khi đánh bóng, giũa móng, v.v…

4. Chọn hóa chất an toàn hơn nếu được

- Các hóa chất sơn móng tay chân chứa dibutyl phthalate, formaldehyde (chất giữ thịt, xác người, trái cây v.v… cho lâu hư), hoặc toluene nguy hiểm và độc hại hơn. Hiện đã có các nước sơn móng tay khác an toàn hơn.

- Đừng dùng hóa chất quá trọng lượng hoặc quá đậm đặc (concentrated); phải biết cách pha loãng (dilute).

5. Chọn sự lành mạnh khi về nhà

- Khi về nhà, thay quần áo liền và giặt quần áo đi làm riêng để phòng ngừa bụi và hóa chất ở tiệm mang về nhà hoặc lan qua quần áo khác, bạn phải cẩn trọng việc này.

- Không nên ôm con trong quần áo mới đi làm về.

- Bỏ việc thị phi, khó chịu, bực bội ở tiệm, không mang về nhà hoặc chia sẻ với những trẻ con.

Nói tóm lại, nghề nail là nghề nuôi sống hai ba thế hệ của người Việt

Nam. Một nghề tương đối dễ làm vì không cần học tiếng Anh nhiều, nếu chịu khó thì làm ra tiền rất nhanh. Nhưng thợ nail làm có tiền để làm gì? Hầu hết là để lại cho con, cho cháu, giúp đỡ những người thân bên nhà. Nên có thể nói họ là những người có lòng vị tha, nhân ái, biết đùm bọc và thương yêu gia đình, bà con, quê hương và giống nòi. Vì thế thợ nail cần có được sự cảm thông và nâng đỡ của cộng đồng người Việt khắp nơi. Hơn ai hết, chúng ta là người Việt Nam, cần phải học hỏi điều căn bản này là: Nếu chúng ta không thể giúp bất cứ việc gì tốt hơn, thì ít nhất là không làm gì phiền lòng hay tổn thương nhau.

Tài Liệu Tham Khảo/References:

1. Quach, T., Nguyen, K. D., Doan-Billings, P. A., Okahara, L., Fan, C., & Reynolds, P. (2008). A preliminary survey of Vietnamese nail salon workers in Alameda County, California. Journal of community health, 33(5), 336-343.

2. Bạch, Phẻ X., Cắt Móng Tay Cho Mẹ.
http://phebach.blogspot.com/2012/01/cat-mong-tay-cho-me.html

3. California Healthy Nail Salon Collaborative, Bản hướng dẫn về "Bộ Ba Độc Tố", có tại http://www.cahealthynailsalons.org/wp-content/uploads/2010/07/Toxic_Trio_Brochure_Viet.pdf

4. California Healthy Nail Salon Collaborative, "Nail Polish Wallet Guide," có tại www.cahealthynailsalons.org

5. Tài liệu hướng dẫn nơi làm việc Cal/OSHA (sắp phát hành), sẽ có tại http://www.dir.ca.gov/dosh/

6. University of Connecticut Health Center, "Tôi Có Mang... Làm Sao Để Tôi Bảo Vệ Bản Thân và Bào Thai Nếu Tôi Vẫn Tiếp Tục Làm Việc tại Tiệm Móng Tay?", có tại http://nailsalonalliance.org/nail-salon-reports/

7. U.S. Environmental Protection Agency, "Bảo Vệ Sức Khỏe Cho Nhân Viên Tiệm Móng Tay," có tại http://www.epa.gov/dfe/pubs/projects/salon/nail_salon_workers_guide_vietnamese.pdf

8. *Best Social Services Jobs, Nail Technician.*
http://money.usnews.com/careers/best-jobs/nail-technician

9. *https://en.wikipedia.org/wiki/Nail_salon*

LÃNH ĐẠO TRONG CHÁNH NIỆM
5 NGHỆ THUẬT LÃNH ĐẠO
CHO HÀNG HUYNH TRƯỞNG
(MINDFUL LEADERSHIP WITH THE
EMPHASIS ON AWARENESS PRACTICE)

**NI SƯ THÍCH NỮ THUẦN TUỆ
& HTR. TÂM THƯỜNG ĐỊNH**

Đây là lời dẫn của Ni Sư Thích Nữ Thuần Tuệ và Ni Sư đã hoan hỷ cho phép in trong tập sách này.

"Bài nói chuyện này được trao đổi trong kỳ trại Huấn luyện A Dục năm 2015.

Lãnh đạo là một nghệ thuật. Lãnh đạo trong chánh niệm là sự tu tập. Lãnh đạo chính mình là sự xoay về tự thân.

Người đứng trên là người cần phải thấp mình. Hướng dẫn người lại chính là thuận theo ý người, lấy ý người làm ý mình, lấy lợi ích người làm tâm nguyện mình. Người anh chị trưởng sống cho đàn em, vì niềm vui các em. Nói thì có vẻ quá lý tưởng, nhưng chỉ cần một tấm lòng thương yêu và bao dung, một trí sáng yên tĩnh, thì mọi con đường có thể cùng chung bước dài lâu.

Quên mình thì mới có thể vì người, lại phù hợp với lời Vô ngã Phật dạy. Nên lãnh đạo cũng chính là rèn luyện chính mình, tự tu tập và cùng thành tựu.

Lãnh đạo chính mình mới là việc khó làm và cần làm. Lãnh đạo được chính mình thì tự nhiên nói ai cũng nghe, cũng thuận. Đó là đem tâm lãnh đạo."

Chánh niệm, tiếng Pali là Sammàsati, là nhớ nghĩ chân chính, sự tỉnh giác, biết rõ các pháp một cách trọn vẹn. Chánh niệm, một trong tám chi phần quan trọng của Bát chánh đạo, vốn được xem là con đường tám lối (lanes) đưa đến sự an vui và giải thoát, là chân lý thứ 4 (Đạo đế) trong Tứ Diệu Đế.

Theo Phật giáo Nguyên Thủy, Chánh niệm là trái tim của thiền tập và sự biết rõ những gì phát sanh ngay trong mỗi giây phút của hiện tại - bây giờ và ở đây. Hay nói một cách khác, chánh niệm là sự nhận thức, biết rõ (tuệ tri) được những gì đang có mặt, đang xảy ra. Có thể nói, chánh niệm là năng lượng của sự tự chú tâm quan sát bản thân và ý thức được những gì đang diễn ra xung quanh mình và bên trong mình. Chánh niệm đưa chúng ta quay trở lại với giây phút hiện tại. Giây phút hiện tại là điều duy nhất chúng ta đang thực sự có - Bây giờ và ở đây.

Chánh niệm, theo truyền thống Phật giáo, là điều cần thiết cho sự phát triển của chánh định, là phương tiện nhận chân và bảo trì các nguyên tắc đạo đức trong cuộc sống. Chánh niệm có nhiều chức năng, chức năng đầu tiên là sự rõ biết mọi sự việc, đối tượng đang tiếp xúc trong phút hiện tại. Chức năng thứ hai là rõ biết những sanh khởi nơi tâm mình. Dần dần, Chánh niệm đưa hành giả đến Chánh định và cuối cùng là Trí huệ viên mãn.

Còn lãnh đạo, theo định nghĩa của chúng tôi là hướng dẫn người khác trong tinh thần cho đi mà không nhận lại, giúp ích cho mình và giúp người khác không có tính phân biệt. Thông thường, một nhà lãnh đạo tốt thường có ba điểm tương đồng như sau.

1. Tạo một tầm nhìn hướng thiện, có định hướng, có khả năng truyền cảm hứng trong chánh niệm và ảnh hưởng tốt đến tương lai.

2. Thúc đẩy và trao truyền định hướng và cảm hứng đó bằng sự thực tập chánh niệm cho mình và những người đồng hành với tầm nhìn lý tưởng.

3. Đem niềm vui, sự lợi lạc và an bình đến với mình và với người ngay trong hiện tại và cho cả tương lai.

Tuy nhiên khi chúng ta nói đến Lãnh đạo trong chánh niệm là nói đến sự đồng hành, đồng sự qua cách suy nghĩ, lời nói và việc lành trong sáng, hướng thiện, nhân bản, và từ tâm - làm an lạc cho mình và cho người vượt giới hạn của không gian và thời gian. Trong tinh thần trên, chúng tôi xin chia sẻ đề tài nghệ thuật LÃNH ĐẠO TRONG CHÁNH NIỆM cho người huynh trưởng trong tổ chức GĐPT nói riêng và cho các giới nói chung.

Nghệ thuật lãnh đạo này gồm có 5 điểm chính.

1. Biết lắng nghe (deep listening) và thông cảm

2. Sáng suốt trong quyết định

3. Sống hòa hợp, ít làm thương tổn người

4. Thân giáo

5. Tấm lòng người lãnh đạo

Trước tiên chữ huynh trưởng có nghĩa là người anh, người chị lớn, người đi trước, đang có trách nhiệm bảo bọc đàn em. Trách nhiệm thì cần sáng suốt và định tĩnh. Bảo bọc đàn em thì cần tình thương yêu và lòng bao dung. Hai điều này làm nên một người huynh trưởng mẫu mực. Huynh trưởng là những người đang sinh hoạt, có bổn phận, trách nhiệm và lý tưởng phục vụ cho tổ chức Áo Lam. Nói đúng hơn, huynh trưởng là những nhà lãnh đạo đang dìu dắt, hướng dẫn và un đúc đàn em cũng như có nhiệm vụ và dấn thân vào những hoạt động của đơn vị, xã hội trong nhiều lãnh vực từ văn hóa đến giáo dục. Mà lãnh đạo là cả một nghệ thuật và tấm lòng. Đây là một ví dụ điển hình.

Một lần nọ, có vị Tổng thống đang nói về khả năng lãnh đạo tại Học viện Quân đội Hoa Kỳ, ông lấy một mẫu dây trong túi ra đặt lên bàn. Ông bảo một số sinh viên lên bảng, thử đẩy sợi dây dọc cái bàn. Nhiều sinh viên khác cũng thử. Họ hầu như không tìm ra bất kỳ giải pháp nào để đẩy cụm dây ngang qua cái bàn một cách dễ dàng. Mỗi khi họ đẩy cụm dây, chúng cong lại, uốn éo và rối mù. Ai cũng thử đẩy, rồi tất cả đều lắc đầu.

Vị Tổng Thống quan sát tất cả sinh viên và cười. Ông nhấc cụm dây lên, đặt chúng trở lại đầu bàn ngay ngắn rồi lấy ngón tay trỏ kéo một đầu của các sợi dây dọc theo bàn. Tất cả các sợi dây dường như đều ngoan ngoãn hơn, đi theo ngón tay ông. Vị Tổng Thống bây giờ nhẹ nhàng bảo: "Mỗi con người như một sợi dây này. Nếu chúng ta dẫn dắt họ, họ sẽ đi theo. Nhưng nếu chúng ta cố đẩy họ, họ sẽ rối tung lên và không làm gì hết."

Để thành tựu tư cách một người huynh trưởng, chúng ta cần có sự rèn luyện chính mình bao gồm nội điển, ngũ minh pháp và tam giáo (Thân, Khẩu, Ý Giáo). Như một người không biết đường thì không thể chỉ đường. Hay một người không có tiền, thì không thể cho ai tiền. Mình không thể cho những gì mình không có. Muốn giúp người, giúp các em nhỏ, anh chị huynh trưởng trước tiên cần thành tựu chính mình.

Ai cũng muốn mình tốt, dễ thương và giỏi. Nhưng mỗi chúng ta sẽ thường tự thấy mình rất dở và nhiều chứng tật. Một huynh trưởng mà nhiều chứng tật và thiếu khả năng, thiếu tấm lòng thì đàn em ít nghe lời. Chúng ta có khả năng giả vờ như tốt, nhưng lâu ngày rồi cũng sẽ lộ ra những chứng tật.

Con đường ngắn nhất để thành tựu chính mình là con đường thực hành chánh niệm. Tâm trí chúng ta suốt ngày rong ruổi. Chánh niệm là dẫn tâm về với thấy biết hiện tại, gọi là đưa tâm về nhà. Chánh niệm là thật sự tiếp xúc với người mình đang tiếp xúc, với công việc mình đang làm. Chánh niệm là cảm nhận bằng trái tim, không nhận thức bằng tư tưởng.

Trong nghệ thuật Lãnh đạo trong chánh niệm có những chi tiết như sau.

I. BIẾT LẮNG NGHE (DEEP LISTENING) VÀ THÔNG CẢM

1. Biết im lặng

Xin hãy nghe hết câu, không phản ứng ngay, không nhảy bổ đến kết luận. Có tâm thông cảm với nỗi khó khăn của người khác. Có câu chuyện như thế này, xin được chia sẻ. "Nói Và Nghe". Nguyệt Am (Gettan) thường nói với đồ chúng của Sư rằng: "Khi anh có miệng để nói thì anh không có tai để nghe. Khi anh có tai nghe thì anh không có miệng nói, hãy suy nghĩ cẩn thận về điều này."

Biết thông cảm:

Cuộc sống thường có hai mặt, mặt nổi và mặt chìm. Mặt được phơi bày và mặt bị ẩn khuất.

Thêm một ví dụ: Có lần một người hàng xóm than phiền với một cụ già:

"Nhà bên cạnh vừa mua dàn Karaoke. Trời ơi, đứa nhỏ con gái trong nhà hát thiệt là kinh khủng, nó hát ngang như cua bò, còn thằng con trai thì gào thét đinh tai nhức óc. Nghe mệt mỏi làm sao!"

Cụ già bình thản trả lời: "Tôi cũng thấy vậy, nhưng nếu mấy đứa đó mà đi ăn nhậu chơi bời, trộm cắp phá phách làng xóm thì còn đáng lo hơn. Đúng là việc chúng nó làm, chúng ta phải chịu đựng khổ sở, nhưng dù sao như vậy cũng an toàn hơn…"

Một ví dụ khác: Trưa hôm đấy, khi các bạn nhỏ khác ở nhà trẻ đã đi ngủ, chợt cậu bé John lại gần cô giáo, thì thầm:

- Thưa cô Roberts, em có thể đi uống nước được không ạ."

(Miss Roberts, May I drink water?")

Cô Roberts lúc ấy cũng đang thiu thiu ngủ, đột nhiên bị đánh thức, nên trả lời hơi chút khó chịu.

- Được rồi (Allowed).

- Thưa cô Roberts, em có thể đi uống nước được không ạ?

Cô lại nghe John hỏi, lần này cậu nói to hơn một chút.

- Được rồi (Allowed), giọng cô Roberts đã hơi gắt lên

Lần nữa, John lại nhắc lại câu hỏi, lần này to hơn lần trước.

- Thưa cô Roberts, em có thể đi uống nước được không ạ?

Cô Roberts bực dọc gắt lên:

- Được rồi (Allowed)

Lần này, John hét to lên:

- THƯA CÔ ROBERTS, EM CÓ THỂ ĐI UỐNG NƯỚC ĐƯỢC KHÔNG Ạ?

Nghe thấy tiếng John hét, các bạn khác bỗng giật mình thức giấc, còn cô Roberts thì thực sự nổi điên lên, quát John:

- John, có phải em muốn phá cô hay không?

Cậu bé John sợ sệt trả lời:

- Dạ không, thưa cô. Chính cô bảo em nói to (aloud) lên đấy chứ ạ!

Ở câu chuyện phía trên đã có chuyện gì xảy ra? Tại sao John lại hiểu nhầm ý của cô Roberts? Lý do ở đây rất đơn giản, khi cô giáo nói "Allowed", có ý là cho phép, thì John đã nghe thành "Aloud", nên cậu bé nghĩ rằng cô giáo bảo mình nói to hơn. Trường hợp này được gọi là "Homophone", hay trong tiếng Việt của chúng ta, còn được gọi là hiện tượng đồng âm khác nghĩa. Thông thường chúng ta sẽ dựa vào văn cảnh (context) và nội dung của từ ngữ ở trước và sau (co-text) của từ đồng âm để xác định nghĩa của chúng, nhưng trong trường hợp này cậu bé chỉ được nghe duy nhất một từ nên xảy ra nhầm lẫn.

Nói chung, người lãnh đạo cần nhớ:

"Đừng muốn kiểm soát người khác".
"Đừng muốn người khác suy nghĩ như ta."
"Đừng trông cậy người khác làm cho ta hạnh phúc."

Phải hiểu rằng tốt hơn là khi chúng ta đáp ứng được những nhu cầu cấp thiết nhất, thay vì xoáy vào những điểm yếu lớn nhất của nhau. Hẳn quý vị còn nhớ câu nói bất hủ của cố tổng thống Abraham Lincoln: "I destroy my enemies when I make them my friends" / "Ta không còn kẻ thù khi ta biến họ thành bạn bè của mình."

2. Lãnh đạo là chia sẻ

Hãy lấy câu chuyện Những Cuộc Đời Được Thay Đổi này như một ví dụ: Vào năm 1921, Lewis Lawes trở thành trưởng trại tù Sing Sing, trại nổi tiếng khắc nghiệt. 20 năm sau, khi Lewis Lawes nghỉ hưu, trại trở nên nổi tiếng nhân đạo. Nhưng khi được hỏi về sự thay đổi này, ông nói tất cả đều nhờ Catherine, vợ ông.

Ai cũng ngăn cô chớ bao giờ bước chân đến đó, nhưng khi trận đấu bóng rổ đầu tiên trong tù được tổ chức, cô và 3 đứa con nhỏ cùng ngồi xuống bên những tù nhân. "Chồng tôi và tôi sẽ chăm sóc những con người này, và tôi tin chính họ sẽ chăm sóc cho tôi. Tôi không có gì để lo lắng cả."

Cô thấy có một người mù bị kết tội giết người. Nắm bàn tay anh, cô hỏi: "Anh có biết đọc chữ nổi (Braille) không?" "Chữ nổi là gì?" Và cô dạy cho anh biết đọc. Khi phát hiện có người vừa câm vừa điếc, cô học cách sử dụng ngôn ngữ người câm để dạy cho họ. Catherine được xem như bà thánh sống ở Sing Sing trong những năm từ 1921-1937.

Bà chết vì tai nạn xe hơi. Sáng hôm sau, Lewis Lawes không đi làm, người phó thay ông. Ngày tiếp, quan tài Catherine vẫn còn tại nhà, cách nhà tù khoảng 1 cây số. Người phó trại thấy đám đông tội nhân khắc khổ, dữ dằn tụ tập trước cổng chính. Trên những gương mặt là nước mắt. Ông hiểu họ thương mến Catherine vô cùng. "Thôi được, các anh hãy đi, chỉ cần tối nay các anh về điểm danh đầy đủ." Rồi ông mở cổng cho đoàn phạm nhân bước đi, không cần lính gác, suốt 1 cây số để đến ngỏ lòng yêu kính lần chót trước Catherine. Và tất cả tù nhân đã trở về trại tối đó, không thiếu một ai.

3. Không vội phán xét

Phán xét người khác chỉ là phóng ảnh của tâm. Nên biết dừng lại.

a) Bố mẹ cãi nhau, lấy câu chuyện này như một ví dụ. Bố mua con chim sáo, nhốt trong lồng, treo ngoài vườn. Mẹ mua con mèo, thả trong bếp. Trưa, chẳng hiểu thế nào, khi bố về, con sáo không còn trong lồng, con mèo của mẹ đang phơi nắng ngoài sân. Bố đổ cho con mèo. Mẹ bảo không phải. Lại cãi nhau. Bố bỏ đến cơ quan. Mẹ về bà ngoại, mang theo bé út đang thút thít khóc. Chiều, người hàng xóm mang con sáo bay lạc sang trả, nhà chỉ còn bà vú già.

b) Nồi Cơm Nhan Hồi là một ví dụ khác. Một lần Khổng Tử dẫn học trò đi du thuyết từ Lỗ sang Tề. Trong đám học trò đi với Khổng Tử có Nhan Hồi và Tử Lộ là hai học trò yêu của Khổng Tử. Trong thời Đông Chu, chiến tranh liên miên, các nước chư hầu loạn lạc, dân chúng phiêu bạc điêu linh, lầm than đói khổ… Thầy trò Khổng Tử cũng lâm vào cảnh rau cháo cầm hơi và cũng có nhiều ngày phải nhịn đói, nhịn khát. Tuy vậy, không một ai kêu than, thoái chí; tất cả đều quyết tâm theo thầy đến cùng. May mắn thay, ngày đầu tiên đến đất Tề, có một nhà hào phú từ lâu đã nghe danh Khổng Tử, nên đem biếu thầy trò một ít gạo… Khổng Tử liền phân công Tử Lộ dẫn các môn sinh vào rừng kiếm rau, còn Nhan

Hồi thì đảm nhận việc thổi cơm. Tại sao Khổng Tử lại giao cho Nhan Hồi - một đệ tử đạo cao đức trọng mà Khổng Tử đã đặt nhiều kỳ vọng nhất - phần việc nấu cơm? Bởi lẽ, trong hoàn cảnh đói kém, phân công cho Nhan Hồi việc bếp núc là hợp lý nhất.

Sau khi Tử Lộ dẫn các môn sinh vào rừng kiếm rau, Nhan Hồi thổi cơm ở nhà bếp, Khổng Tử nằm đọc sách ở nhà trên, đối diện với nhà bếp, cách một cái sân nhỏ. Đang đọc sách bỗng nghe một tiếng "cộp" từ nhà bếp vọng lên, Khổng Tử ngừng đọc, liếc mắt nhìn xuống... thấy Nhan Hồi từ từ mở vung, lấy đũa xới cơm cho vào tay và nắm lại từng nắm nhỏ... Xong, Nhan Hồi đậy vung lại, liếc mắt nhìn chung quanh... rồi từ từ đưa cơm lên miệng...

Hành động của Nhan Hồi không lọt qua đôi mắt của vị thầy tôn kính. Khổng Tử thở dài... ngửa mặt lên trời mà than rằng: "Chao ôi! Học trò nhất của ta mà lại đi ăn vụng thầy, vụng bạn, đốn mạt như thế này ư? Chao ôi! Bao nhiêu kỳ vọng ta đặt vào nó thế là tan thành mây khói!"

Sau đó, Tử Lộ cùng các môn sinh khác mang rau về... Nhan Hồi lại luộc rau... Khổng Tử vẫn nằm im đau khổ... Một lát sau rau chín. Nhan Hồi và Tử Lộ dọn cơm lên nhà trên; tất cả các môn sinh chắp tay mời Khổng Tử xơi cơm. Khổng Tử ngồi dậy và nói rằng: "Các con ơi! Chúng ta đi từ đất Lỗ sang Tề đường xa vạn dặm, thầy rất mừng vì trong hoàn cảnh loạn lạc, dãi nắng dầm mưa, đói khổ như thế này mà các con vẫn giữ được tấm lòng trong sạch, các con vẫn yêu thương đùm bọc nhau, các con vẫn một dạ theo thầy, trải qua bao nhiêu chặng đường đói cơm, khát nước... Hôm nay, ngày đầu tiên đến đất Tề, may mắn làm sao thầy trò ta lại có được bữa cơm. Bữa cơm đầu tiên trên đất Tề làm thầy chạnh lòng nhớ đến quê hương nước Lỗ. Thầy nhớ đến cha mẹ thầy... cho nên thầy muốn xới một bát cơm để cúng cha mẹ thầy, các con bảo có nên chăng?

Trừ Nhan Hồi đứng im, còn các môn sinh đều chắp tay thưa: "Dạ thưa thầy, nên ạ!"

Khổng Tử lại nói: "Nhưng không biết nồi cơm này có sạch hay không?"

Tất cả học trò không rõ ý Khổng Tử muốn nói gì nên ngơ ngác nhìn nhau. Lúc bấy giờ Nhan Hồi liền chắp tay thưa: "Dạ thưa thầy, nồi cơm này không được sạch."

Khổng Tử hỏi: "Tại sao?"

Nhan Hồi thưa: "Khi cơm chín con mở vung ra xem thử cơm đã chín đều chưa, chẳng may một cơn gió tràn vào, bồ hóng và bụi trên nhà rơi xuống làm bẩn cả nồi cơm. Con đã nhanh tay đậy vung lại nhưng không kịp. Sau đó con liền xới lớp cơm bẩn ra, định vứt đi… nhưng lại nghĩ: Cơm thì ít, anh em lại đông, nếu bỏ lớp cơm bẩn này thì vô hình trung làm mất một phần ăn, anh em hẳn phải ăn ít lại. Vì thế cho nên con đã mạn phép thầy và tất cả anh em, ăn trước phần cơm bẩn ấy, còn phần cơm sạch để dâng thầy và tất cả anh em…

"Thưa thầy, như vậy là hôm nay con đã ăn cơm rồi… bây giờ, con xin phép không ăn cơm nữa, con chỉ ăn phần rau. Và… thưa thầy, nồi cơm đã ăn trước thì không nên cúng nữa ạ!"

Nghe Nhan Hồi nói xong, Khổng Tử ngửa mặt lên trời mà than rằng: "Chao ôi! Thế ra trên đời này có những việc chính mắt mình trông thấy rành rành mà vẫn không hiểu được đúng sự thật! Chao ôi! Suýt tí nữa là Khổng Tử này trở thành kẻ hồ đồ!"

II. SÁNG SUỐT TRONG QUYẾT ĐỊNH

Người đi đầu đồng nghĩa là người gương mẫu và trí tuệ, mới có thể hướng dẫn an toàn và lợi ích. Khi tâm thường trong chánh niệm, tức ít nghĩ ngợi vẩn vơ, thực sự tiếp xúc với hoàn cảnh hiện tại thì tự thấy ra vấn đề.

Ví dụ, trong câu chuyện Đoàn người đi buôn. Đường xa nắng cháy, khát khô cả cổ không đủ nước uống. Chợt gặp đầu làng một cây đầy trái chín, vàng ươm mọng nước. Cả đoàn reo lên, trèo cây hái trái. Người trưởng đoàn ngăn lại:

- Các anh không nên ăn trái này. Nếu nó là quả lành thì ở khu dân cư này người ta đã hái sạch. Trái chín đẹp như vậy mà còn y nguyên, hẳn là không tốt.

Người trong đoàn nghe có lý, đi thẳng không hái trái.

Đoàn thương buôn khác cũng đi ngang cây này. Mọi người vội vàng hái trái ăn cho đỡ khát. Không lâu sau, cả đoàn bị trúng độc vì ăn nhầm trái độc, nằm lăn trên đất.

Người trưởng đoàn có trí tuệ, tầm nhìn xa mới có thể bảo vệ người trong đoàn được an toàn.

Đức Phật còn dạy chúng ta rằng:

1) Nêu vấn đề đúng thời. Tạo điều kiện để họ nhận ra. Người đang lúc không vui ít muốn lắng nghe (Như chuyện bà Gotami chết con, Phật không khuyên giải, ngài chỉ bảo bà đi xin hạt cải của nhà không người chết, và để tự bà thấy ra lẽ thật.)

2) Chỉ đề cập đến sự kiện, tránh giải thích hay buộc tội theo tự suy, ức đoán. Tránh cường điệu, phóng đại, thêu dệt.

3) Nói lời ôn nhu.

4) Nói vì lợi ích người nghe. Tập trung vào mặt tích cực trong giải pháp giải quyết vấn đề. Đừng phê bình mà không có đường hướng giải quyết

5) Nói với lòng từ bi, không nói với tâm giận tức.

Phật dạy: "Lại nữa, Xá Lợi Phất, dù ông theo năm phương pháp đối thoại này, vẫn còn một số người không tán đồng những điều ông nói (do sở tri chướng nơi họ)."

III. SỐNG HÒA HỢP, ÍT LÀM THƯƠNG TỔN NGƯỜI

1. Nhận ra bản ngã

Khi tâm có chánh niệm, cái ngã không có điều kiện xuất hiện. Bản ngã gây nên va chạm và đổ vỡ, vì cái ngã của ai cũng là số một, không cái ngã nào chịu đứng dưới cái ngã nào. Để bảo vệ và củng cố cái ngã mình, người ta không ngại làm tổn thương nhau. Và không phải ai cũng nhận ra mình đang làm tổn thương người khác.

Muốn sống chung hòa hợp, những cái ngã nên lui về một chút, nên nhường nhau một chút. Một trong những cách sống của chúng tôi là: "trên kính, dưới thương, ngang nhường".

2. Đúng và sai

Đừng chắc chắn trăm phần trăm là mình đúng. Đây là nguyên nhân của cãi cọ và tranh đấu. Điều đó chỉ đúng với chính mình thôi, người khác chưa chắc đã thấy như vậy. Bớt xác quyết đúng - sai sẽ bớt tranh cãi, bớt giận hờn, đổ vỡ.

Tôn trọng quan điểm của người khác. Biết rằng người khác có chỗ hợp lý của họ. Như vậy mới có thể sống chung và làm việc chung lâu dài.

Hòa thượng Trúc Lâm từng dạy: "Thường chúng ta có thói quen cho rằng cái gì mình nghĩ cũng là chân lý. Vì vậy mình nghĩ thế này, người khác nghĩ thế kia, mình liền sân giận, có khi cãi vã và đi tới ẩu đả nhau.

Hòa thượng kể: "Những năm tôi ở trên núi, thấy xa xa có cụm mây đen theo chiều gió thuận thổi đến hướng của mình, tôi cứ đinh ninh đám mây đó sẽ mưa nên dọn đồ đạc bên ngoài vô. Một hồi gió thổi tạt hướng khác, trời không mưa. Như vậy cái nghĩ của mình chưa bao giờ đúng trăm phần trăm. Chúng ta thường cho rằng mình nghĩ đúng, đó là nhân của sự tranh cãi hay nói cách khác là nhân của đấu tranh."

Trong kinh, Phật có dạy một câu thật chí lý: Người biết tôn trọng chân lý là người nghĩ điều gì thì nói: "Đây là cái nghĩ của tôi", ngang đó dừng. Nếu nói cái nghĩ của tôi đúng thì đã bậy rồi vì không tôn trọng chân lý. Chỉ thêm chữ "đúng" thì có tranh cãi.

3. Duy trì tâm an tĩnh, vui tươi.

Không thấy gì là quan trọng quá. Tập suy nghĩ theo hướng tích cực, thấy được những mặt tốt của vấn đề, những tính cách tốt của người mình đang tiếp xúc. Trân trọng những gì mình đang có, không đòi hỏi mọi việc phải luôn theo ý mình. Như vậy tự nhiên chúng ta dễ thấy lòng mình an tĩnh vui tươi, mới có thể hòa hợp, tạo nên bầu không khí an vui cho tập thể.

IV. THÂN GIÁO

Trong bài "Thân Giáo: Có thể là một giải pháp cho tất cả", chúng tôi cũng nhấn mạnh: Giáo lý của Đức Phật được đặt trên nền tảng Từ bi và Trí tuệ qua sự chứng nghiệm của Ngài. Thân giáo là bài pháp vô giá và công dụng nhất mà Ngài đã sống và truyền đạt. Thân giáo là lối hành xử trong đời sống hằng ngày. Sự tiến hóa và hòa bình của nhân loại một phần lớn là do giáo lý giác ngộ rốt ráo của Ngài. Ngày nay, Đạo Phật vẫn là những giải pháp cho nhân loại. Chúng tôi cũng đưa ra bảy phương cách thực tiễn, đó là:

1. Thiết lập một mindset (tâm/tư duy) thánh thiện.

2. Thấu rõ nguyên lý Nhân duyên, Nghiệp quả

3. Làm tốt bối cảnh quanh mình trước

4. Đồng Lợi - Lợi người lợi mình: (Mutual Respect/Benefit)

5. Có mặt cho nhau - (Presencing as in the Theory U)

6. Sức mạnh của đoàn kết (Collaboration with other organizations for sustainable change)

7. Hành giả - Be a Buddhist Practitioner.

Nhìn chung, lãnh đạo cần được sự đồng thuận, hợp tác trên nền tảng từ bi và nhân bản. Điều này chỉ có khi có lòng kính tin và thương mến. Nên người huynh trưởng cần vững vàng, có thể là chỗ nương tựa và học hỏi của đàn em.

Muốn khuyên, muốn dạy dỗ ai,
Trước tiên hãy tự sửa nơi chính mình.

Đích thân gương mẫu thực hành
Rồi sau mới dạy điều lành, điều hay!
Sửa mình quả thật khó thay!
(Kinh Pháp cú 159)

Sự tu tập bản thân, thể hiện từ hành động bản thân. Sự Hành thiện đến từ giới luật và tinh tấn, bền chí thực tập. Phật vì từ bi và nguyện lực mà thành tựu hóa độ chúng sanh.

1. Tu tập chánh niệm:

Làm việc gì biết việc đó. Ý thức việc mình đang làm. Thân đâu tâm đó.

Ví dụ:

a) Trong mỗi hành vi cử động trong ngày đều phải tự mình tỉnh thức rõ biết, như bước chân đi thì tỉnh táo nhận biết chân nào đưa trước.

b) Tâm thức duy trì tỉnh giác có thể giúp ngăn ngừa bệnh Alzheimer. Cuộc sống buông lung, thất niệm, hay quên sẽ rất khó thành tựu được bất cứ điều gì.

2. Tu tập tỉnh thức:

a) Nhận biết Tánh biết qua 6 căn: Thấy biết hiện tiền - Rõ ràng thường biết.

b) Tỉnh thức để kịp thấy ra vọng tưởng có những khuynh hướng chấp ngã và thiếu hiền thiện.

c) Tỉnh thức trong phút hiện tiền: thư giãn (relax) thân và tâm.

3. Trí tuệ và từ bi: Hai cánh giúp con chim bay.

4 Lãnh đạo chính mình:

Biết tự trọng và tạo ra sự kính trọng nơi mọi người mới có thể lãnh đạo. Người ta nghe mình do thương yêu và kính trọng chứ không chỉ vì quyền hạn.

5. Hương tỏa từ hoa:

Phải vun bồi nội lực, tu dưỡng tự thân, được như vậy thì hữu xạ tự nhiên hương.

6. Không có thành quả từ trời rơi xuống:

Thiên tài là sự tích lũy của nhiều kiếp trước hoặc trải qua nhiều năm tháng ngay trong đời này, được rèn luyện trở thành tập quán tốt đẹp.

V. TẤM LÒNG NGƯỜI LÃNH ĐẠO

Người lãnh đạo phải luôn cân nhắc: Sự thông hiểu, thương yêu, đoàn kết là quan trọng, hay đúng sai là quan trọng?

Một tín đồ người Ấn Độ đi bộ đến chùa Thánh ở Hymalaya. Đường đi thì xa xôi, đường núi vô cùng khó đi, không khí thì loãng. Ông ta tuy mang theo đồ đạc rất ít, nhưng vẫn cất bước không nổi, vừa đi vừa thở hổn hển. Ông ta đi rồi nghỉ, nghỉ rồi lại đi… không ngừng nhìn về phía trước, hy vọng mục tiêu đi đến sẽ sớm xuất hiện. Thình lình ông thấy phía trước có một bé gái chưa đầy 10 tuổi, trên lưng cõng một em bé khác đang từ từ bước từng bước về phía trước. Cô bé thở hổn hển, mồ hôi đầm đìa, nhưng hai tay vẫn quàng chặt lấy đứa trẻ trên lưng.

Tín đồ người Ấn Độ đi đến bên cô bé, rất đồng cảm nói:

- Cháu của ta, cháu cũng giống như ta, cháu nhất định mệt rồi, cháu cõng nặng quá!

Cô bé nghe xong, không vui, trả lời:

- Cái ông cõng là sức nặng, nhưng cái cháu cõng không phải là sức nặng, nó là em trai của cháu.

Người cảm thấy gánh nặng vì không có tình yêu.

Chính Tình Yêu cho ta sự nhẹ nhàng. Mọi thứ chỉ có ý nghĩa khi nó giúp cho ta sống cho một tình yêu chân chính, cho một lý tưởng rõ rệt, cho một cuộc đời có ý nghĩa.

Tình yêu nào cũng cần có sự hy sinh. Hy sinh là gánh nặng nếu tình yêu đó không thật. Thế giới sẽ hạnh phúc biết bao nếu mọi đôi vai đều biết kề nhau chung vác những trách nhiệm và bổn phận để làm cho thế giới đẹp hơn.

Trong gia đình, cộng đồng, tập thể, tôn giáo… đều cần phải như vậy.

Mọi người sẽ đi trọn kiếp nhân sinh này với "gánh nhẹ nhàng" vì có nhau, vì nhau, trong một thế giới yêu thương huynh đệ cùng chung hướng về một niềm tin cao cả.

Từ những chia sẻ trên, bài thơ này có thể là sắc thái của việc lãnh đạo cần thiết này trong tổ chức Gia đình Phật tử.

Lãnh đạo trong chánh niệm
Biết lắng nghe, thông cảm
Bình tĩnh mọi vấn đề
Sống hòa hợp để huề
Sáng suốt trong quyết định
Không sân si dua nịnh
Tứ Nhiếp Pháp luôn hành
Giữ tâm đẹp trong lành
Là lãnh đạo chánh niệm

KẾT LUẬN

Ngày nay, sự phát triển kỹ thuật và khoa học đi rất nhanh so với phát triển tâm linh. Mỗi người con Phật, dù là Huynh trưởng hay đoàn sinh, xuất gia hay tại gia, trai hay gái, già hay trẻ, trong tổ chức GĐPT hay không đều phải học và thực hành và áp dụng những lời Phật dạy một cách nghiêm túc để chuyển hóa chính ta và những người xung quanh. Chúng ta phải sửa đổi những thói hư tật xấu, những tập khí không tốt để chúng ta từng bước hướng thiện. Ngoài ra, chúng ta cần phải nhiệt thành, làm tròn trách nhiệm và chức năng của mình trong mọi hoàn cảnh khi có thể. Từ sự ý thức vai trò, bổn phận và trách nhiệm của người huynh trưởng, với tấm lòng của người đầu đàn, anh chị huynh trưởng cố thực hành chánh niệm sẽ tự mình lan tỏa năng lực, trí tuệ và từ bi hầu hướng dẫn cho đàn em ngày càng vững mạnh. Nghệ thuật lãnh đạo trong chánh niệm cũng không nằm ngoài quỹ đạo đó. Vậy chúng ta hãy bắt đầu, bạn nhé!

II. QUÊ HƯƠNG

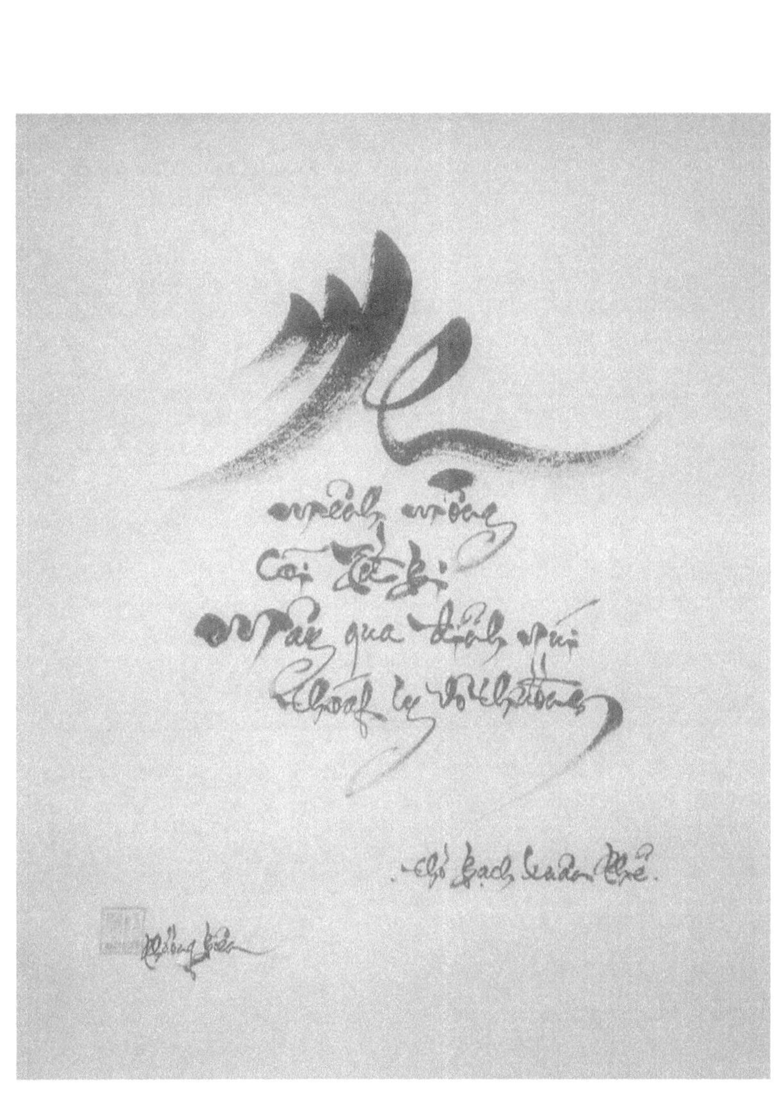

MẸ LÀ QUÊ HƯƠNG
Sơ Lược Cuộc Đời Của Mẹ

Mẹ là người đảm đang, hiền lành, nhân hậu và có cuộc sống tu tập vững vàng. Mẹ sinh ra và lớn lên ở vùng quê thanh bình, nghèo khó dọc theo biển cát trắng ngút ngàn thơ mộng, Vĩnh Hội, Phù Cát, Bình Định, trong một gia đình Nho giáo. Mẹ là người con thứ 6 trong một đại gia đình gồm 10 anh chị em. Ông Ngoại là Xã trưởng Trần Hoành và bà Ngoại là Trần Thị Nhĩ. Mẹ xuất thân từ một gia đình Nho giáo, nhưng đã được thấm nhuần tinh tuý Phật Giáo. Đại gia đình của ông Ngoại đều thọ Tam quy Ngũ giới với vị Phương trượng Chùa Linh Phong (Tục gọi là Chùa Ông Núi), ở Phù Cát, Bình Định. Từ đó, hạt giống Phật pháp đã thấm nhuần trong Mẹ qua từng lời nói, hành động, và thân giáo của người. Mẹ lúc nào cũng nhỏ nhẹ, dịu dàng, kiên nhẫn, hy sinh, và từ tốn.

Ba Mẹ gặp nhau và nên nghĩa vợ chồng đã tròn 60 năm. Ba Mẹ, có tất cả 6 chị em gái, không có con trai và xin anh Bạch Xuân Thảo làm con nuôi từ tấm bé, ngay sau đó, Mẹ mới thọ thai và sinh chúng tôi ra vào mùa Vu Lan báo hiếu, đúng ngày Rằm tháng 7 năm 1976. Hôm nay, ngày tiễn Mẹ về Tây phương Cực Lạc cũng đúng là ngày rằm, tháng 8 đúng 1 tháng sau mùa Vu Lan (Ngày này trùng hợp với ngày Supermoon, một hiện tượng hiếm hoi mà người Mỹ gọi là Good Havens.) Dường như sự ra đi của Mẹ đã được Mẹ sắp xếp cho gia đình và cho mọi người xung quanh để Mẹ an nhiên về với cõi Phật A Di Đà.

Đối với chúng con, Mẹ trên cả tuyệt vời. Mẹ là tất cả và chúng con không thể nào nói sao cho hết tình thương yêu của Ba Mẹ. Tình thương của Mẹ ngọt ngào và diệu vợi. Mẹ là dòng suối ngọt ngào, Mẹ lấp lánh ngàn sao, Mẹ là rau thơm sau hè, Mẹ là những chùm mận đỏ, Mẹ là tiếng chuông tiếng mõ, Mẹ là câu kệ bài kinh, Mẹ là Bất Khinh Bồ Tát, Mẹ là cánh đồng bát ngát, Mẹ là cảo thơm, Mẹ là bài thơ lục bát. Mẹ ơi, tình Mẹ sao mà mênh mông và dào dạt quá, chúng con làm sao dùng từ ngữ hữu hạn của thế gian mà viết hết cái vô hạn của Mẹ. Ngày Mẹ mất lòng chúng con như tan vỡ, nhưng chúng con cố giữ lòng bình thản và niệm danh hiệu Đức Phật A Di Đà để cầu nguyện cho Mẹ Vãng Sanh Cực Lạc như ước nguyện cuối đời của Mẹ.

Chúng con liễu ngộ lẽ vô thường, như mừng hơn là hàng con của con cũng bắt đầu hiểu được giáo lý Phật Đà. Sau gần 24 tiếng Mẹ mất, chúng con về nhà và dùng cơm. Trước khi ăn, chúng con nghĩ đến việc mời cơm cho Mẹ, thế là hai hàng nước mắt của con chảy xuống. Vợ con an ủi, vỗ về, nhưng người nhắc lại con cuộc đời này vốn là vô thường ra chính là Khang, thằng cháu đính tôn của Mẹ. Khang nói, "It is normal, daddy. Everyone dies, Bà Nội dies, you will die, mommy will die, and I will die too. Don't be sad." (Ba ơi, việc sống chết là bình thường. Mọi người đều chết, Bà Nội mất, Ba sẽ chết, Mẹ sẽ chết, và chính con cũng sẽ chết. Ba, đừng buồn.) Vì cuộc đời là vô thường, nên Mẹ cũng như chúng con tích cực yêu thương cuộc đời này hơn. Mẹ đã sống một cuộc đời rất đẹp và Mẹ cũng đã xả báo thân này rất đẹp.

Đến đi trăng sáng trên đầu
Thong dong tự tại nhiệm mầu Phật ngôn.

Chúng con nhận thức rằng, Mẹ vẫn luôn sống ở trong các con, các cháu, y như Thầy Nhất Hạnh thường dạy, "MOTHER, YOU CONTINUE WELL IN ME!" (Mẹ luôn còn mãi với mình). Những hoài bảo, hy vọng, tin yêu, tình thương, và hạnh nguyện của Mẹ sẽ sống mãi trong con, các cháu. Chúng con sẽ tiếp tục những gì Mẹ đã sống bằng tam giáo và để lại cho thế hệ sau. Vậy Mẹ hãy thong dong về với cõi Phật A Di Đà.

Mẹ mênh mông cõi từ bi
Mây qua đỉnh núi thoát ly vô thường
Di Đà đất Phật quê hương

Mẹ kính yêu! Ba, chúng con và đại gia đình kính ngưỡng cung kính tiễn Mẹ trong tiếng niệm A Di Đà Phật.

Nam Mô A Di Đà Phật.
Nam Mô A Di Đà Phật.
Nam Mô A Di Đà Phật.

CÕI TRỐNG NHÀ THIỀN, MINH ĐỨC TRIỀU TÂM ẢNH

Minh Đức Triều Tâm Ảnh* là một tu sỹ Phật giáo, pháp hiệu là Giới Đức. Theo truyền thống Nguyên Thuỷ, tu sỹ Phật giáo Nam Tông thường gọi là Sư. Bên cạnh là một nhà thư pháp nổi tiếng của Việt Nam, văn thơ và mỹ thuật của Người phải nói là "có một không hai". Ở đây, chúng tôi chỉ muốn cung kính giới thiệu đa phần là những bài thơ kết thúc bằng dấu chấm thang của nhà Sư mà thôi. Cõi thơ của Minh Đức Triều Tâm Ảnh đặc thù, tĩnh lặng, mênh mông và thanh thoát. Không gian thơ của Sư là sự trải nghiệm, chứng ngộ, tỉnh giác và huyễn không.

Tuy chưa đến Huyền Không Sơn Thượng lần nào, nhưng chúng tôi cũng thấy được cõi thanh tịnh phiêu bồng đó qua hình ảnh và thi ca của người. Chúng tôi cũng được cơ duyên gặp và hầu trà với Sư và Hoà thượng Viên Minh tại Thiền Viện Diệu Nhân, Rescue, CA và tại chùa Kim Quang, thủ phủ Sacramento. Con người Sư bình dị, ung dung tự tại, với nụ cười hiền lành và đôi mắt tinh anh. Sư là bậc thạch trụ già lam của Phật giáo Nguyên Thủy Việt Nam hiện thời, chỉ nghe bài Hạnh Tu của Sư thôi là chúng ta biết con người của Ngài.

Hạnh tu

nói ít, làm nhiều
Ở ăn biết đủ,
sớm chiều nhẹ thân
Công phu
giác niệm, tinh cần
Hoa hương cửa Phật,
thơm gần, thoảng xa
(Đá, rác và cỏ thơm. Tập 3, trang 8).

Âu đây cũng chính là lời dạy dỗ và nhắc nhở của Sư dành cho hàng đệ tử tại gia. Chúng ta hãy lắng nghe nhà thơ Tâm Nhiên viết ở đây để biết thêm con người và cõi tịnh - Huyền Không Sơn Thượng, *"Minh Đức Triều Tâm Ảnh lên núi cao, vào tận rừng sâu heo hút Hòn Vượn, chọn một khu đất hoang sơ rộng rãi có triền đồi, hồ nước, lập nên phong cảnh Huyền Không Sơn Thượng. Bằng con mắt thẩm mỹ, dưới bàn tay nghệ sĩ sắp đặt tài tình đã biến nơi hoang dã, thiên nhiên thành cảnh trí thanh nhã đẹp lạ lùng. Giữa khung cảnh núi rừng tịch mịch, tĩnh lặng, thấp thoáng vài mái thảo am, ẩn hiện mấy nhịp cầu ván gỗ qua hồ nước xanh ngần, phất phơ trúc biếc, thảo hoa và có lẽ đó cũng là một tác phẩm nghệ thuật tuyệt vời, ấn tượng nhất ở nơi sơn cùng thủy tận này. Hồn thơ, hồn nhạc hòa quyện cùng hồn thiêng sông núi mỹ lệ, để thi sĩ tiêu dao ngày tháng từ thuở nọ cho đến bây giờ. Thơ và hơi thở cùng chan chứa giữa lòng núi trầm sâu tĩnh lặng..."* mà chính nhà thơ Tâm Nhiên cũng thốt.

'Bước chiều phiêu lãng ngàn mây trắng
Lặng cảm điều chi quá diệu thường.'

Sự *diệu thường* ở cõi thơ của Sư là sự trải nghiệm và chứng đắc; là sự 'Hóa Ra'.

Hóa ra chỉ thở và cười
Là trăm niềm nỗi
Một đời xa bay
Hóa ra

Tỉnh thức phút giây
Là ta thấy rõ
Mặt mày chưa sinh!

Rồi Sư vẫn thong dong thẳng tay vào chợ.

Lỡ tay
Rớt xuống cuộc đời
Loay hoay số phận
Khóc cười đìu hiu
Bến sông
Còn chiếc đò chiều
Bạt ngàn sương nước
Liêu xiêu bóng người!

Kế đó thì Sư dùng tất cả các pháp làm phương tiện để giáo hóa chúng sanh, giúp tam đồ thoát khỏi khổ đau chồng chất. Sư 'Mượn chữ' làm phương tiện, như con đò đưa khách qua sông hay ngón tay chỉ mặt trăng vậy.

Rong chơi miền bụi trắng
Tờ trăng vàng
Pha lẫn khói sương xanh
Tay muốn hái
Thơ xưa rơi biển lặng
Nghe nỗi buồn
Ngôn ngữ vỡ lanh canh!

Như bao nhiêu vị cao tăng thạc đức khác, Sư luôn là những kẻ lữ hành đơn độc---đi ngược dòng để hoá độ chúng sanh trong cõi u minh--mà tâm không hề nhiễm, vẫn thong dong tự tại *quá giang* làm trọn bổn phận của bậc 'Tác như lai xứ, hành như lai sự' trong cõi tạm này.

Bóng ta
Đi lộn ngược đầu

Chân dài theo vết

Qua cầu cắt đôi

Nửa này

Cát bụi rã rời

Nửa kia

Đón chiếc mây trời

Quá giang!

(Bóng Ngược)

Và Sư vẫn lạc quan, tích cực trên con đường hoằng dương chánh pháp, để rồi, Sư thấy sự huyền diệu của Bất Nhị, như bài thơ 'Chiếc lá và giọt nước':

Xanh xanh

Chiếc lá nhân sinh

Hôm qua giọt nước

hữu tình đến chơi

Vì thương

sa mạc lòng đời

hóa vân

tình lọc

chữ đời nguồn trong!

Nguồn trong vắc đó, cái tâm trong sáng, cái tâm bồ đề bất thối chuyển đó là động lực để Sư tiếp tục thong dong hành đạo trong cuộc đời. Rồi Sư cũng nhận ra, như Kiba--nhà thơ Nhật, rằng:

My old body:

A drop of dew grown

Heavy at the leaf tip.

Thân già

Rồi cũng vô thường

Phù du

Như một giọt sương

Đầu cành

(Toại Khanh dịch).

Hay qua bài "Dặm không" mà Sư đã lãnh ngộ và bảo rằng:

Mải mê
Giữa chốn chợ chiều
Vai đau, tóc lấm
Đã nhiều gian truân
Ta bèn
Rũ áo, phủi chân
Dặm không đủng đỉnh
Chiếc thân nhẹ hều!

Trong chuỗi dài năm tháng của quán trọ trần gian, Sư chợt nhận ra rằng vạn pháp vốn là "Như"

Như mây
Lãng đãng sông dài
Và như hoa nắng
Trên vai ửng màu
Và như
Tóc trắng trên đầu
Hạo nhiên gót lữ
Qua cầu nhân sinh!

để rồi "Tình không"

Trần gian
Trăm việc tạm quên
Thơ đề góc núi
Đầy hiên nắng vàng
Gió trăng
Thế sự không bàn
Giấc thiền lặng lẽ

Nhẹ nhàng tình không!

Tự nhiên, chúng tôi lại nhớ "Một chữ Như" của ngài Phước Hậu. Không biết chúng tôi có trùng hợp ý nghĩ về bài Thi kệ cuối cùng của Tổ không?

Nguyên văn bài Thi kệ Ngài dạy:

"Kinh điển lưu truyền tám vạn tư,
Học hành không thiếu cũng không dư,
Đến nay nghĩ lại chừng quên hết,
Chỉ nhớ trên đầu một chữ NHƯ."

Mà chữ Như này có lẽ là tinh thần, "Tác Như Lai Sứ, Hành Như Lai Sự", là một chữ chiết trong danh hiệu Như Lai, vô cùng thâm thúy và mầu nhiệm. Mà danh hiệu Như Lai của Phật có đến Mười hiệu. Đó là: Như lai, Ứng cúng, Chánh biến tri, Minh hành tục, Thiện thệ, Thế gian giải, Vô thượng sĩ, Điều ngự trượng phu, Thiên nhơn sư, Phật (Thế tôn).

Cõi thơ của Sư đó như "Giấc thiền lặng lẽ / Nhẹ nhàng tình không!" như chính Sư đã và đang trải qua vô lượng kiếp:

"Hôm qua mộng thấy tụng kinh
Tỉnh ra mới biết chính mình là trăng
Bao nhiêu cát của sông Hằng.
Là bấy nhiêu kiếp đã từng tử sinh"

Vậy Sư cũng đã chứng ngộ rồi còn gì?

Qua sông bèn gọi con đò
Nôn nao lá rụng hai bờ sắc không
Qua sông giữa cuộc phiêu bồng
Mới hay trăm sự trăng lồng nước xuôi.

Riêng cá nhân chúng tôi / chúng ta, cũng chỉ là 'hạt bụi viễn khách ly hương còn dính đâu đó ở cầu sương, điểm cỏ...' như lời của Sư viết cho Thơ Toại Khanh. Vậy xin được mạn phép ghi lại đây bài thơ Không Đề, khi chúng tôi có cơ duyên hầu chuyện cùng Sư thay cho lời kết của bài viết Cõi Trống Nhà Thiền - Minh Đức Triều Tâm Ảnh.

KHÔNG ĐỀ - WITHOUT TITLE

Kỷ niệm buổi sáng hầu chuyện cùng thầy Minh Đức Triều Tâm Ảnh

Nắng mai vàng hoe
một áng mây lành
thong dong

Huyền trúc nhẹ lay
in hình mặt đất
vô sanh
Thiền Viện Diệu Nhân
June 9th, 2013.

WITHOUT TITLE

A golden sunny ray
a fresh white cloud
freely sauntered

The leaves of bamboo
dancing with the gentle wind
their shadows reflect on the ground

No beginning and no ending.
Dieu Nhan Zen Monastery
Rescue, CA.

Kính bút
Tâm Thường Định

* **Minh Đức Triều Tâm Ảnh** *là bút hiệu của tỳ kheo* **Giới Đức**, *là một trong những người sáng lập[1] ra chùa Huyền Không (Huế) từ mái chùa lá ở đèo Hải Vân trước năm 1978. Ông là một nhà sư giỏi thơ văn, am tường hội hoạ và trang*

trí mỹ thuật và là một cao thủ cờ tướng từng đánh bại một số kì thủ quốc gia. Đồng thời ông cũng là một trong những người nổi tiếng về nghệ thuật thư pháp tại Việt Nam những năm cuối thế kỷ 20 đầu thế kỷ 21.

(*Nguồn: **http://tinyurl.com/TrieuTamAnh***)

LÊN NON XUỐNG NÚI UNG DUNG, ÔNG RÙA ĐÁ NGỘ

Sáng nay, trong không gian yên tĩnh, ngồi đọc thơ Nguyễn Hoàng Lãng Du, người có tên thân thương khác mà chúng tôi thường gọi là Ông Rùa Đá, ôi sao nhẹ nhàng và diệu vợi như tiếng chuông ngân. Một sáng mai, trong lành như Buổi Sáng của NHLD,

Trên hồ xanh
Con cá quẫy
Bỗng động đậy
Mặt trời hồng.

Trong cái động đậy đó chúng tôi chợt nhớ đến Cội Nguồn của anh, cũng như của tất cả chúng ta.

Mai đây khi trở về nguồn
Suối trong róc rách nước ngon môi mềm
Giữa rừng cây quế đứng im
Ta say giấc giữa tiếng chim gọi đàn.

À thì ra, anh cũng đã và đang gọi đàn, vậy mà bấy lâu nay chúng tôi cùng đồng hành với anh lúc nào không biết. Trong thơ anh, chúng tôi thấy những thao thức, khát khao, cay đắng, hy vọng, tin yêu và tình thương mà người luôn muốn được chia sẻ cùng nhau. Cũng như bao nhiêu người Việt ly hương, anh luôn nhớ về nguồn cội và tìm mọi cách để góp phần xây dựng quê hương, nhất là lãnh vực giáo dục và văn học nghệ thuật. Anh còn là một trong những người sáng lập trang nhà Làng Huệ.

Tấm lòng cao thượng của anh là thế. Từ bi và trí tuệ song toàn; bút lực sung mãn. Anh vẫn âm thầm cống hiến cho cho văn thơ Việt Nam nói riêng và cho nền giáo dục Viện Nam nói chung. Âu đó cũng là những *Phẩm Vật của Trần Gian* mà anh hằng ấp ủ trong cuộc đời mong manh và ngắn ngủi này. Hãy nghe anh gởi gấm những thông điệp yêu thương, hoài niệm, trầm uất, khát khao, bi hùng, chí lý, dõng dạc, hiên ngang, đầy nghĩa tình, đầy khí phách, có khi buồn man mác nhưng lạc quan và nhân bản – Bài thơ Trên Giòng Sông Trắng là một trong nhiều bài thơ bất hủ của anh mà chúng tôi luôn đồng cảm.

Trên Giòng Sông Trắng

Đã có lần nơi đầu nguồn im vắng
Anh làm thơ trên lá thả theo giòng.
Em giặt lụa tay thơm bờ sông trắng,
Bóng xuân hồng cúi xuống vớt thơ trăng.

Ôi cái thuở lòng anh thơm gió núi
Và tình em hương lúa chín trên đồng.
Chim chóc hót những ngày như mở hội.
Thơ chúng mình tinh-khiết tựa sương trong...

Rồi quê-hương đêm ngút trời khói lửa.
Viên đạn đồng tàn-nhẫn đã bay qua.
Em nhắm mắt.. Đường mình chia hai ngả.
Anh lang thang, mưa gió mãi không nhà.

Sau cuộc chiến tìm về nguồn lạnh vắng.
Thơ không làm, lấy lá thả đời trôi.

Nơi cuối giòng vẫn nắng vàng, sông trắng.
Không còn người âu-yếm vớt hồn tôi.

Anh là thế hệ đi trước, đã trải nghiệm biết bao nhiêu thăng trầm và gian truân trong cuộc đời; anh đã sống qua thời Cải cách ruộng đất đến Chiến tranh Việt Nam. Từ Việt Nam ra hải ngoại, anh đã dọc ngang ngang dọc mọi thời khắp trời Đông Tây, cũng để rồi "tìm về nguồn lạnh vắng" để rồi anh ôm ấp Tình yêu thương rộng lớn của cõi đời hầu "ta giữ đến mai sau".

Hay nói một cách khác, giữa sống và chết, giữa khỏe mạnh và ốm đau, giữa có và không, giữa còn và mất, anh vẫn giữ tấm tâm trong với thông điệp Yêu thương, Từ bi, Bác ái cho chính anh và cuộc đời. Âu đó cũng là chìa khóa cho một cuộc sống an bình và hạnh phúc cho mình, cho người và cho muôn loài. Hãy nghe nhà thơ tâm sự khi ngưỡng cửa thứ ba trong đời chào đón anh:

Giữa Cõi Đi Về

Trăng vẫn chiếu cuộc chơi từ cổ-độ,
Chợt vòng quay đảo lộn cả phương trời.
Nơi bãi vắng đóa hoa vừa nở rộ,
Thuyền ơi thuyền nước chảy cứ trôi xuôi.

Cửa Trời Đất vô cùng đâu có hẹp.
Ta yêu nhau khi trăng thuộc về người.
Tới hay lui, lối đi nào cũng đẹp.
Ở hay về, đường vọng những lời chim.

Đây là chút yêu thương làm rượu ngọt,
Cho anh em chuếnh-choáng với mâm đời.
Rừng sương mộng, môi mềm ta cứ uống.
Giữa chợ chiều, tâm-thức nhớ an-vui.

Có tiếng hát mơ-hồ trên bến hẹn,
Tiễn chân nhau tới chốn ít ai tìm?

Cơn sóng lớn băng qua nguồn tắc-nghẽn.
Giòng máu nồng theo lối chảy về tim.

Hỡi chăn gối đã đưa ta trở lại,
Tạ ơn nhiều êm-ái lúc thân đau.
Hỡi viên thuốc trên đầu môi tê-dại.
Dư-vị này ta giữ đến mai sau.

Anh vẫn lạc quan, yêu đời và biết ơn với cuộc sống. Âm điệu, thi ảnh, mẫu sắc, và tư tưởng đều có đầy đủ trong bất cứ một bài thơ hay nào, mà anh thì có quá nhiều bài thơ tương tự để liệt kê nơi đây. Mà thơ nói chung, theo luận điểm 29 trong Mỹ Học của Geghen mà Phan Ngọc dịch, là "*Vì ngôn ngữ là thực tại trực tiếp của tinh thần, cho nên thơ bao quát được đối tượng, mọi để tài, "mọi nội dung, mọi sự vật, mọi biến cố, hành động, lịch sử, trạng thái bên ngoài hay bên trong. Nó lại thể hiện đối tượng trong sự vận động (điều mà điêu khắc, kiến trúc, hội hoạ không thể làm được). Đồng thời, thơ lại có thể dịch ra một ngôn ngữ khác mà vẫn không bỏ mất giá trị khi đọc hay xem bản dịch. Mỗi nghệ thuật điều có cái thời cực thịnh của mình...*"

Những trang thơ của Nguyễn Hoàng Lãng Du đăng trên Làng Huệ là 'thời cực thịnh' của anh. Tư tưởng Mang Tình Yêu Thương Lớn (Bác Ái) của Thiên Chúa giáo hay Tứ Vô Lượng Tâm của Phật giáo đem vào cuộc đời để thắp sáng ngọn lửa tin yêu, hy vọng, an bình và giải thoát. Nhà thơ đi và về giữa cuộc đời với bao phong trần, khổ lụy mà không hề bám víu, hối tiếc hay khóc thương, xem lợi danh như bọt biển mây chiều.

...Đây chén đắng, môi sầu ta mãi nếm.
Em xót-xa nên nước mắt lưng tròng.
Canh bạc đời một lần thôi đã kém.
Mỉm miệng cười, đứng dậy thấy tay không
(Bến Nhớ).

Để rồi nhà thơ thong dong phủi tay lên núi Tiên tu đạo làm người.

Trên Núi Cao

1

Trên núi cao bỗng có cơn gió lớn
Cuốn hồn ta thành một kẻ trọc đầu.
Gã lang-thang nơi cuối trời mây trắng,
Chốn quê nghèo thoang-thoảng chút hương cau.

2

Ở nơi đó có mùa trăng cổ-tích,
Mẹ hàng ngày quang gánh nặng yêu thương.
Cha ngạo-nghễ nên vui đời áo rách,
Thua-thiệt gì vẫn giữ cái tâm trong

3

Ở nơi đó có người em bé nhỏ,
Trái cam vàng em nhịn đợi chờ anh.
Chiều ly-biệt chao ơi tha-thiết quá!
Em ôm anh khóc ngất lúc xuân tàn.

4

Ở nơi đó có người tình thuở cũ,
Vỡ lòng yêu khi đi học chung trường.
Có ngờ đâu giòng đời như thác lũ,
Ngọn tre già nặng chĩu những tang-thương.

5

Ở nơi đó có căn nhà mái dột
Mẹ thở dài đêm trắng đợi mưa qua...
Trên núi cao đầy hoa thơm ngào-ngạt.
Con tu tiên quên cả chuyện quê nhà!

Anh lên núi buông bỏ tất cả những bụi bặm trần thế, thua-thiệt làm gì cho đời mãi long đong. Nên anh vẫn giữ cái tâm trong, mà trong cái tâm trong đó, dù kiếp này hay kiếp sau, anh cũng vẫn nhớ "chuyện quê nhà!" và anh đã thấy rằng:

"...Hôm nay trên đời
Anh em cơ-cực.
Ta ôm mặt khóc
Thân-phận làm người."
(Kiếp Sau)

Ngộ ra đây là thân phận làm người Việt Nam, một dân tộc anh hùng nhưng đã ngàn năm thăng trầm và trầm luân đau khổ. Nhưng cũng bao nhiêu thế hệ trước, anh vẫn lạc quan và nguyện cùng đồng hành cùng với tuổi trẻ, với dân tộc, anh vẫn "Mơ làm đuốc soi đường đêm giá lạnh. Trong rừng đào ôm sử đợi xuân sang." Chúng ta có thể hiểu thêm về nhà thơ Nguyễn Hoàng Lãng Du qua loạt bài *Chủ đề Tiếng Gọi Núi Sông, Giáo dục Thiếu nhi, Tranh-Thơ-Nhạc*, hay chỉ riêng bài *Gọi Dậy Ngàn Năm* mà Giáo sư Nguyễn Văn Thái dịch ra tiếng Anh dưới đây.

Gọi Dậy Ngàn Năm

1
Rồi gã mù ôm mùa đông thức dậy.
Tiếng độc-huyền vang động tới ngàn năm.
Ngày Quê-Hương có gió xuân thổi lại.
Đêm linh-thiêng thơm ngát với hương trầm.

2
Đàn reo vui theo tiếng cười Uy-Viễn.
Thuở tiêu-dao ngất-ngưởng cười lưng bò.
Đây núi sông, Tướng-Quân đùa với chén.
Bụi-bặm đời trôi-nổi dưới chân co.

3
Đàn giục-giã, trống đồng khi thúc trận.
Trên lưng voi thân gái trả thù nhà.

Muôn tiếng thét, quân reo tràn uất-hận.
Một cõi bờ dựng lại mặc phong-ba.

4

Đàn hào-hùng, điện Diên-Hồng sấm động.
Những cha già tóc trắng sát bên nhau.
Lời quyết-chiến tung bay theo gió lộng.
Người lên đường hăm-hở bước chân mau.

5

Đàn hiền-hòa, Đế-Vương khi mở nghiệp.
Núi La-Sơn thành-khẩn những ba lần.
Đây Quân-Đức, Dân-Tâm và Học-Pháp.
Thanh-âm này chĩu nặng ý Giang-San.

6

Đàn xót-thương, tiếng bom vang Sa-Điện.
Một ngày buồn, bão-tố ngập Quê-Hương.
Tráng-Sĩ đi một lần không để thẹn.
Rồi người người đứng dậy quyết noi gương.

7

Ta mắt mù, vui với đời cô-quạnh.
Mang yêu-thương trút xuống một dây đàn.
Mơ làm đuốc soi đường đêm giá lạnh.
Trong rừng đào ôm sử đợi xuân sang.

Awakening from Millennia

1

The blind bard from winter awakes.
The sound of his monochord resonates from millennia:
The day when Motherland enjoyed the breezes of Spring
And the sacred night was embalmed with frankincense.

2

The monochord is cheering along with Uy Vien's laughter;
In a leisurely manner, he wanders here and there riding a cow,
Frolicking with a flask of rice wine in peaceful Fatherland,
Scorning all ephemeral matters that pass under his feet.

3

Its sound is hurrying, when the brass drums press for the battle.
On elephants' backs the heroines seek revenge:
Through thousands of war cries, soldiers' outrage clamors
For the rebuilding of the nation in spite of adversities.

4

The sound is becoming daring, when the Dien Hong Palace thunders,
By the gray-haired patriarchs shoulder to shoulder,
With the roar of the war cries ballooning the immense winds
That push people to eagerly accelerate the speed of their steps.

5

The sound is currently gentle: Forefather of our kingdom, Our Emperor
Has thrice sought advice from the Sage of Mount La-Son.
Here you are, "Virtues of a King, Hearts of the People, Practical
Education."
This tune is laden with multiple meanings of nationalism.

6

The sound now turns elegiac, when the bomb detonates in Sa Mian:
A sad day when the storms ravage Fatherland;
The hero once passed didn't leave shame behind.
And people one after another rise up following his footsteps.

7

My eyes are blind, but I enjoy my loneliness:
I'm pouring love down onto the monochord,

Living the dream of a torch that lightens up the freezing cold night.
Embracing history, waiting for Spring to come again, in the cherry
blossom tree garden.

Poem by Nguyễn Hoàng Lãng Du; English translation by Nguyen Van Thai

Notes: 2. Nguyễn Công Trứ; 3. Hai Bà Trưng; 5. Quang Trung và Nguyễn Thiếp; 6. Phạm Hồng Thái

Nhà thơ khiêm cung lắm, trí tuệ đó, cái oai hùng đó, mà anh bảo rằng, "Ta mắt mù, vui với đời cô-quạnh" nhưng để rồi anh lại "Mang yêu-thương trút xuống một dây đàn." Mà thiệt những người như anh, những người âm thầm làm văn hóa và giáo dục nhân bản là những kẻ bơi ngược dòng, cô quạnh và đơn côi. Có lần Vũ hoàng Chương cũng nói về tâm trạng đó--thân phận làm người Việt Nam.

"Lũ chúng ta, đầu thai lầm thế kỷ,
Một đôi người u uất nỗi chơ vơ,
Đời kiêu bạc không dung hồn giản dị,
Thuyền ơi thuyền! Xin ghé bến hoang sơ."

Cảm nhận như vậy để thấy và biết rằng mọi sự trên đời đều qua những gian đoạn thành trụ hoại không. Cuộc đời chúng ta cũng thế, vốn là vô thường, có rồi không, còn rồi mất, lúc có lúc không. Nhưng bên cạnh nhà thơ luôn có những gã đồng hành; vậy thì hãy giữ lại những kỷ niệm đẹp như trong Cõi An Bình.

"Em giữ hộ mùa đông dăm giọt nắng,
Câu ngọt-ngào xót lại tự xa-xưa.
Hồn cổ-thụ, hoa sầu đơm trái đắng,
Thân trăm năm bụi-bặm thấy dư-thừa..."

Những cảm giác bùi ngùi, khắc khoải, thế thái nhân tình cũng chỉ là những hạt bụi dư thừa mà thôi. Vậy nhé,

"Mai ta lên rừng
Làm con chim nhỏ.

Lá thơm, trái đỏ
Thỏa chút rong chơi.
Mai ta xuống đồi
Làm con cá lội.
Vài hàng đá cuội
Tung tăng một giòng.
Mai ta về đồng
Làm giây cỏ lạ.
Hoa vàng nắng hạ
Uống giọt sương trong...
(Kiếp Sau)

Nhà thơ Nguyễn Hoàng Lãng Du đó, một đời lên non xuống núi, để rồi cũng ngộ rằng anh cũng chỉ là Hạt bụi bay giữa trời. Anh viết,

Thoáng nghe hạt bụi giữa trời,
Bay trong nắng hạ gọi người lãng-du.
Em về rủ gã chân tu,
Leo lên núi biếc đường mù khói sương.

Vậy *gã chân tu* hãy cùng em hiểu bài kệ ngài Như Trừng như là một sự thực tập nhé, "Bản tùng vô bản. Tùng vô vi lai. Hoàn tùng vô vi khứ. Ngã bản vô lai khứ. Tử sinh hà tằng lụy." Tạm dịch "Tất cả các Cội nguồn / Gốc rễ bắt nguồn từ nơi không gốc rễ. Mọi sự từ vô vi đến và lại trở về với vô vi. Chúng cũng không đến không đi, thì tử sinh làm sao hệ lụy được." Bài kệ này được cụ Võ Đình dịch ra tiếng Anh như sau:

The source begins from no source
It comes from nothingness
And it goes back to nothingness
We neither come nor go
Life and death are then of no concern.
Sacramento, đầu hè 2017
Mừng anh về thăm California.

XIN HẸN MỘT LẦN NỮA!

Sáng nay trời lạnh, ra vườn nhìn hạt sương còn đọng trên cành cây khô, quên mất thân mình đã thấm lạnh, thấy ta cũng đang già. Tự nhiên, nhớ bốn câu thơ của Thầy Tuệ Sỹ.

Ai biết mình tóc trắng
Vì yêu ngọn nến tàn
Rừng khuya bên bếp lạnh
Ngồi đợi gió sang canh...

Ô, đây là tâm trạng của Thầy hay tâm trạng của con? hay của biết bao nhiêu người Việt trong nước và cả những người Việt tha phương. Rồi lại nhớ bài thơ cũ mình viết:

... giật mình nữa kiếp rong chơi
đông tây trời chưa sáng
bẽ bàng
tiếng vọng hôm qua
hay tiếng gọi mai sau
gió lại hú triền miên
về phút giây hiện tại.

Hiện tại đó, hai con còn ngủ. Ai đang lớn dần? Và. Ba.

Ba đang ngồi thanh thản.

Mắt yếu tai lờ, cội tùng già cỗi nhưng vẫn hướng về Quê hương nơi chôn nhau cắt rốn.

Ba ơi, con hứa sẽ đưa Ba về!

Sacramento, President's day - 02.20.17

NHẬT KÝ GIÁO DƯỠNG:
VỀ THĂM LẠI QUÊ HƯƠNG VIỆT NAM

Viết cho các con, các cháu và cho những ai đã,
đang, và sẽ về thăm lại Việt Nam

Vừa ra khỏi sân bay Tân Sơn Nhất, tiếng ồn như ong vỡ tổ. Trời nóng và ai cũng mệt mỏi sau hơn 19 tiếng bay. Mới đó mà đã 12 năm kể từ khi đưa Nàng về Quê để giới thiệu Bà con họ hàng một năm sau ngày cưới. Lần đó, cũng như lần trước, thật nhiều tâm trạng. Đợt này cũng không kém. Lần này, mình hộ tống Ba và đưa gia đình về để cho các con biết về cội nguồn tổ tiên của mình.

Làm sao kể hết vì không có bút mực nào tả hết xã hội Việt Nam bây chừ. Ấn tượng đầu tiên lần này là sự đông đúc và ngột ngạt vì sự ô nhiễm môi trường và tiếng ồn ào quá tải. Wikipedia cho biết là dân số Sài gòn là 8.426 triệu người vào năm 2016 sống trong diện tích 809 mi². Hỏi đứa cháu, cháu bảo chắc đã hơn 12 triệu người đang sinh sống. Ui cha, đông đúc, chập hẹp và ồn ào náo nhiệt. Nhìn dòng xe Honda chạy trên phố, ta có thể đón được nếp sống của xã hội Việt Nam - mạnh ai nấy sống, chen chúc, thiếu kỷ luật, và vội vã.

Ở lại Sài Gòn đêm đầu, giấc ngủ không yên vì cơ thể chưa hòa nhập được, ngày ngủ đêm thức. Mà ngủ làm sao được khi nửa đêm vẫn còn nghe những tiếng bán hàng rong quen thuộc. Có khác là nội dung của các tiếng bán hàng rong đó. Kỳ này, hàng rong là giọng Bắc, nghe dài quá và khó hiểu. Tôi đã tốn gần cả 2 tiếng đồng hồ mà vẫn không thể nào hiểu nổi. Cuối cùng, cũng hiểu được, thì ra là: "Hột Gà Nướng, Hột Vịt Lộn, Hột Vịt Giữa, Trứng Cút Lộn, Bắp Xào đây!" Đêm không ngủ, lang thang trên vỉa hè Sài Gòn đã quá 12 giờ khuya, mà bà con vẫn còn 'nhậu', mà kỳ thật trong chuyến này, đi đâu cũng thấy nhậu. Phải chăng chúng ta đã trở thành 'Xã hội nhậu!" Chúng tôi thấy người Việt ở quốc nội đi đâu cũng 'nhậu', nhậu buổi sáng, nhậu ban trưa, nhậu đêm khuya. Nhậu ở nhà hàng, nhậu ở vỉa hè, nhậu trên đồng hoang, nhậu trong nghĩa địa, nhậu bên nấm mộ, nhậu càng tăng độ, nhậu nhẹt tơi bời, nhậu càng chơi vơi, khổ cho vận nước...

Về lại phòng, nằm xuống nghỉ lưng nhưng vẫn chưa ngủ được. Tất cả những âm thanh quen thuộc đó, tuy gần mà xa, tuy xa mà gần lại về trong tâm thức. Tôi viết vội vài dòng thơ để nhớ:

GẦN XA

Tiếng chuông nhà thờ ngân
Cùng tiếng xe hú còi
Tiếng gõ bán hàng rong
Tiếng quét đường buổi sáng

Ôi âm thanh quen thuộc
Mà lạ quá đi thôi
Gần xa bao nhiêu cõi
Sao tấc dạ bồi hồi

Bao nhiêu người an phận
Việc lớn có người lo
Việc nhỏ không để ý
Tổ quốc ơi xa vời!

Ôi kìa bao quán trọ
Đôi chân - tiếng chuông ngân!

Thôi, tất cả chỉ là quán trọ, ngay cả cuộc đời này. Cuộc sống của chúng ta cũng chỉ là quán trọ, thôi thì tôi chọn sự trung dung để đi trọn kiếp này. Rồi trên đường bay về sân bay Phù Cát từ Tân Sơn Nhất, tôi ngạc nhiên là máy bay thật tốt. Tốt và mới hơn cả những hãng Southwest, Delta, và United tôi thường đi ở Hoa Kỳ. Phục vụ rất tốt, những người tiếp tân cũng đàng hoàng tử tế, chỉ thiếu nụ cười. Khách hàng lại lịch sự và vui vẻ. Nhưng rồi trên đường quê, bài hát Quê Hương Tôi Nghèo Vẫn Còn Đó của người bạn Đoàn Tâm Thuận lại chạy qua trong đầu:

Quê hương tôi, bao năm còn đó
Những con đường đất đỏ lầy lội
Dắt nhau đi cuối hẻm đến trường
Mong một ngày xây dựng quê hương

Những chiếc Honda đua nhau nhả khói
Đốt cho mau kiếp sống đọa đày
Những chiếc xe đạp vẫn lăn bánh
Lăn chầm chậm để đợi thời gian...

Quê hương tôi yêu vẫn còn đó
Như thuở nào tôi phải ra đi
Thưa Mẹ con phải làm gì
Để thằng Tèo, con Tý có tương lai?

Để thằng Tèo, con Tý có ngày mai?

Bù cho nỗi buồn và trăn trở đó là tiếng cười và niềm vui của sự đoàn tụ trong gia đình.

Về đến Nhơn Lý, quê hương tôi. Một sự thay đổi lớn, có lẽ thiếu kế hoạch lâu dài. Ngày nay đã có những quán cafe, có nhà lầu, có nhà hàng, có cả khách sạn sang trọng và khu nghỉ dưỡng dành cho dân giàu. Ở nơi vùng quê quen biển này mà có resort - nhà nghỉ dưỡng '5 sao', với giá cả khoảng $150 một đêm. Giá cả đó là lương của một người ngư dân/công dân trong vùng cho cả gần nửa năm trời lao động vất vả. Thêm vào đó, những khung trời kỷ niệm một thời của tuổi thơ tôi, nay cũng đã bắt đầu bán vé cho du khách. Eo Gió tốn 22,000 đồng; Kỳ Co tốn 50,000 đồng và vào uống Cafe ở FLC Quy Nhơn tốn 100,000 để vào thăm quan. (Eo Gió thì tôi không có trả tiền vé vì đi với người em làm ở Xã, Kỳ Co thì tôi cũng không vì đi trước bình minh--chưa có người gác cổng, và FLC Quy Nhơn thì làm khó dễ trước khi được vào như là người 'khách' xem phòng để thuê và dĩ nhiên là tốn hơn nửa triệu để chỉ vào uống dăm ba ly càfe sữa đá). Tôi luôn khuyên các con và cháu là **đừng bao giờ làm khách trên chính quê hương của mình**; thì nay tôi lại phải 'giả bộ khách' mới vào thăm được lòng đất mà mình đã chôn nhau cắt rốn. Thật ngậm ngùi và đau xót.

Thăm quê, buồn vui lẫn lộn. Nhưng tuổi thơ của các con tôi thì rất hồn nhiên khi được đi tắm, trên bãi biển trong xanh của tuổi thơ Ba nó. Tắm biển bãi Bấc, gần bên ngoài của khách sạn sang trọng FLC Quy Nhơn, một ranh giới phân biệt giàu nghèo, có và không, cũ và mới. Rồi chúng tôi mướn ghe chạy ra Hòn Sẹo để tắm và xem cá. Trong lúc ra Sẹo, nhìn cảnh các nhà phục vụ du khách thiếu chuẩn bị cho khách hàng ngoại quốc, mình cũng hơi 'nhiều chuyện' tiếp tay để giúp đỡ người địa phương và tìm hiểu những người ngoại quốc từ Pháp đến thăm quê hương mình.

Trong cuộc thăm viếng quê Cha đất Tổ, nơi tôi đã sinh ra vào đúng ngày Vu Lan báo hiếu, những suy tư và kỷ niệm xưa lại về khi thăm Chùa xưa tích cũ, tôi lại viết thành thơ:

VỀ THĂM LẠI QUÊ HƯƠNG NHƠN LÝ

Nhơn Lý ngày nay sao lạ quá
Đâu rừng thông hộ biển bao đời
Đâu cái 'Lầu' từ thuở pha phôi
Đâu Dốc Cá một thời lãng mạn

Bãi biển trắng nay không còn nữa
Chỉ bờ kè cốt sắt xi-măng
Đầu Xóm Mới nay không đến được
Giữa nghèo giàu rỏ nét phân đôi

Nhơn Lý ngày nay sao lạ quá
Có quán càfe, bia rượu đêm ngày
Có thanh niên nhậu nhẹt xỉn say
Và có ít người dân đi bộ

Bao nỗi niềm làm sao thố lộ
Xin khắc ghi một chút tâm tình
Quê hương ta vẫn đẹp buổi bình minh
Có tình nghĩa xóm làng yêu thương nâng đỡ

Có những nấm mộ Cha Ông nằm đó
Tự bao đời xin gìn giữ cho nhau
Vẫn biết có những niềm đau
Nhưng xin hãy nhìn xa để vươn lên mà sống

Con cháu ta cũng cần đất đai để sống
Cần biển thanh không khí trong lành
Cần thuyền ghe che chở cuộc đời xanh
Cần tôm cá lo cho con ăn học

Con cháu ta cần tình thương để sống
Cần từ bi, bác ái, hy sinh
Cần cuộc sống tâm linh
Cần môi trường xanh trong sạch đẹp

Nên chúng ta phải luôn ý thức
Nhơn Lý này là nhịp sống chung
Quê hương ta thì phải chung cùng
Xây dựng, yêu thương cho đến khi nhắm mắt.

Rời quê Nội để về quê Ngoại, ngày nay không còn đi bộ như xưa nữa;

thay vào đó là đi bằng Taxi. Con đường đẹp đẽ năm xưa, nay đã có những đoạn đầy rác đổ hai bên đường. Tôi tự nhủ với lòng là đừng có vướng mắc vì việc chính cho chuyến về quê Ngoại kỳ này là về để làm Lễ tưởng niệm cho Mẹ và anh, Lễ Cầu Siêu cho Cửu Huyền Thất Tổ và Cầu an cho gia đạo. Nhìn gia đình đoàn tụ xum vầy, vui vẻ, luôn đùm bọc và giúp đỡ cho nhau như thuở cơ hàn làm lòng vui khôn xiết. Nhưng tôi cũng ngậm ngùi và buồn tẻ vì hình bóng của Mẹ và Anh không còn nữa. Buồn thương và quyến luyến, mình lại trải lòng qua bài thơ.

VỀ THĂM QUÊ NGOẠI

Quê Ngoại tôi thơm hoa đồng cỏ nội,
Biển và trăng lấp lánh ngàn sao
Ruộng vườn xưa nay vắng bóng người
Ai bỏ xứ ra đi tìm lẽ sống

Khi tôi về ngỡ em còn trong mộng
Êm ả, lung linh ánh mắt đợi chờ
Em đã đến đã đi như cơn mộng
Thì tiếc gì lận đận một vần thơ.

Núi Bà đó vẫn ngàn đời kiên nhẫn
Tiếng chim chào gió lộng mây bay
Căn nhà cũ, bếp xưa không còn nữa
Người ra đi biền biệt phương trời

Dấu tích đó rêu phong ân nghĩa lớn
Người thương ơi! sao nhớ quá đi thôi.
Trong vạt nắng ta thấy mình giọt nước
Đổ về nguồn thân phận kẻ mồ côi!

Thân phận tôi đó, bây chừ là mồ côi. Thân phận đất nước tôi, có phải chăng cũng là mồ côi khi chính tôi lại thấy bàn tay một người Mẹ Huế rung rung, xin vài đồng tiền lẻ trên dòng Sông Hương giữa những điệu hò Cung đình, rất Huế. Nhìn bà Mẹ Huế, lòng con bùi ngùi và xót xa cho thân phận người con Việt, cho bà Mẹ Việt Nam. Bàn tay Mẹ đã làm con bậc khóc! Ôi, có những mãnh đời như thế, thì làm sao ta ngoảnh mặt, quay lưng.

Rồi về thăm lại quê hương có bạn hỏi, 'Đất nước mình bây giờ ra sao?' Thì làm sao tôi nói được. Xin ngắn gọn,

Một đất nước mà ai cũng muốn rời bỏ ra đi thì không tài nào phát triển nhanh nổi, trong đó có:

1. Người có tài

2. Người có tiền

3. Người có quyền (thế/lực)!

Một xã hội, mạnh ai nấy sống và luôn ở trạng thái Sống còn (Survival mode) thì khó mà đuổi kịp với các nước bạn.

Tuy nhiên, tôi vẫn vui vẻ và hoan hỷ vì được chứng kiến các con / các cháu mình càng ngày trưởng thành, từ thể chất đến tinh thần, khôn ngoan, biết điều hay lẽ phải. Chúng tôi mừng vì chúng tôi là những người nối tiếp xứng đáng của Mẹ, của Anh, của Ông Bà Tổ Tiên.

Mọi khắc khỏi và ưu tư. Tâm trạng hay ấn tượng. Có chăng chỉ là dòng nước chảy qua cầu!

Cuộc sống của chúng ta đó; có đủ cả những nhọc nhằng, buồn vui, sướng khổ. Có bao nhiều gian truân, thăng trầm, gấm hoa hay rác rưởi. Tất cả mọi sự trên đời đều chuyển biến theo không gian và thời gian; có sinh có diệt, còn chăng là sống sao không phiền não và khổ đau, có an lành và hạnh phúc. Chúng tôi sẽ học theo Mẹ mình, học theo đấng Từ phụ cho lòng nhẹ nhõm, cho tâm không vướng mắc, không lăng xăng để sống cuộc đời tỉnh thức.

Sacramento, May 1st, 2017.

MỖI NGÀY MỪNG TUỔI MẸ

Ở xứ người, cái hay là chúng ta có thêm một ngày để mừng tuổi Mẹ. Ngoài những ngày sinh nhật, năm mới - Tết Tây, Tết Nguyên Đán và Mùa Vu Lan Báo hiếu, chúng ta có thêm ngày của Mẹ—Mother's Day để vui mừng cùng Mẹ. Mẹ tôi năm này đã ngoài cái tuổi 'bát thập hy hỷ' nên chúng tôi mừng là Mẹ vẫn còn hiện hữu với con cháu và chúng tôi trân quý vô vàn. Mẹ già như đèn trước gió, leo lét và mong manh. Chúng tôi ví Mẹ như sương sớm, mây chiều.

giọt sương
long lanh trên lá sen
Mẹ thương

the dewdrop
glistening on the lotus leaf
Our loving mom

Với chúng tôi, Mẹ lúc nào cũng đẹp, dịu dàng, thanh tao và mẫu mực. Ngay cả cái nốt ruồi của Mẹ cũng làm Mẹ đẹp và duyên dáng. Có lần chúng tôi chia sẻ:

… Ôi cái nốt ruồi của Mẹ,
đẹp như vần thơ
nhưng nó cũng là dấu chấm hỏi cuộc đời.

Thăng trầm, buồn vui, và sướng khổ
đó là chân lý của cuộc đời—đầy hỷ nộ ái ố.
Cái nốt ruồi của Mẹ—dấu chấm hỏi cuộc đời
nó từ đâu đến và sẽ đi về đâu?
Mẹ lại cười, ánh mắt sáng ngàn sau.
Như bảo: con ơi đừng vớ vẩn
Hạnh phúc là mỗi khi các con được gần Mẹ.
Quá khứ đã mù khơi,
tương lai còn chưa tới;
đừng bận tâm con nhé.
Hiện tại là hạnh phúc đơn thuần.
Một ngày Mẹ sống cũng là một ngày Mẹ chết!
Các con là những tiếp nối của Mẹ
Những bông hoa, những tinh hoa
những biểu hiện nhiệm mầu.
Hãy nối tiếp những điều hay lẽ phải.
Tuổi càng già lòng con lại xót xa
thương Ba
thương Mẹ
suốt đời cực khổ vì con
mồ hôi và nước mắt
cả đời đã tận tụy hy sinh
Ba - uống sóng lướt gió
Mẹ - buôn tần bán tảo
để suốt đời dạy bảo.
Các con hãy ráng làm người.
Mỗi lần được nhìn Mẹ
với cái nốt ruồi ở vành môi.
Ôi cái nốt ruồi của Mẹ
Đẹp như vần thơ.
Nhưng đẹp hơn là tình Mẹ, đẹp như mơ

ngút ngàn và vời vợi
Tình Mẹ mênh mông như biển khơi
Tình Mẹ bao la như bầu trời
Thênh thang và vô tận.

Mẹ là thế—đã buôn tần bán tảo, một nắng hai sương, quanh năm suốt tháng vì chồng vì con, vì gia đình và thiên hạ. Ba Mẹ hạnh phúc tung tăng dìu nhau cho đến trọn đời.

Hổ vắng tay trong tay chung lối
Sáu mươi năm tình già chưa mỏi
một cõi
bình yên
Hổ vắng gió ru bản chân như
Thủy chung đã định nguồn suối từ
Bao la vời vợi tình cha Mẹ
Hổ vắng gió ru bản chân như.[1]

Mẹ là thế—Mẹ mãi sống cuộc đời như thị; Bao yêu thương tận tụy với khoan dung; Mẹ đẹp tựa tranh, thơ, ruộng, biển, muôn trùng; Cuộc đời Mẹ từ bi, tâm hoàn hảo.[2] Thế rồi, tuổi về già Mẹ vẫn thế, hy sinh, thương yêu và tha thứ. Mừng ngày Mẹ hôm nay, xin trích vài đoạn ngắn trong bài Mẹ Tôi để thương về Mẹ.

Mẹ sinh ra và lớn lên ở thôn Vĩnh Hội, Phủ An Nhơn, Huyện Phù Mỹ, Tỉnh Bình Định. Ngày nay là thôn Vĩnh Hội, Xã Cát Hải, Huyện Phù Cát, Tỉnh Bình Định. Nơi đó đẹp và thơ mộng. Nơi hương đồng cỏ nội, nắng cát với trăng thanh, bạt ngàn cách đồng xanh, ở vùng quê ven biển Miền Trung trong một gia đình Nho giáo. Mẹ, tên là Trần Thị Ái, Pháp danh Nguyên Ái. Trong sáng và trinh nguyên như cái tên đầy tình

---

[1] Bản Chân Như, http://phebach.blogspot.com/2011/10/ban-chan-nhu.html

[2] Mẹ Xả Tóc—Trọn Đời Thương Mẹ! http://phebach.blogspot.com/2014/02/me-xa-toc-tron-oi-thuong-me.html

thương yêu của Mẹ.

Mẹ lúc nào cũng nhỏ nhẹ, dịu dàng, kiên nhẫn, hy sinh, và từ tốn. Mẹ là người đảm đang, hiền lành, và nhân hậu. Mẹ còn là vị "nữ tướng" trong gia đình. Mẹ vất vả thức khuya dậy sớm lo cho chồng cho con từng giờ từ thuở làm dâu đến bây giờ. Thuở thiếu thời Mẹ học trường làng đến gần lớp Hai thì phải nghỉ học giúp việc gia đình. Ở tuổi thơ ấu, Mẹ đã lo cho gia đình, trông nôm đàn em, lo việc nhà, và trồng trọt trong vườn. Khi lớn lên, như bao nhiêu thiếu nữ khác trong làng, Mẹ phải làm ruộng làm rẫy, một nắng hai sương thật cơ hàn và vất vả. Mẹ lớn lên trong tình thương yêu và dạy dỗ của Ông Bà Ngoại. Mẹ được hấp thụ những tư tưởng mộc mạc mà bao quát như "Đói cho sạch, rách cho thơm" đến "Ta nên tất thị mình nên"; "Kỷ sở bất dục, vật thi ư nhân; Điều gì mình không muốn thì đừng nên làm cho người." và những tư tưởng căn bản của Phật Giáo như nghiệp và nhân quả luân hồi. Đó cũng là những gì mà chúng tôi được Mẹ dạy từ tấm bé. Người trong họ hàng, ai ai cũng thương mến Mẹ. Ở trong làng, ai cũng biết Mẹ hiền hậu, tử tế, và xinh đẹp...

Mẹ là thế—đẹp từ thuở ban sơ, đẹp từ thể chất đến tinh thần, trước sau như một. Vì thế, ở Mẹ chúng tôi đã nhận chân: Bến Mẹ là chân lý, miền hạnh phúc, cõi vô song.

An Awakening

Through many years of searching and learning
Many great teachers
Far and near
Only I had not seen,
In our own home
My mother
patiently
smile

Bến Mẹ
bao nhiêu năm tầm sư học đạo
nhiều vị Thầy tuyệt vời
xa gần
 chỉ khi tôi tìm thấy,
ở ngay trong căn nhà này
Mẹ tôi
kiên nhẫn
mỉm cười.

Mẹ là thế—nói sao cho hết tình thương yêu của Ba Mẹ. Tình thương của Mẹ ngọt ngào và diệu vợi. Mẹ là dòng suối ngọt ngào, Mẹ lấp lánh ngàn sao, Mẹ là rau thơm sau hè, Mẹ là những chùm mận đỏ, Mẹ là tiếng chuông tiếng mõ, Mẹ là câu kệ bài kinh, Mẹ là Bất Khinh Bồ Tát, Mẹ là cánh đồng bát ngát, Mẹ là nước mắm nhỉ cá cơm, Mẹ là cảo thơm, Mẹ là bài thơ lục bát.

Mẹ thương, chúng con làm sao dùng từ ngữ hữu hạn của nhân gian mà viết về Mẹ thương vô cùng của Mẹ được. Tình Mẹ sao mà mênh mông và dào dạt quá.

Mẹ yêu

Hôm nay ngày của Mẹ
Chúng con nguyện đền ơn
Ơn Mẹ như trời biển
Tình Mẹ đẹp vô biên!

Vì thế, chúng tôi nhận chân rằng mỗi ngày cũng có thể là một ngày của Mẹ, của Ba để tưởng nhớ và đền ơn đến đấng sanh thành dưỡng dục của mình, để thương yêu và kính trọng, và để chăm sóc và vỗ về lúc tuổi già. Những điều đó không nhất thiết lớn lao dù chỉ một lời rất ngắn: Chào Ba, Chào Mẹ hoặc thưa Ba thưa Mẹ con đi làm. Vậy nhân ngày của Mẹ, đừng quên nói rằng. Con thương Mẹ lắm!

TÙY BÚT - BA HAY ĐỔ RÁC

Sáng nay, mặt trời chưa ló dạng và những tiếng chim vẫn ríu rít ngoài sân. Như thường lệ, tôi ra bàn thờ Mẹ nhìn hình người, xá Mẹ, xá Phật và Ông Bà tổ tiên, rồi vào phòng của Ba trông nom giấc ngủ và đo đường máu. Ba có bệnh tiểu đường. Hôm nay Ba ngủ ngon, nhưng tôi vẫn đánh thức người để đo đường máu. Đường trong máu lại xuống chỉ còn 57mM. Tôi vội lo cho Ba ăn uống xong và vào bàn làm việc. Mở điện thư ra, có nhà thơ Nguyễn Hoàng Lãng Du chia sẻ một bài thơ lạ của thi sĩ Ngu Yên. Bài thơ Âm Thầm Đổ Rác Trùng Ngày Sinh Nhật có đoạn cuối như sau:

"... Sáng nay thứ năm, kéo thùng rác ra đường, đi vào tay không.
Sống chỉ cần không khí, những thứ khác, càng ít càng tốt.
Ông ấy ăn ít, một mình, làm gì có rác.
Kéo thùng không.
Chiều nay thứ năm, kéo thùng vào, sau khi đổ hết rác trong óc."

Đúng là một bài thơ đầy tư tưởng, mà lạ. Bồng bềnh. Như nhà thơ Nguyên Lương nhận xét: *"Thơ của Ngu Yên thả vào không gian, không tiếng dội lại. Cứ thế bay bay, cứ thế bồng bềnh. Rồi một hôm thơ trở về lại với chính chủ, như chiếc diều khi không còn gió. Ngày hôm sau, gió lên, thơ của Ngu Yên lại bay bổng, bềnh bồng."*

Có lẽ cái bồng bềnh đó là 5 chữ cuối, *"đổ hết rác trong óc"*. Vì tất cả chúng ta ai cũng cần đổ hết rác rưởi trong đầu mình. Tôi chợt nhận ra là Cụ thân sinh tôi ngày nào cũng làm việc 'đổ rác' này. Nếu trong cuộc đời mà ai cũng tự đổ rác của chính mình thì hay biết mấy! Ông Cụ thân sinh tôi đã và đang làm như vậy. Nhìn Ba ngày càng già mà vẫn hằng ngày đổ rác trong 'tâm'. Ôi đó cũng là bài học thân giáo quý báu cho mình. Ba ngồi thiền hoặc niệm Phật mỗi sáng, chỉ khi nào đường trong máu xuống thấp hay đau ốm thì Ba mới nghỉ ngơi.

Mỗi ngày thấy Ba
Thảnh thơi niệm Phật
Tịnh cõi Ta Bà.
Every day seeing our Daddy
Leisurely, chanting and meditating
Purifying the earthy realm.

Mấy ngày nay, đường trong máu Ba xuống thấp nên tôi thường thức sớm trông nom Ba. Từ khi Ba vào bệnh viện trước Tết, Ba lại càng muốn về thăm quê. Tôi nghiệm ra rằng: Quê hương là những gì thiêng liêng lắm, nên Ba luôn ấp ủ muốn về thăm lại nơi chôn nhau cắt rốn - trở về với nguồn cội tổ tông. Và Ba cũng mong mỏi con cháu như thế. Từ đó, chúng tôi hiểu rằng trong cuộc đời này:

Giữa đến và đi
Thấy ta hạt bụi
Tan vào hư vô.
Between coming and going
Realizing we are a powder of dirt
Dissolving in the immense emptiness.

Cái còn lại là mình đang làm gì trong cuộc đời này, giữa khoảng thời gian còn lại cho mình, cho người, và cho tha nhân cũng như cho quê hương, dân tộc và giống nòi?

NHỮNG DÒNG TƯ TƯỞNG
ĐỨT ĐOẠN VỀ BIỂN

Bồ Đề Tâm

Biển ngàn đời vẫn dào dạt, biển mênh mông, biển êm ả và ấm ỉ. Biển thiêng liêng và huyền bí. Biển mượt mà và quyến rũ. Biển không của riêng ai; trăm sông cũng về biển. Biển như tình thương của mẹ: bao la và huyền diệu.

Vô Sự

Hồi còn thơ ấu, cứ mỗi chiều tà xuống biển nhìn ra khơi, tiễn ba đi đánh cá. Tôi chỉ biết biển nuôi sống gia đình tôi, nuôi sống làng tôi, và là nơi cho trẻ thơ tung tăng vui đùa hồn nhiên trong lòng biển. Những đêm trăng thanh gió mát, chúng tôi chơi và ngủ trên bãi cát trắng. Sóng vỗ vào bờ tạo những bài tình ca ngân nga như lời ru của mẹ. Chúng tôi đùa với sóng, chơi diều với gió, ngủ với ngàn sao, mơ màng với hát bội.

Trùng trùng duyên khởi

Đôi khi biển cũng ấm ỉ phẫn nộ, những đợt sóng bạc đầu đua nhau đập vào bờ làm bọt tung trắng xóa. Biển cũng cướp đi những sinh mạng xấu số. Nhưng biển cũng nuôi lớn muôn người. Ở gần với biển mới biết biển là biển, mà biển cũng không phải là biển.

Vô ngã

Khi chiêm nghiệm cảnh sanh con, vợ đau quằn quại. Nàng nhẫn nại; không một lời than. Khi con chào đời, mẹ là người đầu tiên âu yếm con, mớm sữa và vỗ về con. Tình thương của người mẹ sao bao la quá. Tôi nghĩ đến biển. Ôi! thì ra biển là em, là mẹ, là tất cả.

Vô thường

Lớn lên với biển, xa biển, vào ở gần bên biển, lại mong ước về với biển. Biển của hôm qua hay biển của ngày mai, ra sao chưa rõ, nhưng biển của ngày hôm nay thanh bình và thật tuyệt.

Sacramento, mùa Phật Đản Sanh 2008.

ĐỜI MẸ

Mẹ là người đảm đang, hiền lành, nhân hậu và có cuộc sống tu tập vững vàng. Mẹ sinh ra và lớn lên ở vùng quê thanh bình, nghèo khó, dọc theo biển cát trắng ngút ngàn thơ mộng, Vĩnh Hội, Phù Cát, Bình Định, trong một gia đình Nho giáo. Mẹ là người con thứ 6 trong một đại gia đình gồm 10 anh chị em. Ông Ngoại là Xã trưởng Trần Hoành và bà Ngoại là Trần Thị Nhĩ. Mẹ xuất thân từ một gia đình Nho giáo nhưng đã được thấm nhuần tinh túy Phật Giáo. Đại gia đình của ông Ngoại đều thọ Tam quy, Ngũ giới với vị Phương trượng Chùa Linh Phong (tục gọi là Chùa Ông Núi) ở Phù Cát, Bình Định. Từ đó, hạt giống Phật pháp đã thấm nhuần trong Mẹ qua từng lời nói, hành động và thân giáo của người. Mẹ lúc nào cũng nhỏ nhẹ, dịu dàng, kiên nhẫn, hy sinh và từ tốn.

Ba Mẹ gặp nhau và nên nghĩa vợ chồng đã tròn 60 năm. Ba Mẹ có tất cả 6 chị em gái, không có con trai và xin anh Bạch Xuân Thảo làm con nuôi từ tấm bé. Ngay sau đó, Mẹ mới thọ thai và sinh tôi ra vào mùa Vu Lan báo hiếu, đúng ngày Rằm tháng 7 năm 1976. Hôm nay, ngày tiễn Mẹ về Tây phương Cực Lạc cũng đúng là ngày rằm, tháng 8 đúng 1 tháng sau mùa Vu Lan (Ngày này trùng hợp với ngày Supermoon, một hiện tượng hiếm hoi mà người Mỹ gọi là Good Havens.) Dường như sự ra đi của Mẹ đã được Mẹ sắp xếp cho gia đình và cho mọi người xung quanh để Mẹ an nhiên về với cõi Phật A Di Đà.

Đối với chúng con, Mẹ trên cả tuyệt vời. Mẹ là tất cả và chúng con không thể nào nói sao cho hết tình thương yêu của Ba Mẹ. Tình thương của Mẹ ngọt ngào và diệu vợi. Mẹ là dòng suối ngọt ngào, Mẹ lấp lánh ngàn sao, Mẹ là rau thơm sau hè, Mẹ là những chùm mận đỏ, Mẹ là tiếng chuông tiếng mõ, Mẹ là câu kệ bài kinh, Mẹ là Bất Khinh Bồ Tát, Mẹ là cánh đồng bát ngát, Mẹ là cảo thơm, Mẹ là bài thơ lục bát. Mẹ ơi, tình Mẹ sao mênh mông và dào dạt quá, chúng con làm sao dùng từ ngữ hữu hạn của thế gian mà viết hết cái vô hạn của Mẹ? Ngày Mẹ mất lòng chúng con như tan vỡ, nhưng chúng con cố giữ lòng bình thản và niệm danh hiệu Đức Phật A Di Đà để cầu nguyện cho Mẹ Vãng Sanh Cực Lạc như ước nguyện cuối đời của Mẹ.

Chúng con liễu ngộ lẽ vô thường, nhưng mừng hơn là hàng con của con cũng bắt đầu hiểu được giáo lý Phật Đà. Sau gần 24 giờ Mẹ mất, chúng con về nhà và dùng cơm. Trước khi ăn, chúng con nghĩ đến việc mời cơm cho Mẹ, thế là hai hàng nước mắt của con chảy xuống. Vợ con an ủi, vỗ về, nhưng người nhắc con cuộc đời này vốn là vô thường lại chính là Khang, thằng cháu đích tôn của Mẹ. Khang nói: *"It is normal, daddy. Everyone dies, Bà Nội dies, you will die, mommy will die, and I will die too. Don't be sad."* (Ba ơi, việc sống chết là bình thường. Mọi người đều chết, Bà Nội mất, Ba sẽ chết, Mẹ sẽ chết, và chính con cũng sẽ chết. Ba đừng buồn.)

Vì cuộc đời là vô thường, nên Mẹ cũng như chúng con tích cực yêu thương cuộc đời này hơn. Mẹ đã sống một cuộc đời rất đẹp và Mẹ cũng đã xả báo thân này rất đẹp.

Đến đi trăng sáng trên đầu,
Thong dong tự tại nhiệm mầu Phật ngôn.

Chúng con nhận thức rằng, Mẹ vẫn luôn sống trong các con, các cháu, như Thầy Nhất Hạnh thường dạy, "MOTHER, YOU CONTINUE WELL IN ME!" (Mẹ luôn còn mãi với mình). Những hoài bão, hy vọng, tin yêu, tình thương và hạnh nguyện của Mẹ sẽ sống mãi trong con, các cháu. Chúng con sẽ tiếp tục những gì Mẹ đã sống bằng thân, khẩu, ý để dạy dỗ chúng con và để lại cho thế hệ sau. Mẹ hãy thong dong về với cõi Phật A Di Đà.

Mẹ mênh mông cõi từ bi
Mây qua đỉnh núi thoát ly vô thường
Di Đà đất Phật quê hương.

Mẹ kính yêu! Ba, chúng con và đại gia đình cung kính tiễn Mẹ trong tiếng niệm A Di Đà Phật.

Nam Mô A Di Đà Phật.
Nam Mô A Di Đà Phật.
Nam Mô A Di Đà Phật.

BÀI HỌC VỀ SỰ SỐNG VÀ CÁI CHẾT
A LESSON FROM LIFE AND DEATH

Viết để tưởng nhớ Mẹ
và Thầy Hạnh Tuấn

Có lần chúng tôi ngắm hoa Quỳnh nở, trước vẻ đẹp thanh tao, hương thơm quyến rũ nhưng phảng phất lẽ vô thường trong cõi phù sinh kiếp người. Chúng tôi thầm hỏi, phải chăng sự sống bắt đầu từ lúc hoa Quỳnh nở và kết thúc khi hoa tàn? Điều đó tất nhiên, nhưng ý nghĩa quan trọng là: Mình đã làm được gì trong khoảng thời gian bùng nở đó?

Những năm trước, tôi có đọc một bài pháp thoại về một vị Thiền sư hỏi những người đệ tử của mình: Cuộc sống dài bao lâu? Có người bảo 100 năm, 75 năm, 50 năm, 25 năm v.v... Nhưng câu trả lời của vị Thiền sư đó là: "Cuộc sống chỉ dài như một hơi thở", vì nếu một hơi thở vào, mà không ra hoặc ngược lại, tức khắc chúng ta từ giã cuộc đời này. Tự nhiên, khi ngắm hoa quỳnh nở rồi tàn trong một đêm trăng tròn mười sáu, chợt nhớ bài pháp thoại năm nào, tâm cảnh hữu tình mà sáng tác một bài thơ:

Nếu cuộc sống dài như hơi thở,

Ta làm gì giữa hơi thở trong ta?

Thật vậy, cuộc sống này chỉ ngắn ngủi như hơi thở mà thôi. Mong manh và vô thường. Giữa sống và chết là một khoảng thời gian quý giá. Mình làm gì trong khoảng thời gian đó mới là điều quan trọng. Vì thế, niềm tin và thái độ về sự chết của chúng ta có một ảnh hưởng rất lớn đến cách sống của chính mình.

Có thể nói không có nỗi đau buồn nào lớn hơn khi phải chia tay vĩnh viễn với người thân. Mặc dù chúng ta biết rất chắc chắn có sinh có tử, thời gian của chúng ta với cuộc đời này có hạn và không ai có thể thoát khỏi sự vô thường của cuộc sống. Nhưng chúng ta cũng phải trải qua những cú sốc về cái chết của người thân của mình, nhất là Ba Mẹ. Nói như vậy để chúng ta có thể sống và hành hoạt để chuẩn bị cho một hành trình ra đi vĩnh cửu của chính mình.

Sống là quá trình tìm kiếm câu trả lời cho những câu hỏi như: con người từ đâu đến và chết sẽ đi về đâu, khi chết chúng ta để lại những gì... Và trong quá trình tìm kiếm những giải đáp cho những câu hỏi này, ta đến với đạo Phật. Đạo Phật dạy chúng ta không nên thờ ơ với cái chết. Chúng ta nên đối diện với chính nó khi những cánh cửa sanh lão bệnh tử từ từ mở ra. Phải chăng văn hóa đương đại là cố gắng tránh né hoặc từ chối nhìn thẳng vào cái chết của con người? Tuy nhiên, khi chúng ta có được nhận thức đúng đắn về sự ra đi vĩnh cửu, chúng ta buộc phải xem xét cuộc sống của chúng ta và tìm cách sống cho có ý nghĩa và lợi lạc hơn. Sự trở về với cát bụi làm cho chúng ta trân quý cuộc sống này; nó có thể đánh thức chúng ta sống tử tế hơn trong từng giây từng phút.

Theo quan điểm Phật giáo, sự sống và cái chết là hai giai đoạn của một sự liên tục. Cuộc sống không phải bắt đầu từ lúc chúng ta sinh ra hoặc kết thúc vào khi nhắm mắt. Tất cả mọi thứ trong hoàn vũ - từ sinh vật nhỏ bé vô hình trong không khí (vô sắc giới) mà chúng ta đang hít thở cho đến vòng xoáy của những dải ngân hà - đều đi qua các giai đoạn thành, trụ, hoại, không. Cuộc sống cá nhân của chúng ta có chăng là một phần tử của nhịp điệu hòa hợp trong vũ trụ bao la này. Cuộc sống và mọi thứ trong vũ trụ lệ thuộc nhau, tương quan, tương ái. Tất cả như một dòng chảy không có khởi đầu và kết thúc.

Thuở ban đầu, giáo lý Phật giáo cho rằng quá trình sinh-tử là một thực trạng không thể tránh khỏi và chúng ta có thể thoát khỏi thực trạng khổ đau này. Đấng Từ Phụ Thích Ca Mâu Ni nhận thức rằng sự ham muốn cho cuộc sống này được tái diễn đã buộc chúng ta luôn ở trong vòng sanh tử luân hồi. Nhưng nếu chúng ta loại bỏ được sự ham muốn (ly ái - diệt tham luyến ái), chúng ta có thể cắt đứt các nguồn năng lượng của nghiệp lực đã đưa ta vào vòng xoáy của sinh-tử. Hay nói một cách khác, chúng ta thoát khỏi vòng sanh tử luân hồi, đạt đến cảnh giới Niết bàn là mục đích tối hậu của giáo lý Phật Đà. Ngày nay, có những truyền thống Phật giáo cũng cho rằng cuộc sống là một chu kỳ của khổ đau và từ đó chúng ta có thể giải thoát.

Tuy nhiên, trong kinh Pháp Hoa (Lotus Sutra) đã chiếu sáng một tư duy hoàn toàn mới mẻ mang tính cách mạng cho con người, đó là khẳng định mục đích sâu sắc trong cuộc sống của chúng ta trên thế giới này. Đức Phật Thích Ca nhấn mạnh rằng "tất cả chúng sanh đều có Phật tánh", và bản chất thiết yếu trong cuộc đời này, chúng ta có thể sống và trang trải tất cả những phẩm chất và hạnh nguyện của một vị Phật đang hiện hữu. Khi chúng ta tỉnh ngộ với sự thật là Phật tánh vốn sẵn có trong mỗi chúng ta, con người sẽ khám phá ý nghĩa cơ bản quan trọng về mục đích, và cuộc sống mang một chất lượng hoàn toàn khác, lạc quan, an vui và vô giá.

Vậy, Phật tánh là gì và làm thế nào chúng ta làm sống lại? Về bản chất, Phật tánh là khả năng trở thành Phật, là sự thúc đẩy vốn có trong cuộc sống để giảm bớt đau khổ và mang lại hạnh phúc cho người khác. Ý nghĩa này được cô đọng trong kinh Hoa Nghiêm bằng tuyên bố: "Một là tất cả, tất cả là một".

Từ quan điểm giác ngộ của Đức từ Phụ Thích Ca Mâu Ni, chúng ta có đầy đủ nhân duyên mới sinh vào thế giới này. Chúng ta phải quyết tâm đánh thức Phật tính của mình và của người khác (tự độ, độ tha). Chúng ta hãy tự giác, giác tha, rồi mới đến giác hạnh viên mãn. Khi chúng ta tỉnh táo với mục đích này, các nguyên nhân và tác động trong cuộc sống của mình trở thành những đức tính của Phật. Tất cả những hoàn cảnh, kinh nghiệm trong cuộc sống, từ những khổ đau tột cùng đến hạnh phúc viên dung đều là phương tiện để chúng ta chứng minh sức mạnh của Phật tánh và tìm về với bến giác. Vì tánh bình đẳng của Phật tánh, nên chúng ta sẽ sống tử tế hơn, tôn trọng nhau hơn, tìm cách làm dịu những cơn đau và làm tăng thêm hạnh phúc cho mình, cho người và cho mọi loài.

Nói tóm lại, việc sanh tử là trọng đại, chúng ta sống để chuẩn bị cho cái chết. Ai có sự chứng nghiệm thì mới hiểu. Tháng trước Mẹ của mình vẫn còn tỉnh táo và minh mẫn. Thế rồi bị bệnh cảm, chuyển sang viêm phổi, tuổi già sức yếu, Mẹ đã thanh thản ra đi chỉ vỏn vẹn trong một tuần. Chiều nay, nghe tin Thầy Hạnh Tuấn thâu thần thị tịch, lòng băn khoăn, day dứt. Nỗi buồn này chồng chất nỗi buồn khác. Qua những chứng kiến hoặc trải nghiệm về sinh lão bệnh tử, chúng ta trở nên ý thức hơn về phẩm chất và giá trị của cuộc sống, chúng ta sẽ dễ dàng thông cảm với những đau khổ của người khác và làm cho cuộc sống này ngày càng ý nghĩa hơn.

Sống và chết. Đến và đi. Có chăng chỉ là lý thuyết và niềm tin. Điều quan trọng là chúng ta có lối sống, nhận thức và biết trân quý giá trị của cuộc đời này. Xin hãy nhớ và quán chiếu: Ta đang làm gì trong khoảng thời gian chúng ta hiện hữu trong cõi đời này. Xin hãy làm lợi mình, lợi người, trong hiện tại và luôn cả tương lai. Xin hãy bắt đầu bạn nhé.

Cuối cùng xin chia sẻ hai bài thơ mới viết, một để tưởng niệm Mẹ và một để tưởng niệm Giác linh Thầy Hạnh Tuấn.

MẸ - TÌNH THƯƠNG BAN ĐẦU

Ngày Mẹ mất, tiếng Nam-mô vang vọng

Mẹ đến đi tự tại thong dong.
Mẹ hiện thân của cõi vô song.
Con nối tiếp, nguyện sống đời tao nhã.

THẦY - CÂY TRÚC VÀNG

Tưởng niệm Thầy Hạnh Tuấn
Ngày Thầy mất, vía Quán Âm Bồ Tát
Hiện thân Thầy cũng Bồ Tát Quán Âm
Thầy lắng nghe đời vô thường đau khổ
Đem Từ bi, Trí tuệ gieo bốn phương
Thầy - sống vị tha hóa độ khôn lường
Nay xả bỏ báo thân về Cõi Tịnh
Thầy - Hoàng trúc nhẹ lay
in hình mặt đất
vô sanh.
Nam Mô Tiếp Dẫn Đạo Sư A Di Đà Phật
Tâm Thường Định
Sacramento, tuần thứ 5 cúng Mẹ.

TẤM LÒNG
CỦA MỘT NGƯỜI CHA XA XỨ

Sáng tinh mơ, Ba vẫn thường lặng lẽ ngồi thiền trước bàn thờ Phật và Ông Bà Tổ Tiên. Những lúc như thế, nhìn Ba mà lòng cảm thấy nhẹ nhàng thanh thản. Ba sinh ra và lớn lên trên bán đảo Phương Mai, miền duyên hải hữu tình và thơ mộng dọc Miền Trung trong một gia đình ngư dân và thương gia. Năm nay Ba đã ở độ tuổi "Bát thập đắc hi hỉ" thế mà tinh tấn chuyên cần với những việc thường ngày như thế, trong đó có nghe tin tức bên Việt Nam và tìm mọi cách để giúp đỡ những người còn lại. Thậm chí, khi đi mua áo ấm tặng Ba, Ba cũng luôn nghĩ về những người thiếu thốn ở Việt Nam, nơi chôn nhau cắt rốn của mình. Đây là một ví dụ đẹp điển hình trong bài thơ mà chúng tôi đã viết, nói lên tấm lòng của Ba về quê hương đất nước cũng như những lời dạy bảo của người.

ÁO BA LÀM ẤM QUÊ HƯƠNG

Mùa Đông lạnh cùng Ba đi mua áo
Ba tươi cười làm con cũng vui theo
Nhưng rồi lại, "Con ơi sao đắt quá!"
Số tiền này con hãy gởi về quê
Giúp người nghèo khổ, thiếu cơm những tháng Đông về

Hay giúp người thân quen, còn ngặt nghèo khó nhọc
Hay cho cháu chắt có tiền đi học
Thân Ba già ăn mặc có bao nhiêu
Những lời Ba đã dạy con đủ điều
Đất nước điêu linh
Vẫn còn nhiều người dân thống khổ
Bụi bặm cuộc đời, chùi rửa đi! Lời Ba thố lộ
Ích kỷ lộng hành đâu giúp nổi quê hương!
Cái gì lợi mình, hại người thì càng tang thương
Cái gì thiếu đạo đức là hại luôn dân tộc
Cái gì thiếu nhân bản là mất luôn tình nghĩa
Sống vui vẻ và thanh tao để đời không mai mỉa
Này con yêu ơi! Con hãy sống an lành
Sống vị tha và tha thứ, vì đời vốn mong manh
Sống bình dị, biết yêu thương con nhé!
Lời Ba dạy như chút phước sương nhỏ bé
Mang từ bi gieo hạt đợi mong
Mùa Đông lạnh, nuôi mầm Xuân hy vọng
Hạnh phúc nào đi mua áo cùng Ba!

Ba tôi như thế đó, một người giản dị và hài hòa. Ba vốn là một con người chất phác, hiền lành và mộc mạc. Thuở thiếu thời, như bao đứa trẻ khác trong làng, Ba thất học khi lên lớp ba, lớp bốn và bắt đầu đi biển để giúp kinh tế trong gia đình. Ở tuổi thiếu niên, vì lăn lộn dầm mưa dãi nắng rất sớm, nên Ba là người khỏe mạnh. Thân hình rắn chắc, nước da ngâm và là một người bơi lặn rất giỏi. Ngoài ra, Ba làm lưới, làm biển thì số một. Ba đã thành thạo tay nghề và được sự tín nhiệm của Ông Nội với các nghề lưới Đăng Cước, lưới Đăng Đen, lưới Quát, mành Chiếc, mành Ruốt, Rút Chì và mành Tè v.v... Một con người dân dã như Ba vẫn dạy chúng tôi lẽ sống, phải đầy đủ Nhân-Nghĩa-Lễ-Trí-Tín khi còn trẻ và bây chừ thì phải sống và làm việc theo tinh thần Phật giáo. Ba, một ngư dân bình thường, nhưng trí tuệ của Ba như bao người Cha khác, rất đúng thật và thực tiễn. Ba luôn nhấn mạnh rằng:

"...Ích kỷ lộng hành đâu giúp nổi quê hương!
Cái gì lợi mình hại người thì càng tang thương
Cái gì thiếu đạo đức là hại luôn dân tộc
Cái gì thiếu nhân bản là mất luôn tình nghĩa..."

Có vậy mới thấy được tấm lòng cao cả của những người Cha lo lắng và yêu thương đến con cái, quê hương và cho cả tha nhân. Chúng tôi rất hân hạnh được còn Ba, còn Mẹ. Chúng tôi trân quý là "Còn Cha gót đỏ như son" hay cảm thông được "Con không Cha như nhà không nóc".

Nhân ngày Lễ Cha của chùa Quang Nghiêm mà Hòa thượng Thích Minh Đạt tổ chức 18 năm qua vào dịp rằm tháng 10, ngày thị tịch của Đại đệ tử đức Phật, ngài Xá Lợi Phất, con viết vài hàng về Ba để tỏ lòng biết ơn và cảm niệm ân đức của người.

Sacramento, một ngày mưa bão.

PHẬT GIÁO ỨNG DỤNG VÀ MÔI SINH, BIỆN PHÁP LÀM CHẬM THỰC TRẠNG HÂM NÓNG ĐỊA CẦU

Lời dẫn: Bài thuyết trình này đã trình bày tại Hội Phật Giáo Mỹ Châu, Chùa Hoa Nghiêm do Đoàn Bô Lão tổ chức.

Theo đa số các nhà nghiên cứu, thực trạng nóng lên toàn cầu (global warming) hoặc biến đổi khí hậu toàn cầu (global climate change) là có thật và ngày càng gia tăng một cách trầm trọng. Nguyên nhân chính là sự gia tăng quá nhanh trong việc thải khí carbon dioxide trong vòng 30 năm qua, do đốt nhiên liệu hóa thạch (fossil fuels) (Cox, P. M., et al., 2000) cũng như những hóa chất khác không phải do hóa học hữu cơ (Hansen, J., et al., 2000) và vì nhu cầu sinh hoạt của con người từ sự nhả khói và khí độc của các hãng xưởng công nghệ lớn nhỏ, xe ô-tô cho đến nạn phá rừng, các trại chăn nuôi súc vật đến chất liệu phế thải của các nhà máy thủy điện, v.v...

Lorenzoni, I., & Pidgeon, N. F. (2006) cho rằng: "Nếu không kiểm soát được, ảnh hưởng của con người lên hệ thống khí hậu có thể tạo ra những biến đổi nguy hiểm tai hại cho những khía cạnh khác liên quan đến sự sống cho mọi loài trên cả trái đất này." Thầy Thích Nguyên Hiệp trong bài Đạo Đức Học Phật Giáo Và Vấn Đề Môi Trường, cũng viết: "Thế giới loài người luôn phải đối mặt với những thảm họa do thiên nhiên gây ra: bão lụt, động đất, núi lửa, sóng thần… là những vấn đề con người phải thường xuyên nhận lãnh suốt theo chuỗi lịch sử phát triển của mình. Và ngày hôm nay, mức độ thảm khốc của những điều này đang tăng dần lên là do có sự góp mặt của những tác nhân tiêu cực của chính con người tạo ra. Bên cạnh những thảm họa thiên nhiên như thường thấy, sự ô nhiễm không khí, cạn kiệt nguồn nước ngầm, đất đai xói mòn, sa mạc hóa, biến đổi khí hậu và đánh mất hệ sinh thái là những thảm họa kinh hoàng khác mà nhân loại đang đối mặt. Những thảm họa đó đang diễn ra khắp nơi, ai cũng biết cũng thấy, nhưng vì nhu cầu cuộc sống và vì phát triển kinh tế, thiên nhiên ngày càng bị con người đối xử tệ bạc, bất chấp những rủi ro khốc liệt hơn mà họ sẽ hứng chịu."

Đất nước Việt Nam của chúng ta cũng phải nhận một phần trách nhiệm trong hiện trạng ngày càng xấu hơn về việc thay đổi khí hậu toàn cầu. Theo World Population Review (2015), dân số Việt Nam đã lên đến 94.5 triệu người, đứng hàng thứ 14 trên thế giới, chiếm 1.33% dân số thế giới. Dân Việt Nam ngày càng đông mà tài nguyên quốc gia thì ngày càng cạn kiệt, không còn "rừng vàng biển bạc" như thời chúng tôi còn đi học trường làng. Vấn nạn ô nhiễm thì trầm trọng, bắt nguồn từ sự phát triển công nghệ, thiếu ý thức và thiếu chính sách bảo vệ môi sinh v.v… Do đó, vấn đề về môi trường, từ việc nhỏ như vệ sinh công cộng đến những công nghệ sản xuất làm biến đổi khí hậu, chúng ta đều phải thận trọng, vì việc làm của mình ảnh hưởng đến nhiều thế hệ mai sau. Thầy Thích Tâm Pháp trong bài Phật Giáo và Môi Trường (Tuyển tập Phật Thành Đạo, Nhiều tác giả), ở Phần III có đề cập: "Đức Phật ra đời và thành đạo không gì hơn là vì lòng thương tưởng đến chúng sanh đang khổ đau do ba độc tham, sân, si hoành hành. Do lòng tham muốn thỏa mãn nhu cầu vật chất, con người phải chịu nhiều thảm họa khổ đau. Muốn chấm dứt đau khổ, con người phải sống đúng theo chánh pháp, tức sống theo qui luật tự nhiên hay luật nhân duyên sanh khởi. Theo qui luật này, con người, loài vật, cỏ cây cùng tồn tại trong mối liên hệ hỗ tương và tùy thuộc lẫn nhau. Thiên nhiên cung cấp môi trường sống cho loài người và động vật. Ngược lại loài người phải có ý thức bảo vệ thiên nhiên để giữ môi trường trong sạch và cân bằng sinh thái."

Hơn bao giờ hết, chúng ta ai cũng phải có trách nhiệm và bổn phận đối với thế hệ con cháu của mình, nhất là chúng ta sinh ra làm người Việt Nam. Tình yêu thương tổ quốc và nỗi lo âu cho tổ quốc là trách nhiệm và nghĩa vụ của mỗi người con Việt. Cho nên chúng ta phải luôn quán chiếu những gì xảy ra trong ta và quanh ta. Nếu nhìn về khía cạnh quốc gia dân tộc, có thể nói một cách khác là chúng ta phải nhận thức những gì xảy ra trong đất nước mình và các nước láng giềng. Hiện nay nhà nước Trung Hoa đã xây nhiều con đập lớn cùng với nhiều thủy điện trên sông Mekong, làm băng hoại môi sinh và ảnh hưởng xấu cho các nước ở hạ lưu sông này. Trong bài tham luận về dòng sông Cửu Long (Mekong River) tại Hội nghị Vesak Liên hiệp quốc từ 27-30 tháng 5, 2015 tại Bangkok, Thái Lan. Chúng tôi có trình bày Dòng sông Mekong bắt nguồn từ cao nguyên Tây Tạng, chảy qua sáu quốc gia bao gồm Trung Quốc, Myanmar, Thái Lan, Lào, Campuchia và Việt Nam, dài 4.500 km và là con sông dài thứ 12 trên thế giới. Trong hai mươi năm qua có một chương trình khai thác thủy điện trên sông Mekong (Richard Cronin, 2010; Scott Pearse-Smith, 2012). Tính đến năm 2014, có 26 đập thủy điện trên dòng chính, 14 đập trên sông Lan Thương (tên của thượng nguồn Sông Mekong ở tỉnh Vân Nam của Trung Quốc) và 12 đập trên hạ nguồn Mekong. Sự ngăn cản dòng chảy tự nhiên của sông Mekong có ảnh hưởng xấu đến môi trường sinh thái một cách trầm trọng và ảnh hưởng tất cả 6 nước, nhất là các nước nằm ở hạ nguồn như Campuchia và Việt Nam. Chúng tôi tuyên bố rằng đập thủy điện gây ra thảm họa kinh tế và môi trường nghiêm trọng, ảnh hưởng đến đời sống của hàng triệu người ở các nước hạ nguồn. Lũ sông Cửu Long xảy ra hàng năm từ tháng sáu đến tháng mười với hàng trăm người bị thiệt mạng. Hầu hết các nạn nhân lũ lụt là trẻ em chết đuối do thiếu sự giám sát của người lớn tuổi trong gia đình.

Trong bản Tuyên cáo Bangkok (Bangkok Declaration) của Hội nghị Vesak Liên Hợp Quốc đã nêu lên vấn đề Mekong và đã yêu cầu các nước trong cộng đồng ASEAN và các nước láng giềng hợp tác để giải quyết tình trạng khẩn cấp của sông Mekong và hệ sinh thái.

Ngoài những công trình thủy điện lớn, chính quyền Trung Quốc còn xây dựng những nhà máy nguyên tử hạt nhân rất gần với Việt Nam chẳng hạn như Nhà máy Fangchenggang ở gần thành phố Qinzhou thuộc Quảng Tây, chỉ cách biên giới Việt Nam có 45 km (30 miles) và một nhà máy điện hạt nhân khác, Changjiang, ở phía Tây đảo Hải Nam. Tuy các nhà máy nguyên tử hạt nhân không gây ra thực trạng hâm nóng địa cầu, nhưng có liên quan đến vấn đề an toàn, an ninh và an nguy của tổ quốc Việt Nam. Vì nếu có sự cố xấu xảy ra từ những nhà máy hạt nhân Trung quốc gần biên giới miền Bắc Việt Nam, thì không những người dân Trung Hoa bị ảnh hưởng nặng nề và cả những người dân Việt Nam vô tội cũng bị ảnh hưởng nặng nề. Chúng tôi đã nghiên cứu và kết luận trong bài Ảnh Hưởng Nhà Máy Điện Hạt Nhân Của Trung Quốc Và Sự An Nguy Của Tổ Quốc, rằng: "Nói tóm lại vì lợi ích chung của nhiều người và của nhiều thế hệ, chúng ta cần nhận thức rõ ràng về sự nguy hiểm của nguồn điện nguyên tử hạt nhân. Và phải học hỏi những cách thức chuẩn bị, để phòng và đáp ứng cho gia đình mình, cộng đồng và đất nước mình nếu không may sự cố tai nạn có thể xảy ra. Riêng về hai nhà máy hạn nhân của Trung Quốc nói trên, chúng ta cần phải theo dõi thường xuyên để chuẩn bị đối phó và giảm thiểu những thiệt hại về sinh mạng cũng như kinh tế cho người dân nước ta."

Trong bài này, lập trường của chúng tôi cũng rất rõ là đất nước Việt Nam chưa sẵn sàng xây dựng và quản lý những nhà máy nguyên tử hạt nhân. Chúng tôi đề nghị thay cho nhà máy điện nguyên tử hoặc thủy điện như sau; "Một thay thế khả thi và bền vững đối với các đập thủy điện là năng lượng mặt trời và gió. Công nghệ nhẹ cũng đã được đề xuất như là chiến lược khả thi để phát triển kinh tế. Các nước và các dân tộc dọc theo sông Cửu Long đa số là Phật tử, Tăng đoàn có thể đóng một vai trò quan trọng trong việc tác động các chính sách của chính phủ, giáo dục công chúng về các chi phí và tác động môi trường của các đập nước cũng như lợi ích của năng lượng sạch và tái tạo được. Những nỗ lực này có thể giảm thiểu xung đột trong tương lai, các thảm họa kinh tế và môi trường và dòng sông Phật giáo sẽ tránh được một cái chết khủng khiếp." Vì thế, chúng ta phải ý thức rằng vấn nạn môi trường và hâm nóng địa cầu ngày càng trở nên xấu đi thì chúng ta và con cháu phải gánh lấy hậu quả khôn lường.

Với người con Phật, nhất là Phật giáo Ứng dụng là điểm khởi đầu. Phật Giáo Ứng Dụng ra đời từ thập niên 1960's trong Chiến tranh Việt Nam do Thiền sư Thích Nhất Hạnh phát khởi để áp dụng kiến thức Phật giáo thành những hành động cụ thể, đem thiền định và Phật pháp vào đời để làm vơi đi những tình huống khổ đau cho con người và xã hội. Theo hai nhà nghiên cứu Chris Queen và Sallie King (1996), Phật Giáo Ứng Dụng được vun trồng, phát triển và khá phổ biến ở phương Tây. Chúng ta nên đem thông điệp hiểu biết và thương yêu (từ bi và trí tuệ) để làm cho cuộc đời bớt khổ. Phật giáo Đại Thừa đi vào cuộc đời bằng sự nỗ lực tích cực, (tự độ, độ tha; tự giác, giác tha). Đạo Phật chọn con đường Trung Đạo. Nghèo đói, dốt nát, thì không có hạnh phúc hoặc nhu cầu căn bản chưa đủ đáp ứng thì khó mà tu tiến. Cần 'xoá đói, giảm nghèo' thực sự và nâng cao dân trí cũng như có tự do, dân chủ, nhân bản, v.v… thì xã hội mới thăng tiến và có ý thức để bảo vệ và gìn giữ môi sinh hầu làm chậm lại việc hâm nóng địa cầu để bảo tồn trái đất mẹ.

Điểm chung là con người đều có nhu cầu cơ bản, ở đâu cũng vậy, ai ai cũng muốn có hoặc phấn đấu để có được một cuộc sống an vui và hạnh phúc. Chúng ta muốn có cuộc sống an lạc, lành mạnh và hài lòng với cuộc sống này, nơi mà chúng ta không quá lo lắng, và luôn quan tâm đến thế hệ mai sau. Ai cũng biết là chúng ta chỉ có một trái đất Mẹ mà hơn 7 tỷ người đang chung sống. Vấn đề là chúng ta cần và nên làm những gì để cứu vãn tình thế này. Vì thế, chúng ta có thể làm những việc cụ thể trong giây phút hiện tại nhằm cải thiện cuộc sống cho mình và cho tha nhân.

NHỮNG BIỆN PHÁP CÓ THỂ LÀM THAY ĐỔI CARBON FOOTPRINT

I. Đối với cá nhân và gia đình:

1. Thiểu dục tri túc, sống đời giản dị (fugal living)

2. Ăn chay ít nhất mỗi tuần một ngày (pick a day for vegetarian/vegan day)

3. Ăn ít thịt lại hoặc không ăn thịt (không ăn thịt mỗi tuần 1 ngày hoặc bỏ ăn thịt. Meatless Monday or Make it Easter once every week)

4. Giảm lại, dùng lại, và tái chế để sử dụng (Reduce/Reuse/Recycle)

5. Dấn thân làm cho môi trường sống, làm việc và giải trí của mình đang ở thêm xanh, sạch và đẹp.

II. Đối với cộng đồng / tiểu bang:

1. Tạo những chính sách / luật lệ / chương trình làm tốt cho môi trường sinh thái

2. Dùng năng lượng xanh hoặc năng lượng tái sử dụng (Use alternative energy or reusable energy).

3. Cần ủng hộ những phong trào lành mạnh như living green, earth day.

4. Khuyến khích và tham gia những tổ chức lành mạnh và hữu ích cho môi trường

5. Trồng trọt những vườn ăn, rau quả cho cộng đồng, chương trình Farm to Fork.

III. Đối với liên bang / quốc gia

1. Chấp nhận những Công ước quốc tế để làm giảm carbon footprint và dùng năng lượng tái tạo.

2. Các nước phát triển, loại trừ hoặc giảm những chất liệu nguyên tử hạt nhân, chiến tranh hóa học, sinh học, v.v…

3. Cân bằng phân phối thực phẩm và của cải (food and wealth distribution)

4. Xoá bỏ những thể chế độc tài, cần thấu hiểu mối tương sinh, tương quan trong vũ trụ

5. Đối với những nước chưa phát triển (như Việt Nam) - Tạm thời, chưa nên có điện tử hạt nhân vì còn thiếu nhân lực, khả năng, kinh nghiệm.

Cuối cùng, đây là bổn phận và trách nhiệm chung của tất cả chúng ta, phải bảo vệ hành tinh duy nhất mà con người đang sống. Không những thế, mỗi người công dân trên hoàn vũ này, nhất là những nhà lãnh đạo, nhà giáo dục, chính trị gia, v.v… phải luôn xem đây là trách nhiệm đạo đức và luân lý, phải bảo tồn trái đất Mẹ. Vậy chúng ta hãy bắt đầu cuộc hành trình mới, dấn thân để thay đổi cuộc sống cho chính mình và những người xung quanh ngày càng tốt đẹp hơn và để lại trái đất này tươi tốt trong sạch cho những thế hệ kế thừa, trong đó có con cháu của chúng ta.

Bạch X. Phẻ,
Nhà giáo dục tại San Juan Unified School District, Sacramento, CA.
Trần Tiễn Khanh,
AMI Environmental, USA.

Tài Liệu Tham Khảo/References:

1. Cox, P. M., Betts, R. A., Jones, C. D., Spall, S. A., & Totterdell, I. J. (2000).

Acceleration of global warming due to carbon-cycle feedbacks in a coupled climate model. Nature, 408(6809), 184-187.

2. Hansen, J., Sato, M., Ruedy, R., Lacis, A., & Oinas, V. (2000). Global warming in the twenty-first century: An alternative scenario. Proceedings of the National Academy of Sciences, 97(18), 9875-9880.

3. Schuldt, J. P., Konrath, S. H., & Schwarz, N. (2011). "Global warming" or "climate change"? Whether the planet is warming depends on question wording. Public Opinion Quarterly, nfq073. http://worldpopulationreview.com/countries/vietnam-population/

4. Lorenzoni, I., & Pidgeon, N. F. (2006). Public views on climate change: European and USA perspectives. Climatic change, 77(1-2), 73-95.

5. Queen, C. S., & King, S. B. (1996). Engaged Buddhism: Buddhist Liberation Movements in Asia. New York: Albany State University Press. p. 2. ISBN 0-7914-2843-5.

6. Thích Nguyên Hiệp, Đạo Đức Học Phật Giáo Và Vấn Đề Môi Trường. Thư Viện Hoa Sen. Tải xuống ngày 27 tháng 10, 2015. http://thuvienhoasen.org/a4365/dao-duc-hoc-phat-giao-va-van-de-moi-truong-thich-nguyen-hiep

7. Thích Tâm Pháp, Phật Giáo và Môi Trường trong Tuyển tập Phật Thành Đạo. Nhiều tác giả, ở Phần III. Tải xuống ngày 20 tháng 10, 2015. http://www.tuvienquangduc.com.au/DucPhat/40td-tamphap.html

8. Time for Change. Cause and effect for global warming. Tải xuống ngày 10 tháng 10, 2015. http://timeforchange.org/cause-and-effect-for-global-warming

9. Trần Tiễn Khanh và Bạch X. Phẻ (2015), Ảnh hưởng nhà máy điện hạt nhân của Trung quốc và sự an nguy của tổ quốc. Phe Bach's Blog. Tải xuống ngày 20 tháng 10, 2015. http://phebach.blogspot.com/2015/06/anh-huong-nha-may-ien-hat-nhan-cua.html

10. Walther, G. R., Post, E., Convey, P., Menzel, A., Parmesan, C., Beebee, T. J., ... & Bairlein, F. (2002). Ecological responses to recent climate change. Nature, 416(6879), 389-395.

11. World Population Review (2015). Vietnam Population 2015.

TINH THẦN ĐẤU TRANH BẤT KHUẤT CỦA NGƯỜI VIỆT NAM

"Tay dơ lấy nước rửa, Nước dơ lấy gì để rửa" –
Vua Duy Tân (lúc 7 tuổi)

Việt Nam có chiều dài lịch sử hơn 4000 năm, trong chuỗi thời gian đó, bài học lịch sử mà chúng ta có thể học và đúc kết được là **Tinh Thần Chiến Đấu Bất Khuất Chống Ngoại Xâm**. Từ thời lập nước của Vua Hùng đến các triều đại Đinh-Lê-Lý-Trần hay lịch sử cận đại. Đất nước Việt Nam có tự chủ, độc lập và thanh bình là nhờ người dân có tinh thần đấu tranh bất khuất. Dân giàu nước mạnh là vì sự đồng lòng của mọi tầng lớp, từ vua chúa đến người nông dân, từ chính quyền cho đến người ngư dân bám biển để giữ vững bờ cõi. Tất cả người con đất Việt dù ở bất kỳ nơi đâu cũng đều hướng về và một lòng phụng sự cho quê hương, đất nước.

Qua lịch sử của nước Việt Nam ta, khi người dân làm chủ, độc lập tư tưởng, khi họ sống biết tha thứ bao dung, sống để cống hiến hết sức mình là lúc đất nước ta ngày càng giàu mạnh. Truyền thống dân tộc của người Việt Nam là những gì tốt đẹp và thiện mỹ mà người dân luôn nuôi nấng qua nhiều thế hệ, trong đó có khát vọng tự chủ, bảo vệ lãnh thổ, lãnh hải, dân chủ và quyền làm người.

Nhân dân ta đã bao lần đánh đuổi giặc Mông Nguyên, giặc Hán, giặc Trung Hoa, giặc ngoại xâm không biết bao nhiêu lần vì quyền tự chủ của dân tộc. Nhìn chung bất cứ một cuộc khởi nghĩa nào, người lính nào, thời điểm nào cũng có cùng khát vọng và lý tưởng phục vụ cho một tương lai dân tộc tốt đẹp hơn theo ý thức hệ của riêng mình.

Họ luôn chiến đấu với tinh thần bất khuất và dũng mãnh với tất cả tấm lòng, xông pha trận mạc trong khả năng có thể của họ, từ thời Bà Trưng, Bà Triệu đến Ngô Quyền, từ anh Hùng áo vải Quang Trung Nguyễn Huệ đến nhà yêu nước Nguyễn Thái Học. Từ những trận mạc cận đại như tự thủ Gạc Ma, Hoàng Sa vào năm 1974 hay bảo vệ biên giới phía Bắc vào năm 1979—mà Trung Quốc không muốn Việt Nam ngóc đầu sau chiến tranh—người lính nào cũng chiến đấu anh dũng, kiên cường và hy sinh một cách hiên ngang cho nghĩa lớn.

Đó là tinh thần Trần Bình Trọng "Ta thà làm ma nước Nam, chứ không thèm làm vương đất Bắc" trong cuộc kháng chiến chống quân Nguyên-Mông lần thứ 2. Tinh thần đấu tranh bất khuất đó đi vào xương tuỷ của mỗi người con Việt, nhất là thế hệ kế thừa. Còn nhớ không nhà Nguyễn đã thất bại khi mang văn hoá ngoại xâm, luật lệ, phong tục ngoại bang áp đặt lên muôn dân, nghĩ nho giáo là tốt nhất (ví dụ như tam-tòng tứ đức) áp đặt và hà khắc chống lại truyền thống tinh hoa dân tộc Việt Nam, nơi có bao nhiêu anh hùng, anh thư đã đứng lên khởi nghĩa, tranh đấu bất khuất cho giống nòi. Ngoài những anh hùng dân tộc như Ngô Quyền, Đinh Bộ Lĩnh, Lê Hoàn, Lý Công Uẩn, Lý Thường Kiệt, Trần Nhân Tông, Trần Hưng Đạo, Lê Lợi, Nguyễn Trãi, Nguyễn Huệ, v.v… Chúng ta còn có những anh thư như Hai Bà Trưng, Bà Triệu, Bà Lạc, Ỷ Lan (Linh Nhân Hoàng thái hậu, Nữ Tướng Phùng Thị Chính, Đoan-Trang Công-Chúa, Nữ tướng Bùi Thị Nhạn, Nữ tướng Bùi Thị Xuân, Đỗ Thị Tâm, v.v… Những sắc thái và tinh hoa nữ tướng đó đã len lõi thấm vào dòng máu của những thế hệ kế thừa.

Lịch sử cho ta thấy, bất cứ một thể chế nào, dù là phong kiến, phiến quân, dân chủ, cộng hoà, xã hội chủ nghĩa, độc tài,... thì trong một thời gian nhất định đều phải thay đổi hay bị đào thải. Triều đại nào, chính quyền nào cũng muốn có một đất nước thanh-bình, ấm no cho muôn dân; mong mỏi người dân biết yêu thương và kính phục nhau trong tinh thần tương quan tương ái. Dân tộc Đức Quốc Xã đã hoà hiệp với nhau, Nam Bắc đã 'thống nhất' trong ôn hoà. Chúng ta vì những nông nổi gì mà không có được những điều như thế? Tuy nhiên, những gì xảy ra trong tương lai là tuỳ thuộc vào những lối suy nghĩ, lời nói và hành động trong hiện tại. Chúng ta có quyền tin tưởng rằng thế giới nói chung hay Việt Nam nói riêng sẽ tốt đẹp hơn khi…

1. Thể chế độc tài toàn trị không còn hiện hữu trên thế giới

2. Chúng ta xoá bỏ tham-sân-si, hận thù, phục vụ cho tương lai dân tộc tốt đẹp hơn.

3. Chúng ta biết sống cho mình và cho tha nhân, cho cộng đồng và cho niềm tự hào của dân tộc mình.

Đất nước Việt Nam ta, hơn bao giờ hết không còn "Rừng vàng biển bạc", không còn "Ở trong thời chiến", chúng ta đang có hơn 80 triệu dân, chúng ta đang có những trái tim bất diệt Việt Nam. Triều đại nào, thể chế nào rồi cũng mai một, cái còn lại là làm sao để chúng ta không tách rời văn hóa truyền thống tốt đẹp, hợp với lòng dân. Đó là nghĩa cử của người con Việt, nghĩa lớn đó là đặc thù của dân tộc. Vậy hãy tiếp tục tinh thần đấu tranh bất khuất của người con Việt đối với giặc ngoại xâm hay đảng phái bè lũ độc tài Cộng Sản Trung Hoa. Hãy sống với tinh thần Phan Chu Trinh: "Sống không phải là ký sinh trùng của thế gian, sống để mưu đồ một công cuộc hữu ích gì cho đồng bào tổ quốc" hay là "Không thành công thì thành nhân" của Nguyễn Thái Học.

Tài Liệu Tham Khảo/References:

1. Nguyễn Hoàng Lãng Du, Bất-Khuất; tải xuống ngày 24 tháng 4, 2015 từ http://langhue.org/index.php/giao-duc/pham-vat-cua-tran-gian/12062-bat-khuat-pham-vat-cua-tran-gian-nhld-2

2. Nguyễn Xuân Thiên Tường, Quẩy Gánh Non Sông; tải xuống ngày 1 tháng 5, 2015 từ http://phebach.blogspot.com/2015/04/quay-ganh-non-song-co-gai-chan-trau.html

III. ĐẠO PHÁP

HAI VỊ TÔN SƯ:
CỐ HÒA THƯỢNG THÍCH THIỆN TRÌ
VÀ HÒA THƯỢNG THÍCH MINH ĐẠT

Hòa Thượng Thích Thiện Trì - Chúng Trung Tôn

Chúng tôi vốn là hàng hậu học và đến với Phật giáo thật sự chỉ khi bước vào ngưỡng cửa Đại học, trường University of Nebraska - Lincoln. Lúc đó nhân duyên chỉ đủ để sinh hoạt trong tổ chức Gia Đình Phật Tử và cộng đồng, nhưng thiếu phần tu học nghiêm túc. Mãi đến khi chuyển về UC Davis để học chương trình hậu đại học thì mới có cơ duyên học Phật và thực hành Phật pháp. Trong số nhiều những vị ân sư, tôn sư của chúng tôi, có cố Hòa Thượng Thích Thiện Trì và Hòa Thượng Thích Minh Đạt mà chúng tôi hôm nay mạo muội viết về hai Thầy như một sự tưởng nhớ trong tinh thần và văn hóa ưu việt của Dân tộc Việt Nam đó là: Nhớ ơn, biết ơn và đền ơn.

Hòa thượng Thích Thiện Trì thường dạy cho hàng Huynh trưởng: "Các con sinh hoạt cho đàng hoàng, đi đâu cũng đàng hoàng, làm gì cũng đàng hoàng vì mình là người con Phật." Đối với quý bác trong đạo tràng, Thầy dạy: "Quý vị hãy tinh tấn tu học vì nếu không tu thì mình mãi mãi lẩn quẩn trong vòng sanh tử luân hồi khổ lắm. Hãy chuyên cần tu tập." Đến với công chúng, Thầy lại khuyên bảo: "Từ cái mạnh đến cái mạnh thì rất dễ, từ cái yếu đến cái mạnh mới là cái mạnh thật sự."

Khi tôi đến sinh hoạt với GĐPT Kim Quang vào năm 1999 thì Thầy đã ngã bệnh, nhưng chúng tôi vẫn học được những bài học vô giá qua thân bệnh của Thầy. Thầy luôn bảo, Phật ở trong tâm Thầy và ở trong tâm con và luôn nhờ vả hay nhắc nhở đọc kinh cho Thầy nghe, nhưng thực sự là đọc cho chính bản thân mình vì khi đọc sai thì Thầy đều biết là mình sai chỗ nào. Đây là tiểu sử chi tiết có cập nhật mà Thầy Thích Viên Lý và chúng tôi trong Ban Thư Ký, viết về Hòa Thượng khi Thầy thu thần thị tịch.

Hòa Thượng Thích Thiện Trì thế danh Nguyễn Duy Hiến, Pháp danh Như Phụng, Pháp tự Thiện Trì, Pháp hiệu Ấn Đạo, thuộc dòng Lâm Tế Chánh Tông đời thứ bốn mươi hai, Thầy sanh ngày 19 tháng 02 năm 1934 tại xã Nhơn Khánh, quận An Nhơn, tỉnh Bình Định. Thầy xuất thân từ một gia đình thuần túy Phật Giáo, thân phụ và thân mẫu của Thầy đã khuất và Thầy có tất cả 10 anh em, 5 trai và năm gái. Trong đó có 3 người con trai đã xuất gia đầu Phật, là bản thân Thầy, Hòa thượng Thích Thiện Hữu, và Thượng toạ Thích Viên Mãn mất vừa vài năm trước.

Nhờ túc duyên thù thắng nên khi vừa tròn 17 tuổi, ý thức được lẽ vô thường sinh diệt và thực trạng khổ đau của cuộc đời, Ngài đã phát tâm thế phát xuất gia để noi theo hạnh xuất trần thượng sĩ.

Khởi đầu, Ngài xuất gia với Cố Hòa Thượng thượng Huệ hạ Chiếu trụ trì Tổ Đình Thập Tháp, Bình Định. Sau thời gian tu học tại Tổ Đình Thập Tháp, nhận thấy Ngài là bậc thông minh dĩnh duệ, nên Hòa thượng bổn sư đã gởi Ngài đến tu học tại Tổ Đình Sơn Long, Tuy Phước. Sau khi Hòa thượng Bổn sư viên tịch năm 1965, Ngài cầu pháp y chỉ với Hòa Thượng thượng Kế hạ Châu là sư thúc của Ngài và được ban cho Pháp hiệu Thích Ấn Đạo.

Hòa Thượng thọ Đại Giới năm 1968 tại Phật Học Viện Trung Phần Hải Đức, Nha Trang. Sau khi tốt nghiệp ưu hạng chương trình Phật Học

Chuyên Khoa Liễu Quán tại Tổ Đình Linh Quang, Huế, năm 1971, Ngài được Giáo Hội bổ nhiệm làm Giảng Sư và Giáo Thọ cho nhiều Phật Học Viện tại các tỉnh miền Trung và miền Nam như Giám Thị và Giáo Thọ Phật Học Viện Trung Phần Hải Đức, Nha Trang; Giáo Thọ Phật Học Ni Trường Diệu Quang, Nha Trang; Giám Học Phật Học Viện Nguyên Hương tại Phan Thiết; Giảng Sư tại Tu Viện Quảng Hương Già Lam Sài Gòn v. v… Do đạo hạnh khả kính, Ngài được cung thỉnh làm trụ trì chùa Kim Quang tại Phan Thiết. Dù Phật sự đa đoan, Hòa Thượng vẫn cố gắng đầu tư thì giờ và tâm lực để phiên dịch và trước tác.

Những kinh điển mà Ngài đã dịch gồm có: Kinh Kim Quang Minh, Kinh Dược Sư, Kinh A-Di-Đà, Kinh Di Lặc, Kinh Bát Đại Nhân Giác, Phật Thuyết Phân Biệt Kinh, Bát Nhã Tâm Kinh.

Ngoài những dịch phẩm trên, Hòa Thượng còn biên soạn nhiều bài nghiên cứu lịch sử Phật Giáo hết sức giá trị. Đã từng là Chủ Nhiệm Tạp Chí Nguồn Sống và còn là một nhà thơ với những bài thơ thiền vị.

Năm 1980, để tiếp tục lý tưởng phụng sự chánh pháp và dân tộc, Ngài đã thành lập chùa Kim Quang, chùa Quan Âm tại trại tỵ nạn Galang và tận lực hướng dẫn đồ chúng tu học. Ngài đã trở thành một biểu tượng ngời sáng làm nơi quy hướng của những người con Phật đang bơ vơ lạc lõng tại xứ người. Sau khi định cư tại Hoa Kỳ năm 1981 Hòa Thượng càng nỗ lực hơn nữa trong vai trò của một Trưởng Tử Như Lai, "tác Như Lai sứ, thừa Như Lai sự". Những chức vụ mà Ngài đã đảm nhiệm theo thời gian là:

- Hội Trưởng Hội Phật Giáo Việt Nam tại Sacramento và Trụ Trì Chùa Kim Quang

- Phó Hội Chủ Tổng Hội Phật Giáo Việt Nam Tại Hoa Kỳ

- Tổng Vụ Trưởng Tổng Vụ Tăng Sự của Tổng Hội Phật Giáo Việt Nam Tại Hoa Kỳ

-Thành Viên Hội Đồng Đại Diện của Giáo Hội Phật Giáo Việt Nam

Thống Nhất Hải Ngoại Tại Hoa Kỳ-Văn Phòng II Viện Hóa Đạo

- Chủ Tịch Hội Đồng Giám Luật Giáo Hội Phật Giáo Việt Nam Thống Nhất Hải Ngoại Tại Hoa Kỳ-Văn Phòng II Viện Hóa Đạo

- Tổng Vụ Trưởng Tổng Vụ Tăng Sự của Giáo Hội Phật Giáo Việt Nam Thống Nhất Hải Ngoại Tại Hoa Kỳ-Văn Phòng II Viện Hóa Đạo.

Hòa thượng còn lãnh đạo tinh thần các Hội và Chùa như Chùa Vạn Hạnh, Rochester, NY; Chùa Từ Hiếu, Buffalo, NY; Chùa Quan Âm, Binghamton, NY; Chùa Phổ Quang, Salt Lake City, UT.

Ngoài việc xiển dương Chánh Pháp cứu độ quần sanh, Ngài còn sát cánh với Giáo Hội tích cực vận động cho sự tự do, bình đẳng, dân chủ và nhân quyền tại Việt Nam. Ngài là bậc Thầy đặc biệt thương yêu, hết lòng quan tâm nâng đỡ, giáo dưỡng và xây dựng tổ chức Màu Lam Của Gia Đình Phật Tử Việt Nam.

Cuộc đời của Ngài là một tấm gương sáng ngời, một bài học sống vô giá qua nhiều khía cạnh, nhất là thời gian Hòa Thượng bị bệnh để độ chúng. Dù trải qua thời gian dài với bệnh duyên đầy bức bách nhưng Hòa Thượng vẫn giữ được đạo phong tự tại, uy nguy, thanh thoát của mình và chứng tỏ được đạo hạnh khả kính của một bậc Tôn túc giáo phẩm thạc đức. Đây là thời gian mà đại chúng học ở Hòa Thượng những bài Pháp không lời hoàn toàn khế cơ, khế lý.

Thuận thế vô thường, Hòa Thượng đã an tường xả bỏ báo thân lúc 8 giờ 20 tối ngày 31 tháng 7 năm 2003, nhằm ngày mồng 3 tháng 7 năm Quý Mùi tại thủ phủ Sacramento, California, Hoa Kỳ. Thế thọ 69, Đạo lạp 52, Hạ lạp 36.

Dù xác thân tứ đại huyễn hóa của Hòa Thượng không còn nữa, nhưng những lời dạy cao quý và nhất là những hành hoạt đầy vị tha vô ngã của Ngài đối với Dân Tộc và hình ảnh dấn thân tận tụy hy hiến cho Đạo pháp của Hòa Thượng vẫn còn mãi trong trái tim của hàng triệu người con Phật.

Vô thường thị thường, tịch diệt phi diệt, nhất tâm cầu nguyện giác linh Hòa Thượng thượng phẩm thượng sanh, bất vi bổn thệ, hồi nhập ta bà để hoàn thành hạnh nguyện độ sanh cao cả.

Nam Mô Từ Lâm Tế Chánh Tông Tứ Thập Nhị Thế húy thượng Như hạ Phụng, tự Thiện Trì, hiệu Ấn Dạo giác linh Hòa Thượng thùy từ chứng giám.

Khi Thầy tịch, cố Đại Lão Hòa thượng Thích Huyền Quang từ Tu Viện Nguyên Thiều, lúc bấy giờ đầu tháng 8, 2003, thay mặt Hội Đồng Lưỡng Viện Giáo Hội Phật Giáo Việt Nam Thống Nhất có điện thư như sau:

"Tôi vô cùng thương tiếc một vị Trưởng tử của Như Lai đã ra đi trong khi Phật Pháp đang cần kẻ xiển dương đắc lực, và ngỏ lời tán thán công đức Hòa Thượng một lòng chia sẻ mọi chướng duyên với Thầy Tổ nơi quê nhà, dốc lòng dấn thân trong công cuộc giải trừ Pháp nạn, gây duyên hòa hợp trong Tăng chúng để cùng tiến bước. Nên tôi có lời kính điếu:

Trời mây nhẹ bước về quê Phật

Đất nước nặng tình nhớ bóng Thầy

"Sự ra đi của Hòa Thượng là một mất mát lớn cho Cộng Đồng Phật Giáo, nhưng đồng thời dựng lên tấm gương sáng cho Pháp hữu và đàn hậu học noi theo.

"Nhân danh Hội Đồng Lưỡng Viện, Giáo Hội Phật Giáo Việt Nam Thống Nhất, tôi chân thành gởi lời phân ưu đến Văn Phòng II Viện Hóa Đạo, Giáo Hội Phật Giáo Việt Nam Thống Nhất Hải Ngoại Tại Hoa Kỳ cùng môn đồ Pháp quyến, và nguyện cầu cho Giác Linh Hòa Thượng cao đăng Phật quốc."

Khi Thầy tịch, cá nhân chúng tôi đã lấy một bài thơ bất hủ, Tĩnh Toạ, của Thầy để viết về người trong một đêm giá lạnh và lẻ loi khi hầu kim quan của Thầy. Bài thơ như sau:

TIỄN THẦY

(Kính dâng Cố H. T. Thích Thiện Trì)

TĨNH lặng tối đầu tiên Thầy tịch
TỌA trai đường nghe tiếng mưa rơi
Biển vẫn vỗ như vọng về tang tóc
Cả thế gian chìm trong nỗi xót xa
Rền khóc vang khắp cõi Ta Bà
Sóng thút thít nghẹn ngào nuối tiếc
Vỗ vào gành gào không kể xiết
Non sông, trò dại sắp long đong
Cao Trường Sơn, đất Mẹ chạnh lòng
Vách núi trơ vơ Thầy vắng bóng
Đá cảm lạnh khi Người ly biệt
Xây tiếng lòng nghe quá xót thương…
Thiền quán lại lời dạy vô thường
Sư Ông bảo đến đi đừng bận
Ngồi quán biết có sinh có diệt
Tĩnh mới hay huyễn tướng diệt sinh
Tọa mới thấu lẽ còn lẽ mất
Lưng chừng thay không thấy diệt sinh
Trời đất cũng tuân lý vô thường
Mây có biến cũng thành nước mát
Trắng và đen, có không, không khác
Bay đậu, mất còn lẽ tự nhiên.

Nhưng có lẽ ngậm ngùi, cảm động và súc tích nhất là điếu văn Tiễn Biệt Và Tưởng Niệm Hòa Thượng Thích Thiện Trì của GHPGVNTNHN-HK do nhà văn Vĩnh Hảo chấp bút như sau:

LƯNG TRỜI MÂY TRẮNG BAY

Kính lễ Giác linh Cố Hòa Thượng,

Lẽ sinh-diệt còn-mất, hàng trưởng tử Như Lai ai lại chẳng thấm thấu. Chính vì thế-gian vô thường sinh diệt mà khởi phát hạnh nguyện xuất trần; một đời, nhiều đời hành Bồ Tát đạo để cứu khổ chúng sanh. Vậy mà, khi người thị-hiện huyễn-tướng sinh-diệt để rời bỏ trần gian này, lòng chúng tôi lại đau như cắt.

Thâm tình huynh-đệ, thầy-trò, thường ngày không bày tỏ, không nói năng, mỗi người mỗi nơi tận tụy hành đạo, đến khi mất nhau, cảm giác như rơi rụng cả tay chân, buồn không nói được.

Giờ này gặp nhau, đốt hương lòng, khêu đèn tuệ, nói với nhau bằng ngôn ngữ của nhà Thiền, hiểu với nhau bằng tâm-ấn Tào Khê, tưởng chừng tâm-tâm rọi chiếu vào nhau mà không cần khai ngôn phát ngữ. Nhưng nhìn ở giới hạn một đời qua nhân duyên pháp-lữ tương phùng ngắn ngủi, chúng ta chỉ một lần đến, một lần đi; vậy, nếu người đã mượn lẽ mộng-ảo phù-hư để thị hiện sự đến-đi còn-mất, thì chúng tôi cũng xin mượn ngôn ngữ huyễn-hóa phi-chân để biểu lộ thâm tình bạn đạo trong giờ phút tiễn-biệt phân-ly.

Ôi, làm sao quên được, một đời người, một hành trình, năm mươi hai năm học đạo hành đạo không biết mỏi mệt, hạnh nguyện hộ đạo cứu đời gánh nặng hai vai, bước chân đến đâu đạo tràng nở hoa đến đó.

Người đã dịch kinh Kim Quang Minh, giáo lý Viên-đốn để lại cho đời không ai không nhớ. Công đức này, chẳng phải đã được cảm ứng với thân vàng Thế Tôn rọi chiếu để khai mở ngôi chùa Kim Quang! Từ Kim Quang Phan Thiết đến Kim Quang Hoa Kỳ, từ Vạn Hạnh, Từ Hiếu đến Quan Âm, Phổ Quang... ánh kim quang như soi sáng con đường người đi.

Đâu chỉ riêng Kinh Kim Quang Minh, người còn để tâm phiên dịch những Kinh Đại Thừa khác để dẫn đạo quần chúng, góp phần hoằng dương chánh-pháp. Nào Kinh Di Đà, Dược Sư, Di Lặc, cho đến Bát Nhã Tâm Kinh, Bát Đại Nhân Giác và Phật Thuyết Phân Biệt Kinh...

Một đời giáo dục, không chỉ dạy học, dịch kinh, mà còn đem thân giáo tiếp cận với mọi người, cảm hóa bao nhiêu môn đồ với thân tướng trang nghiêm, ngời sáng; nụ cười hiền hòa, bao dung. Đó chẳng phải là biểu hiệu của Trí tuệ và Từ bi đã từng được un đúc và phổ nhuận hay sao?

Được như vậy cũng nhờ đồng chơn xuất gia: tuổi trẻ đã sớm dấn thân vào cửa Thiền, cơm rau dưa đạm bạc mỗi ngày, câu kinh tiếng kệ, nuôi lớn chí nguyện xuất trần của bậc đại trượng phu. Từ nền tảng này mà bước lên hàng cao tăng giới đức về sau.

Với chí nguyện kiên cường, lại thêm mẫn tuệ, siêng năng, người đã ghi lại những dấu tích cao đẹp trong công cuộc hoằng pháp lợi sinh qua những chức vụ và trách nhiệm mà Giáo Hội trong nước, ngoài nước giao phó:

- Đạo học thâm viễn: người đã từng được Giáo Hội tín nhiệm giao cho những trọng trách liên quan đến việc giáo dục và đào tạo Tăng tài. Nào là Giám-thị Phật học viện Hải Đức Nha Trang, nào là Giám-học Phật học viện Nguyên Hương Phan Thiết... nơi đâu cũng chu toàn trách vụ.

- Giới luật nghiêm minh: người đã từng là Phó Hội Chủ Tổng Hội Phật giáo Việt Nam tại Hoa Kỳ, và là Thành viên Hội Đồng Đại Diện, Chủ Tịch Hội Đồng Giám Luật, Tổng Vụ Trưởng Tổng Vụ Tăng Sự của Giáo Hội Phật Giáo Việt Nam Thống Nhất Hải Ngoại tại Hoa Kỳ... chức vụ nào cũng tích cực đảm nhận và hết lòng xây dựng.

Từ việc lớn đến việc nhỏ, đối với tăng ni cũng như đối với hàng cư sĩ, không Phật sự nào người chối từ. Cho đến việc nâng đỡ và giáo dục cho tổ chức thanh thiếu niên Gia Đình Phật Tử, người cũng dành cả tình thương bao la như của một từ phụ.

Công đức to lớn như thế, Giáo hội trong ngoài ghi công, mà Tăng Ni và Phật tử hậu học còn chưa có dịp đến đáp, thì người đã hiện thân lão bệnh, buông xả mọi Phật sự để tĩnh tu trong hoàn cảnh khó khăn, nghịch chướng.

Đi, đứng, nằm, ngồi, bốn oai nghi thong dong tự tại trở thành sự khổ nhọc vô vàn trong thân bệnh vô thường. Vậy mà vẫn an nhẫn hành đạo giữ đạo trong niềm an lạc vững chãi; kiên trì niệm Phật, Thiền quán để nêu gương sáng cho đồ chúng khắp nơi.

Ôi thương làm sao, một thân khổ bệnh mà nụ cười lúc nào cũng nở trên môi! Bài học nhẫn nhục, chẳng phải người đã kinh qua đến chỗ kỳ cùng!

Suy niệm cuộc đời của người, với hành trạng tu tập và hoằng đạo như thế, bao công đức không ghi hết được, bao tiếc thương cũng không thay được niềm tri ân.

Người còn nhớ chăng, bài thơ Tĩnh Tọa một thời người nhã hứng ngâm nga, đã trở thành thi kệ thiền gia tuyệt bút cho muôn sau:

"Biển cả rền sóng vỗ
Non cao vách đá xây
Thiền sư ngồi tĩnh tọa
Lưng trời mây trắng bay."
(thơ Thích Thiện Trì)

Bài thơ ngắn, tâm mênh mang, nếu không phải là bậc xuất trần thượng sĩ thì không sao có được khẩu khí cao vời đến thế.

Mà đã phiêu hốt vô ngại như vậy thì chúng tôi còn gì để bi lụy thở than! Thôi thì, một nén hương lòng, ba hồi chuông trống, cúi đầu tiễn đưa, xin nương nơi vần thơ cũ của người, ghi lại mấy câu giã biệt:

Biển rộng sáng ngời tâm sứ giả
Non cao vượt thoát chí trượng phu
Tĩnh tọa trong dòng đời khổ bệnh
Mây trắng bay giữa cõi hư phù.
Huyễn hóa vẽ vời cơn đại mộng
Một tâm bày hết thế gian âm
Ngồi yên, nghe rền cơn sóng vỗ

Sóng - nước: chẳng qua chỉ một thôi.
Có đến, có đi, là việc huyễn
Chẳng ai tĩnh tọa trong dòng đời
Cũng không mây trắng trên trời biếc
Tịch lặng không bờ: tâm vô tâm.

Kính thưa Giác Linh cố Hòa thượng,

Nói theo lý tánh tuyệt đối thì như thế. Nhưng dù sao thì giữa trần gian mộng mị, nơi lưng trời vẫn có vầng mây trắng bay; và, xin tiễn biệt vầng mây trắng ấy, bay qua vòm trời vô tận. Tiễn biệt một bậc Chúng Trung Tôn trở về nơi tịch diệt, vô sanh…

Nam Mô Từ Lâm Tế Chánh Tông Tứ Thập Nhị Thế húy thượng Như hạ Phụng, tự Thiện Trì, hiệu Ấn Đạo, giác linh Hòa Thượng Tôn Sư thùy từ chứng giám.

Hòa Thượng Thích Minh Đạt - Nụ Cười Vô Sự

Vị tôn sư thứ hai của tôi trong bài này là Thầy Thích Minh Đạt, người thường khuyến tấn và dạy bảo chúng tôi, những người Huynh trưởng và thế hệ kế thừa, rằng: "Một bác sỹ, một nha sỹ mắc lỗi lầm có thể giết chết một người, nhưng một nhà giáo dục nếu mắc lỗi lầm có thể giết chết cả nhiều thế hệ."

Thầy cũng dạy trong bài Mỉm Cười rằng:

"Nếu ngày mai tôi chết
Mà chưa kịp mỉm cười
Xin quý Thầy giúp tôi
Cho nhe răng một tí
Đừng há lớn lạnh môi!"

Thầy tôi có lúc khó khăn, nghiêm túc, nhưng luôn vui vẻ, ôn hòa và giản dị. Trong dịp chúng tôi làm tập sách "Thầy Tôi" cô đọng lại những vị Tôn túc mà tác giả là những vị Thầy Cô khả kính và quý pháp hữu kính trọng, nên tôi viết lại bài này về Thầy như một lời tưởng nhớ và tri ân khi Thầy-người luôn ủng hộ và dìu dắt chúng con-vẫn còn hiện hữu trên cõi Ta Bà ngũ trược nhưng huyền diệu này.

Hòa Thượng Thích Minh Đạt là người khai nguyên Chùa Quang Nghiêm tại Stockton, CA. Thầy lấy tên Chùa Quang Nghiêm là do nơi giáo dưỡng Thầy hồi nhỏ khi còn ở Việt Nam, đó là Tổ Đình Ấn Quang và Phật Học Viện Huệ Nghiêm. Thầy tên là Mai Xuân Bổn. Sanh ngày 27 tháng 10 năm Tân Tỵ, 1941 tại làng Hà Nhuận, Xã Xuyên Thái, Quận Duy Xuyên, Tỉnh Quảng Nam.

Thầy vốn là con trai trưởng trong một gia đình Nho giáo, 4 gái 2 trai, của Cụ Ông Mai Văn Phu và Cụ Bà Nguyễn Thị Truyền, Pháp danh Diệu Duyên. Thầy mất Cha từ nhỏ, chỉ lúc 8 tuổi (1949) để lại Mẹ già tảo tần nuôi dưỡng và dạy dỗ 2 đứa con ăn học vì các người con gái đã mất từ rất bé. Rồi thầy đã lớn khôn và trưởng thành khi Cha mất sớm, mới 16 tuổi (1957) Thầy phải đành 'nghỉ học' ở nhà làm nông để giúp Mẹ. Sau một năm khổ nhọc, Thầy bàn cùng Mẹ nên hưởng ứng chương trình di dân vào Nam ở đồng bằng Sông Cửu Long theo chính sách của tổng thống Ngô Đình Diệm.

Ở Đồng Tháp Mười, mùa hè thì đồng hoang nắng cháy và mùa đông thì nước ngập; Thầy cùng Mẹ dọn về Sài Gòn sống với bà con trên đường Sư Vạn Hạnh vào năm 1959 mà phước duyên lớn nhất là ở gần chùa Ấn Quang, nơi Thầy thường đưa Mẹ về chùa lễ Phật.

Có thể nói, đây là một thiện duyên đã đưa Thầy vào đạo pháp. Năm 1960, Thầy Quy Y với Hòa Thượng Thiện Hòa với tên là Minh Đạt; lúc này Thầy cũng xin xuất gia mà không được chấp nhận vì chưa được phép của Mẹ. Tuy nhiên, được sự thương mến trong Tăng Chúng nên Thầy ở trong chúng tập sự xuất gia, trong đó có Đại Đức Thích Minh Tâm.

Bổn sư của Thầy, Hòa Thượng Thiện Hòa, biết điều đó, nhưng Ngài làm ngơ, được hiểu như một sự đồng ý ngầm. Đại Đức Thích Minh Tâm đã âm thầm xuống tóc cho Thầy và Bổn Sư của Thầy chỉ còn biết hoan hỷ chấp nhận. Năm 1963 trong dịp An Cư năm đầu tiên ở Chùa Tuyên

Linh, Bến Tre, Thầy được thọ giới Sa Di với Hòa Thượng Vĩnh Đạo làm Đàn Đầu.

Tháng 11 năm 1963, Thầy trở về Sài Gòn lưu trú Chùa Xá Lợi, ở đây Thầy đã nỗ lực học chương trình phổ thông "đốt giai đoạn". Năm 1965, Thầy tiếp tục chương trình Phật học của mình ở Phật Học Viện Huệ Nghiêm. Năm 1969, Thầy được thọ Đại Giới và chính thức được cho vào dòng kệ của Tông Môn với tên là Nguyên Đức, đời thứ 44, thuộc dòng kệ Tổ Sư Liễu Quán. Năm 1974, ngài được Hòa Thượng Bửu Huệ ban cho pháp tự là Giác Chánh, lấy Pháp Hiệu là Minh Đạt như tên quy y lúc ban đầu. Thầy đã tu học và làm việc ở Huệ Nghiêm cho đến năm 1979, khi Thầy sang Hoa Kỳ.

Như hàng triệu người Việt Nam tha hương, Thầy đã đến Mỹ vào mùa thu năm 1979. Thuở đầu Thầy trú tại Chùa Từ Quang, San Francisco. Trong 4 năm này, Thầy cũng đi học và cùng lúc góp phần văn hóa Phật giáo Bắc California. Thầy cùng Cố Hòa thượng Thích Thiện Trì, Hòa thượng Thích Tịnh Từ và Hòa thượng Thích Tín Nghĩa là những pháp lữ một thời. Mùa Hè năm 1983, thầy về Phật sự tại thành phố Stockton, lập Hội Phật Giáo Việt Nam Stockton vào tháng 8 năm 1983 và kiến lập Chùa Quang Nghiêm vào đầu năm 1984. Ở Miền Bắc California, ngoài Hòa thượng Thích Thanh Cát và Sư Bà Đức Viên, Cố Hòa thượng Thích Thiện Trì, Hòa thượng Thích Tịnh Từ và Thầy là bộ tam "tòng lâm pháo thủ" của Phật giáo Việt Nam Bắc California.

Thầy rất năng động và đảm trách nhiều chức vụ hành chánh như sau theo thứ tự thời gian.

- Tổng thư ký Hội Đồng Điều Hành Tổng Hội Phật Giáo Việt Nam tại Hoa Kỳ;

- Vụ Trưởng Vụ Thanh Niên và Gia Đình Phật Tử Giáo Hội Phật Giáo Việt Nam Thống Nhất Hải Ngoại tại Hoa Kỳ;

- Tổng Thư Ký Hội Đồng Giám Luật Giáo Hội Phật Giáo Việt Nam

Thống Nhất Hải Ngoại tại Hoa Kỳ;

- Chánh Đại Diện Miền Liễu Quán Giáo Hội Phật Giáo Việt Nam Thống Nhất Hải Ngoại tại Hoa Kỳ

Ngoài ra, Thầy thương yêu, un đúc và giáo dưỡng tổ chức GĐPT; Thầy còn làm Cố Vấn Giáo Hạnh GĐPT Miền Liễu Quán, Miền Thiện Minh, và GĐPT Vạn Hạnh.

Về sau, vì tình trạng sức khỏe không cho phép và sự rối ren của Giáo Hội, Thầy cùng Hòa thượng Tịnh Từ nghỉ mọi việc hành chánh của Giáo hội về lo việc tĩnh tu và đào tạo Tăng Ni tại bổn tự.

Trong sự nghiệp giáo dưỡng Tăng Ni của Thầy từ năm 1984, Thầy đã có nhiều khóa lớp, nhưng đa phần vì duyên lành chưa đủ nên số đông đệ tử xuất gia của Thầy đã không tiếp tục con đường cao thượng là "Tác Như Lai Sứ, Hành Như Lai Sự". Một vài đệ tử của Thầy mà chúng tôi thường gặp hay nghe là Thầy Hương Huệ - Thích Đạt Từ và một số Thầy Cô về nương tựa tu học. Ngoài ra Thầy còn dạy hàng Huynh trưởng GĐPT, trong số đó là Htr. Quang Ngộ, Nguyên Phú, Nguyên Nhơn, Nguyên Cẩn, Nhật Quang Đạo, Tâm Thường Định, Nguyệt Kim Tường, Nhật Quang Khánh, Quảng Mỹ v. v…

Cuộc đời Thầy là thế - như thị. Những lúc làm việc và học hỏi với Thầy, chúng tôi đã rút ra những bài học bổ ích cho cuộc sống hằng ngày. Điều quan trọng hơn nữa là bài học thân giáo của Thầy: phong cách hiền hòa và đức độ lan tỏa từ Thầy êm đềm như dòng sông Thu Bồn xứ Quảng ảnh hưởng đến mọi người chung quanh. Chúng tôi là một trong số những người nhiều may mắn đó. Trong bất cứ lúc nào, nếu có dịp, Thầy thường nhắc nhở: "Học Phật có nghĩa là học để thành Phật." Vậy chúng ta cùng đọc, chiêm nghiệm và thực hành những gì mình có thể.

Rốt cùng, hai vị Tôn Sư học đạo của tôi đó, suốt đời luôn tận tụy phục sự nhân sinh. Hạnh nguyện và Công đức của hai Thầy đã và đang trải qua nhiều kiếp nhân sinh. Có thể nói, hạnh nguyện đó là Hạnh nguyện

Phổ Hiền, trên kính lễ Chư Phật, dưới hồi hướng công đức đến mọi loài, mà chúng ta đã biết trong 10 Đại Nguyện Phổ Hiền Bồ Tát như sau:

Một là kính lễ chư Phật;
Hai là khen ngợi Như Lai;
Ba là cúng dường rộng khắp;
Bốn là sám hối nghiệp chướng;
Năm là tùy hỉ công đức;
Sáu là thỉnh Phật thuyết pháp;
Bảy là thỉnh Phật thường trụ ở đời;
Tám là tinh tấn tu học theo Phật;
Chín là hằng thuận chúng sinh;
Mười là hồi hướng đến khắp tất cả.

Chúng con xin đảnh lễ quý Thầy và xin sám hối nếu có những lỡ lầm sơ suất. Chúng con nguyện học và làm việc theo những gì chúng con đã học từ những bậc anh minh, đạo cao đức trọng, mà trong đó có hai Thầy.

Nam Mô Hoan Hỷ Tạng Bồ Tát Ma Ha Tát.

Tài Liệu Tham Khảo/References:

1. Kỷ yếu Tưởng Niệm Hòa Thượng Thích Thiện Trì, Chùa Kim Quang xuất bản năm 2004.

2. Góp Nhặt Lá Rơi. Thích Minh Đạt, Chùa Quang Nghiêm xuất bản năm 2011.

3. Thích Thiện Hữu. Personal Communication. January 11, 2015.

4. Văn Học Phật Giáo Việt Nam Hải Ngoại - Sưu Khảo. Thích Nguyên Siêu, Thích Tâm Hòa, Bùi Ngọc Đường, Huỳnh Kim Quang, Vĩnh Hảo. Xuất bản năm 2010.

ĐƯỜNG ĐI VÔ HẠN,
NHỚ LỜI XƯA...

Viết để Tưởng niệm Thầy Thích Hạnh Tuấn

"I feel blessed since not too many people can do what we are doing. Working in this field required a lot of energy and sacrifice. We are in this position as a spiritual leader and carrying out the message of the Buddha to help ourselves and others. To be happy, one must be at ease and mindful about our existence." ~ **Thích Hạnh Tuấn**

Tiếng chuông reo vừa dứt, dạy lớp học Honors Chemistry cuối cùng trong ngày vừa xong, tôi thở một hơi và ngồi xuống mở điện thư, thấy anh Quảng Tịnh Nguyễn Chí Thanh gởi email Tin Buồn. Đọc mà không tin vào những gì mình nhận, rồi đọc lại lần nữa: "Chúng con/chúng tôi kính báo tin: Thượng Tọa Thích Hạnh Tuấn... Đã viên tịch trưa hôm nay, thứ Sáu ngày 30/10/2015...

Vẫn không tin vào mắt mình!

Cùng lúc quý anh Thị Nghĩa, Quảng Pháp, Quảng Hải, và Nguyên Túc cũng nhắn tin qua Facebook. Chúng tôi gọi chị trưởng Tâm Phùng để kiểm chứng.

Thật rồi! Thầy đi thật rồi!

Bàng hoàng và xót xa!

Không biết làm sao hơn, lúc này, chỉ ngồi xuống-hít thở sâu và chậm. Tự nhiên nhớ hai câu cuối trong bài thơ Dạ Toạ của Ôn Tuệ Sỹ, mà thầy thay mặt ký tặng vào năm 2002, tại Tu Viện Kim Sơn:

"Không môn thiên viễn do hoài mộng
Quy lộ vô kỳ nhiệm chuyển bồng."

(Hình bóng chùa xưa còn nhớ mãi
Đường về vô hạn, rối lòng thêm.)

*

Thầy ơi! Mới ngày nào đây mà, còn hẹn anh chị Nguyên Phú và Nguyên Nhơn sẽ về thăm Thầy và GĐPT Trúc Lâm. Nhớ ngày nào gặp Thầy tại Chùa Việt Nam, Houston, TX trong kỳ trại Huấn Luyện A-Dục Lộc Uyển, 1998, nghe Thầy giảng pháp thật hay. Nhưng giây phút gây ấn tượng và sâu đậm nhất mà chúng tôi nhớ mãi là Thầy lên sân khấu, hát bài "Tôi Yêu Màu Lam" của nhạc sĩ Trần Nhật Thanh. Đó cũng là lần đầu tiên, chúng tôi biết bài hát ấy. Dạt dào cảm xúc!

Chúng tôi yêu màu Lam, là màu thêm sức sống
Chúng tôi yêu màu Lam, màu kết bao tình thương
Lòng mến yêu vô vàn, về đây ta cùng hát
Hát lên cho đời hết bao đau buồn

Điệp khúc:

Bạn hỡi, về đây ta sống vui bên nhau
Xây mộng ước mai sau, cho tương lai thêm đầm ấm
Bạn hỡi, về đây tay nắm tay vang ca
Với lời ước cho nhau một nguồn sống bao chan hòa
Chúng tôi yêu đàn em, bằng tình thương cao quý

Hôm nay về đây nhìn các em hồn nhiên
Đời sống vui an lành. Và chúng tôi yêu màu Lam
Với bao nhiêu thành kính trong tâm hồn.

Hát xong, Thầy còn nói là Thầy được "độc quyền hát" bài này. Bài hát mà Thầy yêu quý nhất và Thầy luôn hát mỗi khi đi trại với Gia Đình Phật Tử, nhưng lý do nào Thầy chọn khoác áo Đà thay áo Lam? Thầy quan niệm rằng màu Nâu sồng là sự hòa quyện tuyệt vời giữa màu Lam và huyết tạng, biểu tượng của lòng nhiệt huyết và tình thương của tuổi trẻ mang chí nguyện đem Đạo vào đời. Đó cũng là bài học kỷ niệm đánh dấu cuộc đời Huynh trưởng của chúng tôi trong tổ chức GĐPT Việt Nam.

Sự dấn thân huynh trưởng của chúng tôi từ đó được dìu dắt, thương yêu và nâng đỡ của nhiều vị Chư Tôn Túc tại Hòa Kỳ, trong đó có Thầy. Lần đầu tiên gặp mặt và tâm sự với Thầy thật lâu là dịp Thanksgiving tại Tu Viện Kim Sơn, 2002, sau khi chia sẻ những ưu tư và hoài vọng cho tổ chức GĐPT, Thầy lấy tập thơ của Ôn Tuệ Sỹ, Ngục Trung Mị Ngữ do Quảng Hương Tùng Thư xuất bản năm 1988, ký tặng, vì biết chúng tôi là người yêu thơ văn. Nhưng hơn thế nữa Thầy tâm sự, Ôn Tuệ Sỹ là một thiên tài, có chí lớn cho Phật giáo, Quốc gia và Dân tộc, nên chúng ta phải học hỏi và noi theo. Vì thế, bản thân Thầy cũng đang theo đuổi chương trình Tiến Sĩ Phật Học (Buddhist Studies) tại University of California at Berkeley, sau khi học xong văn bằng Thạc Sỹ Tôn Giáo Tỷ Giáo (Master of Theology Studies) tại Harvard University. Thật tự hào vì Thầy là người Tu sỹ mà mình có duyên gần gũi tiếp xúc. Chúng tôi rất kính trọng Thầy, ủng hộ và noi theo hạnh nguyện cao cả của Thầy. Rồi năm 2006, Thầy được thỉnh về trụ Trì Chùa Trúc Lâm, thành phố Chicago, tiểu bang Illinois, USA để hành đạo.

Từ ngày Thầy đảm nhiệm trọng trách Trụ Trì Trung Tâm Văn Hóa Phật Giáo Chùa Trúc Lâm, Phật giáo Việt Nam tại tiểu bang Illinois nói riêng và Trung Mỹ nói chung ngày càng phát triển, trong đó có tổ chức Gia đình Phật tử, nhất là GĐPT Trúc Lâm mà Thầy luôn tự hào và chia sẻ những thành công với chúng tôi.

Từ đó về sau, mỗi khi Thầy về thăm Tu Viện Kim Sơn, Chùa Phổ Từ, Chùa Kim Quang hay đơn vị GĐPT Kim Quang là dịp chúng tôi được duyên lành hội ngộ. Ngoài ra, trong mỗi lần học Phật pháp cho các trại huấn luyện, chúng tôi đều có cơ duyên gặp Thầy, lần cuối cùng gặp và tâm sự cùng Thầy bằng xương bằng thịt là ngày phỏng vấn Thầy và Thầy Từ Lực cho luận án tại Tu Viện Kim Sơn vào năm 2013. Chúng tôi học hỏi từ Thầy rất nhiều, lần chót là Kinh Thắng Man trong bậc Lực trại Vạn Hạnh. Sau đại hội "hợp nhất" toàn quốc 2004 tại chùa Diệu Pháp, Monterey Park, California, tổ chức GĐPTVN Hoa Kỳ xác nhận lập trường trực thuộc vào "thế" truyền thống trong hệ thống GHPGVNTN, mà sau này vào năm 2008, Thầy đảm nhận chức vụ Tổng Vụ Trưởng Tổng Vụ Thanh Niên của Hội Đồng Điều Hành GHPGVNTNHK. Kỳ vọng của Thầy cũng như Chư Tôn Túc là sự ngồi lại, hòa giải, và hợp nhất tổ chức GĐPT Việt Nam tại Hoa Kỳ vì đang bị chia rẽ. Làm được như vậy, tổ chức GĐPT Việt Nam tại Hoa Kỳ mới lớn mạnh hầu giúp cho Giáo Hội, giúp Phật Giáo Việt Nam tiếp tục sứ mệnh của mình một cách vững chãi là đem đạo Phật giúp cho đời bớt khổ, nhất là giúp giới trẻ, gia đình họ và xã hội nói chung.

Ước mơ, hy vọng và hoài bão đó cũng là nỗi niềm chung của rất nhiều Chư Tôn Thiền Đức Tăng Ni mà duyên lành vẫn chưa đủ, mà Thầy tình nguyện dấn thân chỉ vì tình yêu thương màu Lam bất diệt trong Thầy. Hy vọng bài học vô thường trong sự ra đi đột ngột của Thầy sẽ làm quý anh chị lớn có quyền hạn, bổn phận và trách nhiệm trong tổ chức GĐPT ngồi lại và tìm lối đi chung của Tổ Chức, cho Phật giáo Việt Nam ngày càng lợi lạc.

Trở lại việc Thầy trò, chúng tôi với tư cách và trách nhiệm của hàng huynh trưởng cấp Tín, chúng con/chúng tôi đã và đang làm những gì có thể cho tổ chức và cho Phật giáo Việt Nam như lời Thầy dạy. Khi chúng tôi có cơ duyên phỏng vấn Thầy cho luận án của mình, những chi tiết về cách hành hoạt, tu học, lãnh đạo, dấn thân của Thầy có thể là kim chỉ nam cho nhiều người. Thầy là một học giả uyên thâm, Thầy là một trong số ít Tăng Ni Phật giáo Việt Nam viết Phật pháp bằng tiếng Anh và giảng dạy tiếng Anh một cách lưu loát.

Công trạng và hạnh nguyện của Thầy thì làm sao nói hết, Thầy đi chúng con xót thương, dù biết Thầy đã dạy: "Sự vô thường, tuổi già và bệnh tật không bao giờ hứa hẹn với chúng ta. Chúng có thể đến bất cứ lúc nào mà không một lời báo trước. Bởi vì cuộc sống là vô thường, nên chúng ta không biết chắc rằng chúng ta có còn sống ở sát-na kế tiếp hay không. Nếu một tai nạn xảy đến, chúng ta sẽ biến mất khỏi thế giới này ngay tức khắc. Mạng sống của chúng ta ví như hạt sương đọng lại trên đầu ngọn cỏ trong buổi sáng mùa xuân. Nó sẽ bị tan biến ngay khi ánh mặt trời ló dạng. Những ý niệm của chúng ta thay đổi rất nhanh trong từng sát-na. Thời gian rất ngắn ngủi. Nó chỉ kéo dài trong một sát-na (kṣaṇa), giống như hơi thở. Nếu chúng ta thở vào mà không thở ra, chúng ta sẽ chết."

Hôm nay ngồi đây, nhớ Thầy nhớ giọng nói tiếng cười và bài hát tuyệt vời, xuất phát từ trái tim yêu màu áo Lam của Thầy. Với chúng con Thầy là đấng Trượng phu, là bậc trưởng tử Như lai mà chúng con thương kính. Đây là bài thơ kính bái biệt Thầy:

THẦY - CÂY TRÚC VÀNG

Tưởng niệm Thầy Hạnh Tuấn
Ngày Thầy mất, vía Quán Âm Bồ Tát
Hiện thân Thầy cũng Bồ Tát Quán Âm
Thầy lắng nghe đời vô thường đau khổ
Đem Từ bi, Trí tuệ gieo bốn phương
Thầy - sống vị tha hóa độ khôn lường
Nay xả bỏ báo thân về Cõi Tịnh
Thầy - Hoàng trúc nhẹ lay
in hình mặt đất

vô sanh.

Sự ra đi bất ngờ của Thầy là một nỗi mất mát quá lớn lao cho tổ chức Gia Đình Phật Tử, cho Giáo Hội Phật Giáo Việt Nam Thống Nhất Hoa Kỳ, cho Phật Giáo Việt Nam nói chung và cho Đạo tràng Chùa Trúc Lâm Chicago và các vùng phụ cận nói riêng. Ngưỡng nguyện Mười Phương Chư Phật Chư Đại Bồ Tát phóng quang tiếp độ Giác linh Hòa Thượng thượng Hạnh hạ Tuấn Cao Đăng Phật Quốc.

Phật tử áo Lam đồng kính bái

Tâm Thường Định - Nguyệt Giác Nghiêm

PHÁP LUẬN
CHỦ ĐỀ: TẠI SAO GIỚI TRẺ
ÍT ĐẾN VỚI ĐẠO PHẬT?
(HIỆN TRẠNG, NGUYÊN NHÂN
VÀ GIẢI PHÁP)

Lời dẫn

Đây là bài Pháp luận có Chủ đề "Tại Sao Giới Trẻ Ít Đến Với Đạo Phật" do Giáo Hội Phật Giáo Việt Nam Thống Nhất Hoa Kỳ và Canada tổ chức trong KHÓA TU HỌC PHẬT PHÁP BẮC MỸ LẦN V tại San Diego, CA, từ ngày 6 đến ngày 10 tháng 8 năm 2015. Thuyết trình đoàn gồm có Thượng Tọa Thích Hạnh Bình, Thượng Tọa Thích Nhật Trí, Ni Sư Thích Thiền Tuệ, Cư Sĩ Quảng Thành Bùi Ngọc Đường và cá nhân tác giả. Đây là phần thuyết trình của chúng con/chúng tôi. Nếu có chút vụng về gì trong khi truyết trình hay viết thành văn, kính mong quý Ngài và quý vị niệm tình tha thứ cho. ~ **Tâm Thường Định**

Nam Mô Bổn Sư Thích Ca Mâu Ni Phật
Nam Mô Đại Hiếu Mục Kiền Liên Bồ Tát

Kính bạch đại Tăng

Kính thưa đại chúng

Chúng con hân hạnh được Hòa thượng Trưởng ban tổ chức mời vào thuyết trình đoàn này trong một đề tài rất lớn, quá sự hiểu biết của mình. Tuy nhiên, với sự thương yêu và quan tâm đến tuổi trẻ, chúng con xin được góp sức trong khả năng có thể. Chúng con được Tăng sai mở đề và nói thẳng nói thật cho hết ý trong vòng 20-25 phút. Chúng con sẽ trình bày 3 quan điểm khách quan:

1) Thực trạng đang xảy ra,

2) Nguyên nhân

3) Giải pháp (phương pháp giải quyết ngắn hạn có thể thực thi được). Xin chưa nói đến những giải pháp dài hạn.

Trong khi thuyết trình nếu có những vụng về hay "va chạm", chúng con xin quý Ngài, đại Tăng và đại chúng hoan hỷ tha thứ cho.

I. THỰC TRẠNG ĐANG XẢY RA

Ngày nay, nhân loại nói chung, tuổi trẻ và người Tây Phương nói riêng, đang tìm đến với Đạo Phật ngày càng nhiều. Theo thống kê năm 2010, Đạo Phật là tôn giáo lớn đứng hàng thứ 4 trên thế giới với ước tính 488 triệu, 495 triệu hoặc 535 triệu tín đồ, chiếm khoảng 7% đến 8% dân số thế giới. Ngay cả Trung Hoa, mặc dù chỉ có 18.2% dân số theo đạo Phật, nhưng có đến 244.130.000 người - chiếm 50.1% toàn dân số theo Đạo Phật trên thế giới. Giới trẻ các nơi như Âu Châu, Úc Châu, và một số nước Á Châu như Thái Lan, Trung Quốc, đặc biệt là tuổi trẻ Việt Nam trong 5 năm gần đây, ngày càng tìm đến với Phật Giáo nhiều hơn.

Có lẽ để phù hợp hơn cho bài pháp luận hôm nay trong buổi thuyết trình này, chúng ta nên đặt lại câu hỏi: "Tại Sao Tuổi Trẻ Việt Nam tại Bắc Mỹ Ít Đến Chùa / Phật Giáo?" Hay nói theo hướng tích cực hơn là: "Làm thế nào để giúp Tuổi Trẻ Việt Nam đến với Phật Giáo?"

(Xin được mở ngoặc, theo thiển ý của chúng con, tuổi trẻ ở đây là tuổi dưới 40, và tuổi trẻ Việt Nam là chỉ chung tuổi trẻ Việt sống ở Mỹ, có hình hài người Việt nhưng tư tưởng và cách tiếp thu là nền giáo dục Tây phương hay người Mỹ gốc Âu Châu. Hay nói chính xác hơn là người Mỹ gốc Việt, và vì thế khi chúng con dạy các em tiếng Việt, vẫn dùng cách hướng dẫn Tiếng Việt như là ngôn ngữ thứ hai cho các em (Vietnamese As Second Language. Đơn vị GĐPT Kim Quang, nơi chúng con đang sinh hoạt, tiếng Anh là ngôn ngữ chính và tiếng Việt là phụ.)

Câu hỏi này có thể đã tốn rất nhiều công sức của bao thế hệ. Một câu hỏi mà nếu ai có quan tâm đến Tuổi trẻ Phật giáo đều đã nghĩ qua. Hòa thượng Thích Tuệ Sỹ đã viết trong bài: Suy nghĩ về hướng giáo dục đạo Phật cho tuổi trẻ như sau:

"Phật giáo Việt nam đang chứng kiến những xáo trộn và khủng hoảng chưa từng có trong lịch sử. Các mô hình tổ chức, những lễ tiết sinh hoạt, từ ma chay, cưới hỏi các thứ, được cố gắng rập khuôn theo mô hình phương Tây một cách vội vã đã làm xói mòn phần nào truyền thống tâm linh của dân tộc. Thêm vào đó, dưới tác động của xã hội tiêu thụ, và sức ép của quyền lực chính trị làm nảy sinh những tâm trạng bệnh hoạn do bởi quan điểm thế quyền và giáo quyền thiếu nền tảng giáo lý. Tình trạng đó tất nhiên đã có những tác động tiêu cực lên đường hướng giáo dục thanh niên Phật tử Việt Nam."

Ngài tiếp: "Tuổi trẻ Việt Nam đang bị bật rễ, do đó có nguy cơ mất hướng, hay thực sự đã mất hướng. Tuổi trẻ của đạo Phật Việt nam cũng không ngoại lệ, và không dễ dàng vượt qua tình trạng mất hướng này. Ở đây tôi nói mất hướng là nhìn từ điểm đứng dân tộc. Tuổi trẻ ở nước ngoài chỉ cần quên, hay tạm thời quên, nguồn gốc Việt Nam của mình, thì hướng đi cho nhân cách được xác định ngay từ khi vừa bước chân vào cổng Đại học. Nói cách khác, tuổi trẻ Việt Nam hải ngoại không phải hoàn toàn bị bật rễ, nhưng ở trong tình trạng di thực."

Lời của Hòa thượng đã khai thị cho chúng ta thấy, Phật Giáo Việt Nam cần một tư tưởng dân tộc Việt Nam, cần sự trở về với "truyền thống tâm linh của dân tộc" để chấn hưng Phật giáo Việt Nam tại hải ngoại cũng như Phật Giáo Việt Nam tại quốc nội.

Thiết nghĩ, Phật giáo đặt trên nền tảng tùy duyên: "Chư pháp tùng duyên sanh, chư pháp tùng duyên diệt." (Mọi pháp tùy duyên mà sinh, mọi pháp tùy duyên mà diệt), và vào tinh thần tự giác. Không giống như những tôn giáo khác, không có những giáo điều và giáo quyền bắt buộc hoặc dùng "khái niệm về sự sợ hãi" (the notion of fear) để khống chế giáo đồ của mình. Phật Giáo không bắt buộc Phật tử phải tham gia hay đi lễ Chùa, vì tính 'tùy duyên' đó đã và đang làm tuổi trẻ ít đến với Chùa / Phật Giáo. Tuổi trẻ Việt Nam nói chung và tuổi trẻ hải ngoại nói riêng, ít đến với Đạo Phật vì có nhiều lý do chủ quan và khách quan. Trong phạm vi buổi pháp luận này, chúng tôi xin mạn phép nói về 8 nguyên nhân điển hình và 8 giải pháp cơ bản (ngắn hạn) qua quan điểm khách quan. Cũng xin được nhấn mạnh, bác sỹ Tâm Minh Lê Đình Thám, một trong những sáng lập viên tổ chức Gia Đình Phật Tử, có bảo rằng: "Không có một thành tựu vĩnh cửu nào mà không nghĩ đến tuổi trẻ."

II. NGUYÊN NHÂN

Tám nguyên nhân đó là:

1. Cuộc Sống Tâm Linh Không Được Xem Là Việc Ưu Tiên. (Spiritual Life Is Not A Priority For Young People)

Đành rằng, ai cũng có 24 giờ mỗi ngày, xưa nay vẫn thế, nhưng ngày nay tuổi trẻ thiếu quan tâm đến lĩnh vực tâm linh hay không xem trọng cuộc sống tâm linh là vì họ đang đặt nặng vào cuộc sống vật chất (materialistic life) và có quá nhiều quyến rủ bên ngoài đáp ứng được những dục vọng của họ, như trò chơi điện tử (games), âm nhạc, bè bạn, v.v... Giới trẻ ngày nay lại quá bận rộn, nhu cầu về cuộc sống, từ việc học hành, công việc cá nhân đến gia đình. Đôi khi cảm thấy căng thẳng và mệt mỏi vì thời giờ eo hẹp. Tuổi trẻ lại không quan tâm đến lĩnh vực tâm linh và đây cũng là một trong những nguyên nhân gây ra nhiều tệ nạn trong xã hội. Nói chung, tuổi trẻ không cho cuộc sống tâm linh là ưu tiên và họ tốn quá nhiều thời giờ để chạy theo tiền-tài-danh-vọng và cuộc sống vật chất bên ngoài.

2. Thiếu Cơ Sở Tầm Cỡ, Tiện Nghi Và Sự Hấp Dẫn (Lack Of Proper Facilities, Resources And The Pull Factors)

Ngôi chùa Việt Nam ở Bắc Mỹ không chỉ thuần tuý là nơi phục vụ tôn giáo và tâm linh, ở đó còn là trung tâm văn hóa Phật Giáo Việt Nam. Nên cơ sở rất quan trọng, mà phần đông các chùa tại Bắc Mỹ chưa có đầy đủ tiện nghi và không gian như các phòng học, resources, etc... Thêm vào đó thực lực, nội dung và chương trình sinh hoạt hoặc chưa đủ "hấp dẫn" để thu hút tuổi trẻ. Sinh hoạt tại các chùa còn đơn điệu và già cỗi, nếu không muốn nói là nghèo nàn, khô khan và khó thu hút bạn trẻ. Trong khi đó, ở ngoài đời các trò chơi giải trí từ iPads, X-box games, truyền hình, truyền thông xã hội (social media), mạng Internet, v.v... rất hiện đại và hấp dẫn để thoả mãn tham muốn cho giới trẻ.

3. Thiếu Nhân Sự Hoặc Thiếu Nhân Sự Có Khả Năng (Lack Of And/Or Unequipped Manpower)

Nhân sự Phật giáo thì ít ỏi, không đủ để lôi kéo tuổi trẻ đến với mình. Mà nói đến nhân sự là nói đến hàng Tăng sỹ và cư sỹ. Có một số Thầy Cô quá khắt khe, bảo thủ và nội bộ - nên cởi mở, gần gũi và quan tâm hơn đến giới trẻ. Có nhiều chùa không có vị trụ trì để duy trì việc hoằng truyền giáo pháp. Trong khi đó, không có đủ cư sỹ để hành đạo. Ví dụ, có rất nhiều nhu cầu để mời quý Thầy Cô hay cư sỹ vào nhà tù, vào bệnh viện, nhà dưỡng lão, học đường v.v... nhưng Phật giáo Việt Nam chưa đáp ứng đủ. Bản thân chúng con vào nhà tù làm Phật sự thiện nguyện, giảng đạo và gặp rất nhiều người tù có gốc rễ từ các nước Đông Nam Á, trong đó có người Việt Nam. Gặp những thanh niên trẻ Việt Nam và một người già gần 70 tuổi gốc Việt Nam trong đó, quả là một sự chua xót và ngậm ngùi. Hôm nọ, sau phần giảng bằng Anh ngữ, bác ấy hỏi về Sám hối và Tha thứ; có người nhờ con làm Lễ sái tịnh v.v... (Cần đào tạo và gìn giữ nhân sự để cống hiến; tổ chức các lớp khóa học bồi dưỡng Phật pháp cho tuổi trẻ, đề xuất việc hoằng pháp cho tuổi trẻ Phật tử, quan tâm đến tuổi trẻ nhiều hơn nữa.)

4. Chưa Thể Hiện Cao Tinh Thần Và Sứ Mạng Tăng Đoàn Hòa Hợp, Hoằng Dương Chánh Pháp Chung của Giáo Hội

Việc này cũng có nghĩa là sự rời rạc trong việc hoằng dương chánh pháp, phải chăng chúng ta nên giảm thiểu tối đa vấn nạn "nhất sư nhất tự" (Mỗi Thầy mỗi Chùa - Reduce the phenomena of One monk - One Temple). Phải chăng một số ít quý Thầy Cô chạy theo việc xây chùa để an phận thay vì tích cực hoằng dương chánh pháp cho giới trẻ?

Xin nhấn mạnh ý này cũng là theo quan niệm nhiều người trong đó có tuổi trẻ. Phật giáo Việt Nam tại Hải ngoại đã và đang thiếu nhân sự, nhưng vấn nạn này lại một ngày càng lan rộng. Con đường xuất gia tu hành để giải thoát là lý tưởng cao cả, thoát ly sanh tử... thế nhưng có số ít quý Tăng Ni vẫn còn vướng vào việc 'cơm-áo-gạo-tiền' hay có khuynh hướng an phận và chưa nghiêm túc với lý tưởng xuất gia ban đầu là Tác Như Lai Sứ, Hành Như Lai Sự. Một trong những lý do quý Thầy/Cô mong muốn có Chùa riêng là vì muốn có tự do, có đạo tràng riêng để thực hành cho mình và đại chúng, nhưng chưa có nghĩ rốt ráo trách nhiệm, bổn phận và tam giáo (thân, khẩu, ý) sâu và xa của một vị Trụ trì thật sự. Sự dễ dãi, tìm cách an phận, cộng với tinh thần làm đâu tính đó, lại thêm sự ủng hộ tích cực từ giới Phật tử trong tinh thần tình làng nghĩa xóm (người làng xã / cùng quê) đã làm tình huống không được tốt hơn. Nếu quý Thầy Cô muốn có đạo tràng riêng, thì thực sự các đạo tràng đó đã bàng bạc khắp nơi, ở tại những nhà tù, nhà thương, nơi dưỡng lão, v.v... mà không nhất thiết là phải có một đạo tràng cho riêng mình để rồi bị chùn chân tại chỗ, và có thể làm Phật giáo ngày càng yếu dần vì không thể phục vụ cho tuổi trẻ thuở ban đầu thành lập, đạo tràng/chùa mới. Theo tinh thần Phật Đà là mình cho những gì mình có, nhưng có một số ít quý Thầy Cô vẫn chưa có đầy đủ nội lực (nội điển cũng như oai nghi tế hạnh) và huấn luyện trường lớp để bước vào cương vị Trụ trì.

5. Tăng Sỹ Và Nhân Sự Phật Giáo Chưa Hội Nhập Vào Xã Hội Mới, từ Ngôn Ngữ, Văn Hoá, Cách Sống và Làm Việc

Để hội nhập vào xã hội mới, ngôn ngữ là ưu tiên hàng đầu. Phải học và biết Anh ngữ để tiếp xúc với tuổi trẻ, Tăng sĩ phải hòa đồng vào đất nước mình đang ở, cùng đồng hành với người bản địa, phải có khả năng, bản lĩnh, trình độ, biết hai ngôn ngữ để đem Giáo lý đến với các em, vì hầu hết tuổi trẻ không rành tiếng Việt, và quý Thầy Cô thì không giỏi tiếng Anh nên khoảng cách vẫn còn xa. Việc đem Đạo vào đời thật sự là khó nhọc khi không có khả năng ngoại ngữ.

6. Chưa Đơn Giản Hóa Các Nghi Lễ

Xin nhấn mạnh đây là cái nhìn của tuổi trẻ. Tuổi trẻ cho biết một số lễ nghi Phật giáo rườm rà và có một vài sinh hoạt có tính cách mê tín dị đoan như xin xăm, bói quẻ, coi tướng số, và một số hình thức tiêu cực không đi theo tinh thần Từ Bi Trí Tuệ đúng nghĩa với Đạo Phật. Đành rằng là phương tiện giáo hóa, nhưng tuổi trẻ vẫn nghĩ ở đó vẫn có tính cách mê tín dị đoan. (Xin được mở ngoặc, Trai Đàn Chẩn Tế, cúng thí thực, bạc độ cô hồn v.v... là những nghi lễ truyền thống trong đạo Phật, mang tính từ bi không những cầu nguyện cho âm siêu dương thới mà còn cho cả người sống và người mất. Tuy nhiên, có những người khác quan điểm cho đây là mê tín dị đoan thì không phải.)

Ngày nay, người Tây phương và giới trẻ đến với đạo Phật không phải qua con đường nghi lễ, mà tìm đến với Đạo Phật là vì ở đó họ tìm thấy được sự an lạc và lợi lạc ngay trong đời sống thường nhật của họ. Nhưng hình thức tín ngưỡng có tính dân gian hoặc ảnh hưởng văn hóa làng xã, đôi khi dông dài, xen lẫn vào có một vài sinh hoạt có đặc tính mê tín dị đoan (theo quan niệm giới trẻ) làm Phật tử có thể có cái nhìn tiêu cực về đạo Phật, và các Phật tử trung niên có thể ngăn cấm con cái của mình đến chùa tu học.

7. Chưa thay Đổi Quan Niệm "Trẻ Vui Nhà, Già Vui Chùa", (nên đổi thành "Trẻ Gần Chùa, Già Gần Phật")

Quan niệm "Trẻ vui nhà, già vui chùa" vẫn còn ăn sâu trong tiềm thức của những người con Việt; thành ra các đạo tràng tu tập chủ yếu phục vụ cho các ông già, bà lão. Thông thường, những cuối tuần đa số các chùa đều có Lễ Cầu Siêu hoặc Cầu An, và có những buổi thuyết pháp, nhưng những bài giảng xa rời thực tiễn đối với tuổi trẻ, lý thuyết giáo điều, dùng Hán Việt khó hiểu và không có thuyết giảng bằng Anh ngữ cản trở khả năng tiếp nhận thông tin, giáo lý Phật Đà.

Thực ra, Đạo Phật chỉ mong mỏi tất cả mọi người và nhất là tuổi trẻ hành trì Năm nguyên tắc đạo đức (giới luật) cơ sở, đó là:

Không sát sinh (Abstain from killing).

Không trộm cắp (Abstain from stealing).

Không tà dâm (Abstain from sexual misconduct).

Không nói dối (Abstain from false speech).

Không dùng các chất độc hại (Abstain from taking intoxicants).

Vì thế, Đạo Phật nên chủ động (Be Proactive). Giới trẻ mà chúng tôi gặp trong tù ở Bang California, ai ai cũng phạm một trong năm nguyên tắc đạo đức sống này. Vì thế, Đạo Phật cần có nhiều sân chơi lành mạnh để thu hút tuổi trẻ để họ có cơ hội "Trẻ gần Chùa", mà khi họ còn trẻ mà về Chùa thì chắc chắn khi "Già gần Phật" là lẽ thường tình.

8. Thiếu Sự Động Viên Hợp Tác Và Động Viên Của Phụ Huynh

Mặt khác các bậc phụ huynh quá bận bịu với công ăn việc làm, cũng ít khuyến khích con cái đến chùa tu học Phật Pháp. (Cần phải có những chương trình hấp dẫn dành riêng cho giới trẻ vào dịp Spring Break (nghỉ xuân), mùa hè, mùa Đông v.v... Phụ huynh chắc có lẽ phải "bắt buộc" con em mình đi sinh hoạt GĐPT, Chùa, các hội đoàn v.v... vì các em còn nhỏ tinh thần "tự giác" rất thấp nên chúng ta phải làm gương cho các em. Quý vị cần phải gieo hạt mầm Phật pháp vào tâm thức của các em và sống cuộc đời hướng thiện. Cho nên sự hợp tác và động viên của quý phụ huynh rất ư quan trọng.

III. GIẢI PHÁP

Thực ra, có rất nhiều nguyên nhân tại sao và giải pháp giải quyết cho sự kiện này, từ thiếu cơ cấu tổ chức đến thiếu tài chánh, v.v..., nhưng 8 điều trên chỉ là sự tiêu biểu, và chúng con chỉ đưa 8 giải pháp cụ thể ngắn hạn mà thôi (chưa nói đến những giải pháp dài hạn, như củng cố và những nguồn/vốn phát triển-developmental Capital, cả hai lãnh vực nguồn nhân lực-human capital-và nguồn tài chánh-financial capital, thành lập những cơ sở nuôi dưỡng và un đúc những Tăng tài, cư sỹ giỏi v.v...)

Phật giáo cần tạo những 'sân chơi' hay diễn đàn lành mạnh, khế lý, khế cơ dành cho tuổi trẻ để giáo huấn, un đúc và hướng dẫn. Vì sao là 8 nguyên nhân nêu trên và 8 giải pháp dưới đây? Vì chúng con chỉ mong mỏi thực hiện theo tinh thần Bát Chánh Đạo. Tám giải pháp này có thể chia ra làm 3 phần.

1. Giải pháp qua quan điểm Đồng hành tích cực hoằng dương chánh pháp (Lead-by-example, nurturing, sharing, and promoting BuddhaDharma)

2. Giải pháp qua quan điểm Nếp Sống - Đạo Phật như là một lối sống, không thuần túy chỉ là một tôn giáo (Buddhism as a way of life, not only religion)

3. Giải pháp qua quan điểm Giáo dục (Buddhism as an educational means).

Sau đây là 8 giải pháp khách quan:1) Thể Hiện Sự Quan Tâm Và Tình Yêu Thương Qua Hành Động Cụ Thể Đến Với Giới Trẻ.

Phật pháp bất ly thế gian pháp. Vì thế Phật pháp phải đồng hành cùng thế gian, trước hết phải tạo sự thân thiện và cảm thông giữa hai giới, giữa chùa và Phật tử, giữa quý Tăng sỹ và giới trẻ v.v... Ví dụ, tháng 7 vừa qua, tổ chức GĐPT có hai trại họp bạn toàn quốc, Trại Trần Nhân Tông khoảng 150 người, trại Hoa Lam có khoảng 650 người, có bao nhiêu bóng dáng Chư Tôn Thiền Đức và hàng phụ huynh tham dự hoặc ủng hộ tài chánh hoặc tinh thần? Tình thương yêu thì có đó, nhưng sự quan tâm chưa được thể hiện cụ thể đối với tuổi trẻ Phật Giáo. Vì thế xin được chia ra làm hai vế: Tăng Ni và cư sỹ phụ huynh.

a) Chư Tăng Ni

Những Tăng Ni lớn có thể tự học hỏi Anh Văn, tạo điều kiện thuận lợi, dìu dắt và nâng đỡ cho Tăng Ni trẻ đi học tới nơi tới chốn. Thể hiện tinh thần đồng hành bằng cách tự mình phấn đấu học tiếng Anh ở những trường cho người lớn (Adult school), tham gia vào các câu lạc bộ tập nói chuyện (Toastmaster club). (Câu lạc bộ Toastmaster ở đâu cũng có trên thế giới, giúp chúng ta tập nói trước công chúng - to enhance public speaking skills-bản thân chúng con được lợi lạc trong khi truyền đạo ở các câu lạc bộ này.)

b) Cư sỹ phụ huynh

Cũng nên thực hiện những điều trên nếu mình còn yếu kém tiếng Anh. Bên cạnh đó tạo cơ hội cho các em tiếp cận kiến thức Phật giáo bằng cách cho phép và khuyến tấn con em mình tham gia những sinh hoạt lành mạnh mà các tổ chức Phật giáo đang làm như trại hè, các khóa tu dưỡng, Trại Tỉnh Thức, các khóa Tu dưỡng của Làng Mai, trại tu học của tổ chức GĐPT, các khóa tu dưỡng của BYA hay những khóa tu dưỡng mà người ngoại quốc tổ chức -rất bài bản. Điều quý hơn nữa là quý vị cùng đồng hành cùng các em.

Thêm vào đó, Phụ huynh phải "bắt buộc" các em đi chùa từ tấm bé, thì số lượng tuổi trẻ đi chùa ngày càng đông. Ví dụ, hai đứa con trai của chúng tôi, thuở đầu không thích đi GĐPT và hay than phiền, nhưng về sau lại thích và ngày càng nhanh nhẹn ra. Quý vị phải gieo những chủng tử Phật pháp cho các em từ tấm bé. Ngoài ra, chịu khó lắng nghe từ các em vì các em hay tò mò, thắc mắc, và chia sẻ những điều mới lạ cũng như cần sự đùm bọc và hướng dẫn của quý phụ huynh. Cho nên, nếu ngôn ngữ bất đồng, quý vị Phụ huynh cũng phải chịu khó học thêm tiếng Anh để dìu dắt và nâng đỡ chúng.

2) Ngôn Ngữ

Nhân sự (Tăng sỹ và cư sỹ) phải thông hiểu ngoại ngữ, nhất là tiếng Anh để hành đạo, hòa nhập vào xã hội mới và làm việc cùng mọi người, nhất là đặt trọng tâm vào tuổi trẻ.

3) Tùy Duyên Bất Biến

Các chùa và đạo tràng nên uyển chuyển, đa dạng và phổ cập giáo lý phật đà bằng hai ngôn ngữ Anh Việt.

Chúng ta phải giúp cho tuổi trẻ có một niềm tin vững chắc. Những giáo lý cơ bản của Phật giáo như Nhân Quả, Nghiệp Báo, Luân hồi, Tứ đế, Duyên khởi, Bát Chánh Đạo, Tứ Chánh Cần v.v... cần phải dạy cho các em thông hiểu để có cái nhìn chân chính về nhân sinh quan và vũ trụ quan của Phật giáo. Đây cũng là những giá trị đạo đức cốt lõi trong mối quan hệ cuộc sống cá nhân với cộng đồng và xã hội. Ngoài ra, cần ứng dụng khoa học công nghệ truyền thông, social media vào giảng dạy giáo lý. Cần sinh động và hấp dẫn trong thời đại kỹ thuật @ như hiện nay.

4) Triển Khai Và Thực Hành Các Phương Pháp "Hiện Pháp Lạc Trú"

Chương trình tu học cần liên tục cập nhật, cải tiến và thay đổi để đáp ứng những mong muốn của giới trẻ. Những phương pháp "Hiện Pháp Lạc Trú" là những gì các em cần. Chỉ cho các em những pháp môn tu tập cụ thể và thực tiễn, có hiệu quả để giúp các em giải quyết những hụt hẫng, mâu thuẫn, tháo gỡ được những khủng hoảng với cha mẹ, nội kết với anh chị em, bạn bè hoặc các đồng nghiệp.

Những phương pháp chánh niệm như tìm về hơi thở, hành thiền, yoga, sống đời sống chánh niệm, làm giảm căng thẳng trong thân và tâm, tập nhận diện, ôm ấp và đối phó với cơn giận, sợ hãi, đau buồn, lo lắng, cô đơn, nghiện ngập v.v... đều được dạy và thực hành cùng với tuổi trẻ. Mỗi khi tuổi trẻ cảm nhận được sự an lạc hạnh phúc trong đời sống nội tâm, dù trong nghịch cảnh nào, nhờ sự tu tập tuổi trẻ sẽ có đủ khả năng, phương pháp đối phó và từ đó sẽ phát khởi được lòng tin vững chắc nơi Tam Bảo.

5) Phật Giáo Là Triết Lý Sống, Lối Sống Đẹp

Tuổi trẻ cần phải thấy được rằng Đạo Phật không chỉ đơn thuần là một tôn giáo, mà còn là một triết lý sống, một lối sống đẹp, lành mạnh, hữu ích cho chính bản thân mình ngay trong hiện tại và cả tương lai, có liên quan đến cuộc sống. Điều này giúp các em biết cách chấp nhận, trân quý và yêu thương những người chung quanh, gia đình cũng như những gì mình đang có.

6) Cần Hợp Tác Và Giúp Đỡ

Tương thân tương ái với các tổ chức tuổi trẻ Phật giáo như GĐPT, Wake-up Movement (Tăng Thân Làng Mai), Trại Tỉnh Thức, Bodhi Youth of America (BYA), v.v... Các tổ chức này đều đặt nặng về Đức dục, Thể dục và Trí dục và có hình thức sinh hoạt linh động trong việc thu hút và đưa giới trẻ đến gần với chùa. Ví dụ, tổ chức GĐPT có đặc tính của một nền giáo dục mang tinh thần Phật giáo, lấy Từ Bi - Trí Tuệ - Dũng Mãnh (Bi Trí Dũng) làm mục tiêu, lấy Giới-Định-Tuệ làm nền tảng và định hướng của mình.

- Về Đức dục (Giáo dục đạo đức): Hiện nay tệ nạn xã hội ngày càng tăng và Phật giáo như là cái phao cứu rỗi cho nhiều chính quyền và xã hội. Những giáo lý căn bản về Nhân Quả Nghiệp Báo, Tứ Diệu Đế, Bát Chánh Đạo, Tứ Niệm Xứ như là kim chỉ nam cho giới trẻ sống đời ít khổ đau cho chính mình, gia đình và xã hội.

- Về Thể dục (Giáo dục để có thân thể cường tráng) - cần có những trại lành mạnh như Trại tỉnh thức, Trại họp bạn, Trại Dũng, trại Hạnh, trại hè... trong tinh thần vừa vui vừa học.

- Về Trí Dục (Giáo dục về trí tuệ và sự hiểu biết) - Cần có thêm những trại tu học, hội thảo hằng năm, những khóa tu dưỡng, v.v...

Cần có những chương trình phong phú (enrichment program) nuôi dưỡng năng khiếu của các em như âm nhạc, hội hoạ, thủ công, thể dục thể thao, v.v... những việc này có thể thu hút thêm giới trẻ đến chùa.

7). Đơn Giản Và Làm Thích Nghi Hơn Trong Nghi Thức Tụng Niệm Thông Thường

Các buổi lễ Phật giáo, thậm chí ngay cả nghi thức GĐPT, có nhiều nghi thức dông dài và chỉ có tiếng Việt. Các khóa lễ cần được gọn gàng và đa dạng hơn, nên có phần ngồi Thiền, xen kẽ những bài nhạc, kinh hành, pháp đàm, thiền trà v.v... để tạo sự linh động, không khí trẻ trung vui vẻ mà không mất phần trang nghiêm và thanh tịnh. Nếu được, nghi thức thông thường xin làm bằng hai ngôn ngữ để các em hiểu được.

8) Hãy Lãnh Đạo Bằng Tam Giáo: Thân Giáo, Khẩu Giáo, Và Ý Giáo

Trong ba Pháp bảo, Phật, Pháp và Tăng. Tăng Bảo là thiết thực và gần gũi nhất. Giới trẻ cần nhiều vị Thầy khả kính, oai nghi tế hạnh, đầy đủ tam giáo. Giới trẻ thường dễ dàng bắt chước người lớn, dễ cảm thấy thúc bách (pressure), cuốn hút và dễ bị ảnh hưởng từ những gì nhìn thấy trong thực tế hơn là lý thuyết. Do đó, các em tiếp nhận thân giáo rất nhanh. Tuổi trẻ vốn năng động, sẵn sàng lăn xả vào đời, nhưng cần sự đồng hành và những tấm gương sáng soi đường chỉ lối. Quý Thầy Cô hay cư sỹ có thái độ trấn an, gần gũi, vui vẻ chia sẻ và vỗ về với giới trẻ thì thu hút các em rất nhanh. Đó chỉ là thân giáo, còn khẩu và ý giáo nữa. Nói chung, tự mình nêu gương sẽ là hình ảnh đẹp, là chìa khóa thành công và chỗ dựa tinh thần cho giới trẻ. Tuổi trẻ sẽ tin cậy vào Tăng bảo, thoogn qua đó tiếp nhận được Pháp bảo và biết kính tin Phật bảo. Từ đó, con đường trước mặt các em đang đi là xây dựng những chiếc cầu đã gãy hoặc xiêu vẹo; định hướng của chúng ta (người Phật tử xuất gia và tại gia) cùng đồng hành là tiến gần đến bờ Giác ngộ, giải thoát của đấng Như Lai.

Nói tóm lại, trong hạn hẹp của khóa pháp luận này, thời gian không cho phép chúng ta triển khai đầy đủ, chi tiết. Tuy nhiên 8 nguyên nhân và 8 giải pháp tiêu biểu nêu trên hy vọng là tiếng chuông nhẹ ngân cho hiện trạng tuổi trẻ Phật Giáo Việt Nam tại Bắc Mỹ ít đến chùa. Khi tìm đến chùa, tuổi trẻ Phật tử muốn có những lợi ích cụ thể như có nơi nương tựa trong môi trường thanh tịnh, giảm căng thẳng, học cách ứng xử trong đời sống hằng ngày, học hiểu và thương, học cách bớt sầu muộn và sân hận v.v…, nên chúng ta cần phải tìm hiểu tuổi trẻ cần và muốn gì để việc cung và cầu có hiệu quả hơn. Đồng thời, xin quý Ngài hãy quan tâm, dìu dắt, hiểu và cảm thông để tuổi trẻ ngày càng lớn mạnh.

Chúng con hy vọng quý Ngài trong chức sắc, quý hội đoàn giáo dục cần quan tâm hơn cho tuổi trẻ, thế hệ kế thừa. Một lần nữa, nếu có những vụng về trong lúc thẳng thắn góp ý, chúng con mong quý Ngài, Đại Tăng và đại chúng hoan hỷ cho.

Nam Mô Công Đức Lâm Bồ Tát Ma Ha Tát.

Tài Liệu Tham Khảo/References:

1. *Bach, P. X. (2014). Mindful Leadership-A Phenomenological Study of Vietnamese Buddhist Monks in America with Respect to their Spiritual Leadership Roles and Contributions to Society (Doctoral dissertation, Drexel University).*

2. *Harvey, Peter (2013). An Introduction to Buddhism: Teachings, History and Practices (2nd ed.). Cambridge, UK: Cambridge University Press. p. 5. ISBN 9780521676748. Retrieved 2 September 2013.*

3. *Johnson, Todd M.; Grim, Brian J. (2013). The World's Religions in Figures: An Introduction to International Religious Demography (PDF). Hoboken, NJ: Wiley-Blackwell. pp. 34-37. Retrieved 2 September 2013.*

4. *Pew Research Center, Global Religious Landscape: Buddhists.*

5. *Thích Hạnh Viên, Suy Nghĩ Về Hướng Giáo Dục Đạo Phật Cho Tuổi Trẻ. Personal communication. 31 July 2015.*

6. *Wikipedia.com, Buddhism by country. Retrieved 28 July 2015. https://en.wikipedia.org/wiki/Buddhism_by_country*

HIỆN TRẠNG GIA ĐÌNH PHẬT TỬ QUA HƯỚNG NHÌN TAM VÔ LẬU HỌC

"Có phải chăng chúng ta lúc nào cũng thấy mình 'đúng hết'? Chúng ta lúc nào cũng có cái tâm muốn đi thay đổi người này người nọ..., nhưng ngược lại mình lại KHÔNG muốn thay đổi chính mình!" ~ **Chúng 16, Kim Quang.**

Giới Định Tuệ, còn gọi là Tam Vô Lậu Học, là ba môn học vi diệu và thâm sâu của đức Phật giúp chấm dứt phiền não, khổ đau, được an vui, lợi lạc và tiến tới thoát ly sinh tử luân hồi .

Giới (Sila) là giới luật để chúng ta thệ nguyện, hành trì và chứng nghiệm một đời sống đạo đức, phạm hạnh. Giới luật còn được hiểu là giới hạnh, chứa đựng những tinh hoa, giá trị luật lệ và luân lý đạo đức. Giới luật là kim chỉ nam, là hàng rào, điều răn để khuyến khích chúng ta làm điều lành, tránh điều ác và ngăn ngừa tâm tham ái, sân hận hay si mê. Giới luật giúp chúng ta giữ gìn thân khẩu ý cho được thanh tịnh mà bớt tạo nghiệp xấu ác để ngày càng hoàn thiện bản thân.

Định (Samàdhi) là sự an định hay nói cách khác là phương pháp tu tập, quán chiếu và thực hành để làm cho tâm của chúng ta trở nên định tĩnh, rỗng lặng và thanh tịnh. Khi chúng ta giữ được tâm mình không bị tán loạn hay mất tập trung, luôn ở trạng thái an định, tĩnh lặng, thì từ đó ta có cái nhìn trong suốt, sáng tỏ hơn và lúc đó tuệ giác chúng ta được hưng khởi.

Tuệ (Prajna) hay Trí tuệ có nghĩa là thắng tri, liễu tri và đoạn tận phiền não vô minh. Tuệ là kết quả của sự tu học và hành trì làm cho trí tuệ vô lậu phát sinh, thực chứng chân lý Tứ Diệu Đế, giải thoát sinh tử, đạt tới trạng thái Niết-bàn tịch tĩnh.

Nếu nhận xét về Giới Định Tuệ, thực tế nhất là trong những chướng duyên mà Tổ Chức GĐPT gặp phải, thì người viết không dám hay không có thẩm quyền; nhưng chúng em có được phước duyên đã gặp và nghe Ôn Thích Thái Hòa, vị Thầy cố vấn Giáo hạnh GĐPT Thế Giới. Ôn là phương trượng chùa Phước Duyên, thành phố Huế, trong chuyến giao duyên với Phật giáo Việt Nam tại Hoa Kỳ đã đến giảng pháp tại chùa Phổ Từ, thành phố Hayward, tiểu bang California. Ôn tâm sự như sau khi nói về hiện tình của Gia đình Phật tử Việt Nam chúng ta hôm nay.

Với người viết, Ôn là hiện thân của Giới Định Tuệ. Buổi sáng Chủ Nhật, ngày 30 tháng 11, năm 2014, Ôn chia sẻ để tài: "Người biết yêu thương mình" và nhắc nhở chúng ta, những người Huynh trưởng, những người con Phật cần biết, chú trọng và dành thời giờ để chăm sóc thân tâm ta, hơi thở ta, và cả khi ăn uống, đi đứng và nói năng. Tất cả đều được làm trong chánh niệm và tuệ giác, trên nền tảng của hiểu biết, thương yêu, từ bi, trí tuệ, bao dung và tha thứ. Buổi chiều, Ôn dành riêng cho huynh trưởng GĐPT ở vùng Bắc California, và dưới đây là bài giảng.

TƯƠNG LAI GIA ĐÌNH PHẬT TỬ VIỆT NAM

(Pháp Thoại Hòa thượng Thích Thái Hòa giảng cho các anh chị em HTr. GĐPT vào chiều 30/11/2014, tại chùa Phổ Từ, Thành phố Hayward, miền Bắc California, USA)

Nam Mô Bổn Sư Thích ca Mâu Ni Phật

Thưa các anh chị em Huynh Trưởng GĐPT hiện diện quý mến!

Đức Phật dạy: "Dục tri tiền thế nhân, kim sanh thọ giả thị. Dục tri lai thế quả, kim sanh tác giả thị." (Muốn biết nhân đời trước, xem thọ báo đời này. Muốn biết quả đời sau, xét việc hiện đương làm.)

Như vậy, muốn biết nhân đời trước của mình như thế nào, thì hãy nhìn vào kết quả mà mình đang tiếp nhận; muốn biết tương lai của mình như thế nào, thì hãy nhìn vào những tác nhân của mình đang gieo trồng ở hiện tại.

Những đặc điểm của Phật giáo Việt Nam

Thưa quý vị,

Trong thập niên 1970, Hội nghị Phật giáo Thế giới tại Nhật Bản, bấy giờ có chư Tôn đức Giáo Hội Phật Giáo Việt Nam Thống Nhất tham dự đại hội. Trong Hội nghị ấy phần nhiều thành viên hội nghị bầu cử Phật giáo Nhật Bản làm chủ tịch. Nhưng đại diện Phật giáo Nhật Bản đứng dậy và họ để nghị Phật giáo Việt Nam xứng đáng làm chủ tịch Phật giáo Thế giới, bởi bốn đặc điểm.

- Đặc điểm thứ nhất: Phật giáo Việt Nam có một vị vua, sau khi đã chiến thắng lẫy lừng hai lần quân Nguyên Mông và vị vua ấy đã không ngủ quên trên chiến thắng của mình, mà phát tâm xuất gia, trở thành vị Sơ tổ thiền Trúc Lâm của Phật giáo Việt Nam. Đó là một đặc điểm của Phật giáo Việt Nam mà Phật giáo thế giới chưa thể so sánh. Phật giáo Thế giới, các vua có thể ủng hộ phát huy Phật pháp, nhưng chưa có một vị vua nào trong khi chiến thắng như vậy mà từ bỏ ngai vàng xuất gia tu tập, để trở thành giác ngộ và tuyên dương chánh pháp. Đó là đặc điểm thứ nhất của Phật giáo Việt Nam mà Phật giáo thế giới không thể so sánh.

- Đặc điểm thứ hai: Phật giáo Việt Nam có Hòa thượng Thích Quảng Đức đã hy sinh tự thiêu thân mình cho chánh pháp, điều đó thế giới cũng có, nhưng trong sự hy sinh ấy, để lại cho đời một trái tim bất diệt thì Phật giáo thế giới chưa có được đặc điểm này. Cho nên, đó là đặc điểm thứ hai

của Phật giáo Việt Nam.

- Đặc điểm thứ ba: Phật giáo Việt Nam có một Giáo Hội Phật Giáo Việt Nam Thống Nhất, gồm hai hệ phái: Nam Tông và Bắc Tông. Trên thế giới, Phật giáo Nam Tông và Bắc Tông của các nước không ngồi lại với nhau để chung lo hoằng truyền Phật pháp và ngay cả Phật giáo thế giới cũng chưa có được một Giáo Hội Phật Giáo Thống nhất, như Giáo Hội Phật Giáo Việt Nam Thống Nhất, như Phật giáo Việt nam đã có. Đó là đặc điểm thứ ba của Phật giáo Việt Nam.

- Đặc điểm thứ tư: Phật giáo Việt Nam có một tổ chức Gia Đình Phật Tử với mục đích "giáo dục thanh thiếu đồng niên, trở thành một Phật tử chân chính, góp phần xây dựng xã hội, theo tinh thần Phật Giáo". Tổ chức này có cả hàng dọc, có cả hàng ngang, tập hợp được mọi thành phần thanh thiếu đồng niên để giáo dục, huấn luyện trở thành những con người tốt cho xã hội.

Đó là bốn đặc điểm của Phật giáo Việt Nam. Cho nên, Phật giáo Việt Nam xứng đáng ngồi vào vị trí chủ tịch Phật giáo Thế giới. Khi các tôn đức Phật giáo Việt Nam tham dự Hội nghị, nghe một vị Tăng sĩ Phật giáo Nhật Bản phát biểu như vậy, lúc bấy giờ các ngài sinh ra hai cảm giác, một cảm giác vui mừng, một cảm giác lo lắng. Vui mừng là Phật giáo Thế giới đã biết được những đặc điểm quý báu của Phật giáo Việt Nam, ghi nhận những ưu điểm của Phật giáo Việt Nam, nhưng liệu những người Phật tử cũng như một số Tăng sĩ Phật giáo Việt Nam có thấy được những giá trị mà Phật giáo Việt Nam trải qua dòng lịch sử bao nhiêu thế hệ như vậy đã đóng góp tạo thành hay không. Và mình không phải chỉ có bốn đặc điểm đó mà có thể nhiều hơn; và nếu khi mình nhận vai trò làm chủ tịch Phật giáo Thế giới, thì cơ sở để hội thảo, hội nghị của mình như thế nào, đã xứng với tầm vóc quốc tế hay chưa? Cho nên, cuối cùng các ngài đại diện Phật giáo Việt Nam đã đứng dậy cảm ơn đại hội, cảm ơn vị Tăng sĩ Phật giáo Nhật Bản phát biểu như vậy, nhưng đồng thời cũng tán thành Phật giáo Nhật Bản đứng vào vị trí chủ tịch Phật giáo thế giới trong hội nghị. Điều này tôi đã được nghe Hòa Thượng Thích Đức Tâm trực tiếp kể lại vào năm 1974, tại chùa Pháp Hải, Huế.

Tất cả chúng ta chỉ là Một

Nhắc lại một sự kiện lịch sử như vậy, để các anh chị em Gia Đình Phật Tử hôm nay thấy rằng mình tin vào Phật giáo, mà nhất là Phật giáo Việt Nam, mình có hãnh diện không? Quá khứ tổ tiên chúng ta, những bậc tiền nhân của chúng ta đã đi những bước vững chãi để tạo nên một trang sử oai hùng cho Phật giáo Việt Nam. Trong đó có lịch sử của Gia Đình Phật Tử Việt Nam. Cho nên, giờ đây tôi đi sang thăm Hoa Kỳ, trải qua mười bốn tiểu bang và rất nhiều thành phố, tiếp xúc công khai, hay lặng lẽ học hỏi, lắng nghe từ nhiều bậc tôn túc ở Hoa Kỳ chia sẻ, cũng như đã lắng nghe sự chia sẻ của tất cả các anh chị em Gia Đình Phật Tử từ nhiều thành phần, đứng từ nhiều góc độ khác nhau.

Hôm nay, chúng tôi có một thời Pháp thoại để tặng các anh chị em huynh trưởng Gia Đình Phật Tử phía Bắc của tiểu bang California này. Đối với các anh chị em, tôi biết quý vị có nhiều quan điểm khác nhau, có nhiều lập trường khác nhau, có những xu hướng phụng sự chánh pháp và tổ chức khác nhau. Cái khác đó là điều tất yếu, không có gì để ngạc nhiên. Bởi vì, chúng ta mỗi người một gia đình, chúng ta đến đây từ nhiều gia đình, chứ không phải từ một gia đình; chúng ta đến đây từ nhiều quan điểm, từ nhiều lập trường, từ nhiều hoàn cảnh, từ nhiều điều kiện, từ nhiều trình độ tu tập khác nhau, nhưng khi chúng ta đã xác định Áo Lam là lý tưởng của chúng ta, thì dù chúng ta có dị biệt đến mấy, nhưng tất cả chúng ta cũng chỉ là một. Và mục đích của chúng ta duy nhất cũng chỉ là mục đích "giáo dục thanh thiếu đồng niên trở thành những Phật tử chân chính góp phần xây dựng xã hội theo tinh thần Phật giáo".

Chúng ta đến đây, chỉ vì cái tâm như vậy, chỉ vì cái hạnh nguyện như vậy, chỉ vì cái hành hoạt như vậy. Ngoài mục đích ấy, ngoài tâm ấy, ngoài hành hoạt ấy và ngoài nguyện ấy, chúng ta không có cái gì khác hơn. Còn nếu có cái gì khác hơn, thì ở lĩnh vực khác, ở môi trường khác, ở không gian khác. Và dứt khoát, chúng ta không đưa quan điểm chính trị vào trong tổ chức Gia Đình Phật Tử và có như vậy, lý tưởng giáo dục Phật giáo của chúng ta mới thấu đáo, mới khách quan. Còn nếu anh chị em nào đưa quan điểm chính trị vào trong tổ chức Gia Đình Phật Tử, tôi tin chắc rằng, Gia Đình Phật Tử này, càng ngày càng tan nát. Trong gia đình mình thôi, mà vợ chồng với nhau, cha mẹ con cái với nhau, mà mình không dạy để cao tinh thần huyết thống; mà đưa quan điểm chính trị vào trong không gian gia đình của mình thôi là vợ với chồng cũng gây nhau, rồi cha mẹ và con cái cũng gây nhau, anh em, chị em cũng gây nhau. Cho nên, chúng ta khôn ngoan nhất, quan điểm chính trị là của xã hội và trả nó cho xã hội. Nếu chúng ta có đủ khả năng làm chính trị, thì xắn tay áo dấn thân vào xã hội để làm, còn ở trong Gia Đình Phật Tử chúng ta gạt quan điểm chính trị ra ngoài, khi mọi quan điểm chính trị đã được gạt ra ngoài không gian sinh hoạt của GĐPT, thì anh chị em chúng ta, không có lý do gì mà không hòa thuận với nhau, không tin yêu quý trọng nhau. Tất cả chúng ta chỉ là một.

Tình cảm đặc biệt

Cùng tất cả các anh chị em thân mến,

Tổ chức Gia Đình Phật Tử là một tổ chức tình cảm đặc biệt. Nó đặc biệt chỗ nào? Nó đặc biệt, bởi vì trong tổ chức đó, có thầy trò, có bác cháu, có anh chị em ngành Thanh, có anh chị em ngành Thiếu, có các em ngành đồng Oanh Vũ. Cho nên, tổ chức Gia Đình Phật Tử là một tổ chức mà gồm thâu nhiều thế hệ, nhiều tuổi tác và tổ chức Gia Đình Phật Tử là một tổ chức mang tình cảm rất đặc biệt, nghĩa là mọi thành phần xã hội đều có thể tham gia tổ chức Gia Đình Phật Tử. Ngành bác sĩ cũng có thể tham gia Gia đình Phật tử, ngành dược sĩ cũng có thể tham gia Gia Đình Phật Tử, ngành giao thông, ngành tin học, ngành toán học, ngay cả quân đội cũng có thể tham gia Gia Đình Phật Tử. Nhưng, khi chúng ta tham gia Gia Đình Phật Tử rồi, thì chúng ta đem những chuyên môn đó, những tinh hoa đó để đóng góp xây dựng cho Gia Đình Phật Tử được phát triển lớn mạnh. Cho nên, Gia Đình Phật Tử là một tổ chức mang tình cảm rất đặc biệt, không bị giới hạn tuổi tác, không giới hạn ngành nghề, không giới hạn vị trí, không giới hạn trí thức. Cho nên, ông bác học cũng có thể tham gia Gia Đình Phật Tử và một em Oanh Vũ chưa biết gì cũng có thể tham gia Gia Đình Phật Tử. Như vậy, các anh chị em thấy Gia Đình Phật Tử là một tổ chức tình cảm tuyệt vời không?

Phép lạ gắn kết tình lam

Vừa rồi, tôi giảng ở chùa Linh Sơn thành phố Belmont của tiểu bang Michigan, có một huynh trưởng hỏi tôi: Thưa thầy, tình trạng Gia Đình Phật Tử, các anh chị em có quan điểm bất đồng nhau, có nơi chia hai, có nơi chia ba và còn tiếp tục phân hóa nữa, thì bây giờ thưa thầy làm thế nào, phương pháp nào, để cho tình trạng phân hóa đừng xảy ra...?

Tôi nói, tại sao phải đi tìm phương pháp mới, có cái gì khó đâu? Gia Đình Phật Tử có thực tập châm ngôn của Oanh Vũ không? Cứ thực tập hết lòng châm ngôn Oanh Vũ thì không có chuyện gì mà khó cả. Châm ngôn của Oanh Vũ là "Hòa -Tin-Vui". Rõ ràng, mọi thành phần, mọi trình độ, mọi hoàn cảnh đều gia nhập vào dòng nước mát của Gia Đình Phật Tử thì Hòa. Còn nếu đến với Gia đình Phật tử mà ôm theo bản ngã của mình, ôm theo vị trí của mình thì làm sao mà hòa được!

Cho nên, Hòa-Tin-Vui là một phép lạ gắn kết tình Lam rất tự nhiên. Nhu cầu hòa thuận là nhu cầu lớn nhất mà tại sao không hòa? Vì cho mình là số một, nên không hòa. Cho nên, ai tới với Gia Đình Phật Tử mà tự cho mình là số một, thì tự người đó không thể hòa nhập được với Gia Đình Phật Tử! Do đó, đối với Gia Đình Phật Tử không có ai và không ai là số một cả, mà tất cả phân công, phân nhiệm hợp tình, hợp lý để điều hòa với nhau trong công việc "giáo dục thanh thiếu đồng niên trở thành những Phật tử chân chính...".

Cho nên, dù làm trưởng ban hướng dẫn đi nữa, cũng chỉ là người cầm cán cân điều hòa, điều hợp thôi. Nên, nếu làm trưởng ban mà bị người *khác thọt gậy sau lưng mình, tổng thư ký thọt gậy sau lưng mình, các em thọt gậy sau lưng mình, thì làm sao mà làm nổi trưởng ban? Không thể làm nổi. Cho nên, làm trưởng ban mà làm nổi là bởi vì tất cả anh chị em đều hòa thuận với nhau. Trong sự hòa thuận ấy, anh có mặt trong em, em có mặt trong chị, chị có mặt trong anh, không một ai thấy mình là number one cả!*

Bởi vì châm ngôn cơ bản của Oanh Vũ là Hòa-Tin-Vui, mà bây giờ anh chị ai cũng ôm cái ngã của mình to như vậy, thì làm sao mà có Hòa-Tin-Vui? Không hòa thuận thì làm gì có niềm tin. Bởi vì tin mới có hòa thuận, chứ không tin làm sao có hòa thuận. Và có tin nhau, có hòa thuận thì mới có vui vẻ. Cho nên, vui vẻ rồi thì anh làm việc này, em làm việc kia, chị làm việc nọ, anh thì viết chương trình, em thì đi múc nước, chị thì đi nấu cơm. Anh chị em đã có Hòa-Tin-Vui, thì cùng nhau hát đi... "Bốn phương trời ta về đây chung vui, không phân chia giọng nói tiếng cười..."

Vì chúng ta hòa thuận, nên chúng ta vỗ tay cũng đồng nhau, hát cũng đồng nhau, phải không? Chứ mỗi người vỗ tay một kiểu, hát mỗi người mỗi cách thì bản nhạc thành ra cái gì? Dù nhạc sĩ tài ba đến mấy mà mỗi người vỗ tay một kiểu, hát một kiểu thì bản nhạc đó vô nghĩa. Và tất cả đám hát đó trở thành uể oải. Cho nên, tôi đã nói với các anh chị em tại chùa Linh Sơn, ở Belmont, mình đã có Hòa Tin Vui. Nếu có điều gì mà không đồng nhau thì trở lại với nhau, cùng nhau thực tập Hòa Tin Vui thôi, không có cớ gì mà phiền hà cả. Mình chỉ nhắc nhở nhau, thực hành châm ngôn Oanh Vũ: Hòa Tin Vui và ba điều luật của ngành Oanh, chứ nói gì cho nhiều.

Ba điều luật của ngành Oanh

Ba điều luật của ngành Oanh: Em tưởng nhớ Phật; Em kính mến cha mẹ và thuận thảo với anh chị em; Em thương người vật. Ba điều luật ấy, thật tuyệt vời và cực kỳ tuyệt vời.

Em tưởng nhớ Phật: Tất cả chúng ta làm cái gì cũng đều tưởng nhớ Phật cả, nhưng tại vì anh chị nghĩ rằng, chỉ có em là tưởng nhớ Phật, chứ anh chị thì khỏi, bởi vì anh chị lớn quá rồi, anh chị lo làm việc lớn, cho nên anh chị không tưởng nhớ Phật, chỉ có em mới tưởng nhớ Phật. Cho nên, đôi khi anh chị ham làm việc lớn mà quên tưởng nhớ Phật, chỉ để đàn em mình tưởng nhớ Phật, nên các em cảm thấy thật lạc loài bơ vơ, mất niềm tin ở ngay chính các anh chị. Cho nên, em tưởng nhớ Phật, anh tưởng nhớ Phật, chị tưởng nhớ Phật, bác tưởng nhớ Phật, thầy tưởng nhớ Phật. Phật là điểm đồng quy của tất cả chúng ta, chứ không phải là chỉ có anh, chị em tưởng nhớ Phật còn mấy thầy, mấy cô khỏi tưởng nhớ Phật. Đừng nói tôi bận làm việc này, tôi bận làm việc kia, mà quên tưởng nhớ Phật. Không! Thầy, bác, anh chị em, chúng ta đồng một phương hướng là em tưởng nhớ Phật, bằng tất cả tấm lòng, bằng tất cả trái tim. Tất cả chúng ta đều tưởng nhớ Phật, thì không có chuyện gì mâu thuẫn với nhau cả. Dù có mâu thuẫn chăng nữa, nhưng chúng ta cùng nhau tưởng nhớ Phật, thì đều hóa giải được hết. Cho nên, thực hành em tưởng nhớ Phật là chúng ta đang đi về với ngôi nhà tâm linh của chúng ta.

Em kính mến cha mẹ và thuận thảo với anh chị em: Điều luật này nói về ngôi nhà huyết thống của chúng ta, nói về đạo đức căn bản của chúng ta. Và từ đạo đức căn bản đó, chúng ta mới tiến tới được đạo đức tâm linh. Chúng ta không có căn bản đạo đức của thế gian, làm thế nào và dựa vào cơ sở nào để chúng ta tiến tới đạo đức tâm linh? Cho nên, điều thứ hai là em kính mến cha mẹ và thuận thảo với anh chị em là thực tập và nuôi dưỡng căn bản đạo đức của thế gian. Không có đạo đức này, chúng ta không có cơ sở để tiến tới đạo đức tâm linh.

Điều thứ ba là Em thương người và vật. Đó là nêu cao đạo đức quan hệ giữa mình và người, giữa mình và mọi thành phần xã hội, giữa mình với muôn vật và môi trường.

Như vậy, các anh chị em thấy ba điều luật của Oanh Vũ có tuyệt vời không? Quá tuyệt vời phải không. Tôi chỉ nói đến ba điều luật và ba hạnh trong châm ngôn Hòa-Tin-Vui của Oanh Vũ thôi, tôi chưa nói đến châm ngôn Bi-Trí-Dũng, chưa nói đến năm điều luật của Huynh trưởng và ngành thanh thiếu. Chỉ mới nói Hòa-Tin-Vui thôi; chỉ mới nói ba điều luật của Oanh Vũ: Em tưởng nhớ Phật, Em kính mến cha mẹ và thuận thảo với anh chị em, Em thương người và vật thôi, mà chúng ta thấy đã tuyệt vời rồi, nên không có sự mâu thuẫn nào giữa các anh chị em mà không hóa giải được, nếu chúng ta là GĐPT!

Chúng ta đừng nói và làm theo thói quen, chúng ta hãy nói và làm bằng sự tỉnh giác hay tuệ giác. Nói và làm theo thói quen rất dễ vấp phải những sai lầm. GĐPT mỗi khi gặp nhau, chúng ta tay phải bắt ấn chào nhau bằng tinh tấn. Vậy, Tinh tấn là gì? Tinh tấn của GĐPT là nỗ lực thực hiện cho được Hòa-Tin-Vui. Mỗi khi chúng ta nỗ lực thực hiện được Hòa-Tin-Vui trong đời sống hằng ngày thì rõ ràng phân hóa không thể xảy ra cho tổ chức chúng ta, nghi ngờ không thể xảy ra cho tổ chức chúng ta và đau khổ thất vọng ở trong tổ chức của chúng ta không xảy ra. Nếu chúng ta tin tưởng thật sự, tin tưởng thật sự nó là cuộc sống của chúng ta, thì làm gì mà có chuyện đối xử với nhau "bằng mặt mà không bằng lòng". Khi gặp nhau, chúng ta chào nhau tinh tấn, tinh tấn thật sự. Tinh tấn là gì? Rõ ràng là nỗ lực phòng hộ cái điều xấu ác ở trong tâm và trong đời sống của mình. Điều xấu ác chưa phát sinh thì không để cho nó phát sinh. Nó đã phát sinh thì nỗ lực làm cho nó hủy diệt. Điều thiện trong ta chưa phát sinh thì nỗ lực làm cho nó phát sinh. Điều thiện trong ta đã phát sinh thì nỗ lực làm cho nó phát triển, phát triển đến chỗ viên mãn, đến chỗ tột cùng. Phật tử hòa thuận sơ sơ mà kèm theo tinh tấn, thì dẫn hòa thuận đến chỗ trọn vẹn.

Bước đầu thì hòa ngoài miệng, sau đó thì hòa trong tâm, dần dần đi tới với sự hòa thuận trọn vẹn. Hòa thuận trọn vẹn là hòa thuận cả thân khẩu ý. Bước đầu thì mình tin nhau sơ sơ, vì biết đâu mà tin, muốn tin phải lắng nghe. Càng nghe thì càng gạn lọc. Càng lắng nghe, thì càng thấu hiểu vấn đề một cách sâu sắc. Càng hiểu thì càng tin. Hiểu nhau tuyệt đối thì tin nhau tuyệt đối. Hiểu nhau trọn vẹn thì tin nhau trọn vẹn. Bước đầu hòa với nhau sơ sơ, thì tin nhau sơ sơ và vui với nhau cũng sơ sơ. Nhưng *khi đã tin tưởng nhau và hòa thuận với nhau tuyệt đối, thì chúng ta cũng có niềm vui tuyệt đối với nhau. Chị trong em, em trong anh, anh trong thầy, thầy trong trò, tất cả mình sống với nhau như vậy, vui với nhau như vậy, nỗ lực duy trì cái đó, đừng để nó thối nát đi. Đó là chúng ta tinh tấn vào cái Hòa-Tin-Vui; tinh tấn với Em tưởng nhớ Phật, Em kính mến cha mẹ và thuận thảo với anh chị em, Em thương người và vật. Trong Tinh tấn có cái Bi, cái Trí, cái Dũng. Trong chất liệu Bi Trí Dũng có chất liệu của Tinh tấn. Phật là Bi. Pháp là Trí. Tăng là Dũng. Tinh tấn của của người Phật tử theo định hướng này.*

Năm điều luật của GĐPT

- Điều thứ nhất: Phật tử quy y Phật Pháp Tăng và giữ giới đã phát nguyện. Điều luật thứ nhất này là nêu rõ thực tập bốn niềm tin bất hoại của người Phật tử.

- Điều thứ hai: Phật tử mở rộng lòng thương, tôn trọng sự sống. Điều này nêu rõ thực tập hạnh Từ bi của người Phật tử.

- Điều thứ ba: Phật tử trau dồi trí tuệ, tôn trọng sự thật. Điều này nêu rõ thực tập hạnh trí tuệ và chân thật của người Phật tử.

- Điều thứ tư: Phật tử sống trong sạch từ thể chất đến tinh thần, từ lời nói đến việc làm. Điều này nêu rõ thực tập chánh nghiệp và chánh hạnh của người Phật tử.

- Điều thứ năm: Phật tử sống hỷ xả để dũng tiến trên đường đạo. Điều này nêu rõ thực tập hạnh hỷ xả và tinh tấn của người Phật tử.

Cùng ở trong một tổ chức, cùng hướng đến một lý tưởng, mà mình không tha thứ cho nhau, không hỷ xả cho nhau, thì ai tha thứ cho mình, ai hỷ xả cho mình? Chẳng lẽ ngoại đạo tà giáo tha thứ và hỷ xả cho mình? Và ngoại đạo tà giáo tha thứ hỷ xả cho mình, thì mình có dám nhận sự tha thứ, hỷ xả đó không? Điều luật" sống hỷ xả để dũng tiến trên đường đạo" các anh chị thấy có tuyệt vời không?

Tôi nghĩ rằng, những nhà học giả của Phật giáo Nhật Bản, họ đã nghiên cứu kỹ về Phật giáo Việt Nam mà trong đó có cái mảng của Gia Đình Phật Tử Việt Nam, nên họ rất khâm phục trí tuệ và đạo hạnh các bậc tiền nhân của chúng ta, khi họ phát biểu Phật giáo Việt Nam có bốn đặc điểm rất quý báu mà tôi đã nói ở trên. Và bây giờ đây chúng ta cố gắng giữ gìn gia tài đó, tiếp nối cái đẹp đó và tôi luyện mình, để rồi mình có cơ hội trao truyền cho các em, cho con cháu thế hệ tương lai của chúng ta.

Tôi muốn nói với quý vị rằng, dù chúng ta đi đông, đi tây, đi nam, đi bắc, chúng ta có tìm ra được trên đời này, có một người nào mà không có sai lầm không? Và chúng ta đi khắp đông tây, nam bắc để tìm ra có một người mà hoàn toàn sai lầm không? Tìm cho ra một người trên thế gian này không sai lầm, tìm bét mắt cũng không thấy đâu. Và tìm ra một người trên thế gian mà hoàn toàn sai cũng hoàn toàn không có. Là Phật tử, chúng ta phải hiểu được điều đó hơn ai hết, cho nên "Phật tử mở rộng lòng thương, tôn trọng sự sống". Phật tử hiểu được điều đó hơn ai hết, biết được điều đó hơn ai hết, cho nên "Phật tử mới sống hỷ xả để dũng tiến trên đường đạo" phải không quý vị?

Cho nên, tương lai Gia đình Phật Tử như thế nào, đều tùy thuộc vào các anh chị em có thực hiện được mục đích, châm ngôn, điều luật của Gia đình Phật Tử hay không mà thôi, và tôi nghĩ đó là cái cốt lõi, đó là xương sống của tổ chức GĐPT chúng ta.

Cấp Dũng, cấp Tấn, tất cả những cấp đó là để trang nghiêm tổ chức, để làm cho tổ chức có tính khoa học, có tính chất trách nhiệm trên dưới, chứ nó không phải là tinh hoa của GĐPT đâu. Tinh hoa của GĐPT là những gì mà chúng tôi mới trình bày đến quý vị.

Nếu chúng ta biết quay trở lại ôm ấp, nâng niu những gì tinh hoa của Gia đình Phật Tử và chúng ta sống với nó, chết với nó và nỗ lực giáo dục các em mình đi theo hướng đó và phải lấy bản thân mình làm chứng cứ cho lý tưởng của mình. Mình nói hòa thuận là mình sống hòa thuận, mình nói tin vui là mình sống tin vui. Các anh chị nói và sống như vậy, mới là *tín cứ sống động cho các em, mới thổi vào trong đời sống của các em cái hồn sống của GĐPT.*

Cho nên, muốn thấy tương lai GĐPT thế nào thì hãy nhìn vào những gì mà chúng ta đang làm. Và nếu các anh chị em không tiếp tục thực hiện những gì mà tinh hoa tổ chức Gia đình Phật Tử đã cơ cấu, thì không ai giúp các anh chị nổi. Và tôi tin chắc rằng, nếu không thực hiện châm ngôn Hoà-Tin-Vui và ba điều luật của Oanh Vũ; không thực hiện châm ngôn Bi-Trí-Dũng, và năm điều luật của GĐPT, thì GĐPT Việt Nam, nếu có tồn tại chăng nữa, thì cũng chỉ có cái bóng mà không có thực chất, không có sinh lực, đó là một sự thật. Nhưng, nếu chúng ta thực tập đúng Hoà-Tin-Vui, Em tưởng nhớ Phật, Em kính mến cha mẹ và thuận thảo với anh chị em, Em thương người và vật; chúng ta thực tập Bi-Trí-Dũng, và năm điều luật của Gia Đình Phật Tử một cách nghiêm túc thì tôi nghĩ rằng không ai đánh phá và phân hóa GĐPT được đâu.

Điểm đồng quy của tất cả chúng ta

Trang lịch sử của GĐPT tương lai có đẹp hay không, tùy thuộc vào sự thực hành Hòa-Tin-Vui của các anh chị em hôm nay...

Cho nên, tương lai của Gia đình Phật tử thế nào, quý vị đã có câu trả lời trong thời pháp thoại hôm nay. Và tôi mong rằng, tất cả các anh chị em tự mỗi người ý thức để thấy được và cùng nhau gắn bó, xóa đi những điểm dị biệt, những gì sơ suất của nhau và nhìn về một điều chung là Em tưởng nhớ Phật. Tưởng nhớ Phật sâu cạn, rộng hẹp như thế nào, thì tùy theo trình độ của mỗi người.

Nói sâu xa hơn... (vẫn là) Em tưởng nhớ Phật. Phật là điểm đồng quy của tất cả chúng ta. Làm gì và nói gì thì tất cả chúng ta đều hướng tới Phật Pháp Tăng. Và khi tổ chức Gia Đình Phật Tử, các anh chị em nói gì, làm gì, dù có cãi nhau như thế nào đi nữa, cũng vì mục đích tồn tại và danh dự của Gia Đình Phật Tử và muốn cho Gia Đình Phật Tử rạng ngời lên và hiện hữu đúng như ý nghĩa của chính nó, mà đừng có bị pha trộn và tổn thương. Tôi chỉ mong mỏi tất cả các anh chị em như vậy và việc làm của các anh chị em trong thời gian qua có một vài mâu thuẫn, thì hãy cùng nhau tìm cách hóa giải, đừng để kéo dài. Mâu thuẫn ngang đâu thì tìm cách giải quyết ngang đó. Đối với tôi, chỉ bật ngọn đèn và gióng lên tiếng chuông thức tỉnh đến các anh chị em mà thôi. Đức Phật là điểm đồng quy của tất cả chúng ta.

(Tâm Thường Định và Trần Thị Thùy Trang phiên tả từ máy ghi âm. Tác giả nhuận văn và nêu các tiểu mục).

Chướng duyên mà Tổ Chức GĐPT gặp phải thì có đó… Giải quyết ra sao thì Ôn Thái Hòa cũng đã chia sẻ rồi. Vậy qua cái nhìn Tam Vô Lậu Học, chúng ta đã thực lòng với nhau chưa?

BÀI THƠ CƯ TRẦN LẠC ĐẠO
CỦA TỔ TRÚC LÂM YÊN TỬ VIỆT NAM
(1258 - 1308)

Sáng nay, một ngày rất lạnh nhưng đẹp trời. Có nắng vàng chim hót vang ca. Trời lạnh nhưng không lạnh như ở Miền Trung và Đông Bắc Hoa Kỳ hiện nay. Nghĩ mà thương và đồng cảm với đồng loại. Vừa nộp xong điểm học nhiệm kỳ qua, tôi nhận được một email của Ni Sư Thuần Tuệ,

"Hi anh Tâm Thường Định,

Khi nào tiện anh dịch dùm bài thơ của Sơ Tổ Trúc Lâm:

Ở đời vui đạo hãy tùy duyên,
Đói đến thì ăn, mệt ngủ liền.
Trong nhà có báu thôi tìm kiếm
Đối cảnh vô tâm chớ hỏi thiền.

Đây cũng là một trong những nét tiêu biểu của Thiền phái Trúc Lâm Yên Tử Việt Nam.

Cám ơn anh nhiều.

Thuần Tuệ"

Là một bài thơ nổi tiếng của Tổ Trúc Lâm Yên Tử Việt Nam thì mình làm sao mà dám dịch? Nhưng nghĩ đến thế hệ kế thừa không biết đọc tiếng Việt và tấm lòng thương yêu nâng đỡ của Ni sư, nên tôi mạo muội tạm dịch ra tiếng Anh để hiểu nghĩa thơ của Tổ vậy. Bài thơ *Cư trần lạc đạo* nguyên âm Hán Việt như sau:

Cư trần lạc đạo thả tùy duyên.
Cơ tắc xan hề, khốn tắc miên.
Gia trung hữu bảo hưu tầm mịch;
Đối cảnh vô tâm mạc vấn Thiền.

Theo bản dịch của ông cụ Võ Đình và Công-Huyền Tôn-Nữ Nha-Trang thì được dịch:

Ở ĐỜI VUI ĐẠO

Ở đời vui đạo tùy duyên
Đói ăn mệt ngủ, tự nhiên dễ dàng
Ngọc châu nhà có sẵn sàng
Đâu cần tìm kiếm ngoài đường luống công
Đối người đối vật dung thông
Tâm không vướng mắc là tông chỉ Thiền.

Rồi bằng tiếng Anh là:

TO LIVE IN THIS WORLD

In this world of dust
is enjoyment of the Way attained
by following the natural path
To eat when hungry, to sleep when weary
When at home are such treasures readily available
there is no need to hunt afar for them
Treating all and everything with a free heart
Is the essence of Zen.
(Một Cành Mai, trang 78)

Còn bản dịch của cư sỹ Nguyên Giác Phan Tấn Hải là:

Living amid dust and enjoying the way,
you should let all things take their course.
When hungry, just eat; when tired, just sleep.
The treasure is in your house; don't search any more.
Face the scenes, and have no thoughts;
then you don't need to ask for Zen.

Rồi Ni Sư Thuần Tuệ bảo rằng có một bài dịch nữa, sát theo bản gốc Hán:

To enjoy the Way in worldly life, just live in harmony with what comes,
Eating when hungry, sleeping when weary.
There is treasure in our house, no need to search for it,
Dealing with all matters with no-mind mind, no need to ask about Zen.

Và nhờ tôi "tổng hợp từ những bài dịch thành một bài sát bản dịch của Ôn Trúc Lâm".

Vì thế, tôi "y giáo phụng hành" xin tạm dịch như sau:

In this earthly world, enjoy life as its natural way
When you are hungry, just eat; when you are weary, just sleep.
As in our house, or within us, there is already treasure
When facing countless scenes, no mind is the essence of Thiền (Zen).

Nhưng sau đó cũng chưa vừa ý lắm, nên đổi lại là:

THE PEACEFUL PATH IN THIS LIFE

In this earthly world, enjoy life as its natural way
When you are hungry, just eat; when you are weary, just sleep.
As in our house and in us,
there is no need to search for the treasure already within.
When facing countless situations, no mind is the essence of Thiền (Zen).

Và phần tiếng Việt được dịch như sau đây:

Sống đời vui đạo hãy tùy duyên
Khi đói thì ăn, mệt ngủ liền
Trong ta, nhà ở bao của quý
Muôn sự vô tâm, tông chỉ Thiền.

Tài Liệu Tham Khảo/References:

1. *Một Cành Mai - Võ Đình và Công-Huyền Tôn-Nữ Nha-Trang, NXB An-Tiêm, 2005.*

2. *Cư Trần Lạc Đạo (nguyên văn) - Thiền Sư Thích Nhất Hạnh -*
http://langmai.org/tang-kinh-cac/vien-sach/giang-kinh/trai-tim-cua-truc-lam-dai-si/cu-tran-lac-dao-phan-nguyen-van?set_language=vi

3. *Bình Giảng Bài Thơ Phú của Đức Vua TRẦN NHÂN TÔNG - Hòa Thượng Thích Quảng Liên; http://www.tinhhanhbotat.org/vanhoc/tin5_cutranlacdao.htm*

4. *Trần Nhân Tông Đức Vua Sáng Tổ Một Dòng Thiền, Nguyên Giác,*
https://thuvienhoasen.org/a11751/tran-nhan-tong-duc-vua-sang-to-mot-dong-thien-nguyen-giac

TINH HOA VÀ SẮC THÁI
TU VIỆN KIM SƠN

Năm rồi, chúng tôi ở Chùa Kim Quang, Sacramento về đảnh lễ Thầy Viện trưởng Tu Viện Kim Sơn, Sư Ông Thích Tịnh Từ, vì có vài Phật sự. Có lần chúng tôi đã viết bốn câu thơ ngắn, Buổi Sáng Kim Sơn:

Tỉnh giấc sương mờ giăng khắp lối
Thông già cao vút hát vi vu
Kim Quang tâm địa chung một mối
Sơn thủy hữu tình trầm cõi Tu.

Đúng thế, Tu Viện Kim Sơn là nơi un đúc nhân sự để hoằng dương Phật pháp tại xã hội tây phương, là một ngôi Già lam thanh tịnh đào tạo nhiều vị Tăng Ni đức hạnh tại Hoa Kỳ. Sư Ông Viện trưởng cho biết Tu Viện Kim Sơn, tọa lạc trên 30 mẫu Anh trên đỉnh núi Madonna, miền Bắc California, được thành lập vào ngày 10 tháng 10 năm 1983. Ở đây phong cảnh hữu tình, thiên nhiên hùng vĩ, và thật yên tĩnh đúng như cõi Thiền trầm mặc.

Có lần chúng tôi phỏng vấn Thầy Viện trưởng cho luận án của mình, mới biết rằng vị sáng lập Tu Viện Kim Sơn cũng như 4 cơ sở khác là Thiền sư Thích Tịnh Từ. Thầy là đệ tử của Đại sư Viên Giác, vị khai sơn

Tổ đình Tu Viện Giác Hải tại Nha Trang, Việt Nam. Thầy xuất gia năm 14 tuổi và đã sống ở Hoa Kỳ trên 40 năm qua. Hồi đó, lúc mới có 24 tuổi, Thầy đã làm giáo thọ và giảng sư cho các Chùa và Tự Viện trong ở trong nước, rồi Thầy tốt nghiệp Cao Đẳng Phật Học vào năm 1973 và du hóa Mỹ quốc năm 1974. Qua Hoa Kỳ, Thầy trụ trì Chùa Từ Quang ở Cựu Kim Sơn (San Francisco), rồi thành lập Tu Viện Kim Sơn để tiếp tục con đường Hoằng dương chánh pháp. Nơi đây Thầy huấn luyện và đào tạo các lớp xuất gia và mở các khóa tu thiền quán cho Phật tử mọi giới, từ tổ chức GĐPT đến những người ngoại quốc, từ tuổi trẻ đến quý vị cao niên Việt Nam. Thầy là một trong những vị Thầy lớn đang có nhiều ảnh hưởng trong vai trò giáo dục tuổi trẻ và đại chúng Phật tử tại Bắc Mỹ và hải ngoại.

Với tôn chỉ lợi lạc chúng sanh, hoằng dương chánh pháp, nên việc tu học là hàng đầu của Tu Viện. Ban giáo thọ bao gồm những vị thiền sư và các bậc thầy lớn trong đó có Thiền sư Thích Nhất Hạnh, Cố Hòa thượng Thích Mãn Giác, Ôn Thích Thắng Hoan, Cố Hòa thượng Thích Thiện Thanh, Cố Hòa thượng Thích Thiện Trì, Ôn Thích Minh Đạt, Ôn Thích Tín Nghĩa, Ôn Thích Nguyên Hạnh, v.v…

Tuy Tu Viện Kim Sơn đã xây hoàn tất ngôi nhà Đại Bi, nơi có đầy đủ tiện nghi cho các giới về cư trú tu học, nhưng Chánh Điện thì vẫn còn đang xây dựng và cần sự đóng góp nguyện lực và tài lực để sớm được hoàn tất viên mãn. Vì thế, trong hàng đại đệ tử của Thầy có Thượng toạ Thích Từ Lực, trụ trì Chùa Phổ Từ, người luôn thương yêu và bảo bọc tổ chức GĐPT, đã phát tâm cúng dường $100.000 Mỹ kim để phụ vào ngân quỹ xây cất. Đây là lời tâm sự thiết tha của Thầy khi kêu gọi "Huynh trưởng và Đoàn sinh của 3 đơn vị Chánh Tâm, Chánh Đức và Chánh Hòa gây quỹ bằng cách rửa xe, góp nhặt lon nhôm… vào mùa hè. Với chúng xuất gia, chúng con sẽ tổ chức bán garage sale, cơm chay gây quỹ sau lễ Thượng nguyên để cùng với Phật tử xa gần góp một chút công sức của mình trong việc xây dựng ngôi Tổ đường Kim Sơn.

"Nhưng trên hết, chúng con xin phát nguyện tu học chuyên cần, ngồi thiền, niệm Phật, tụng kinh Đại Bảo Tích, để hồi hướng công đức cầu nguyện hồng ân Tam Bảo gia hộ trên Sư Ông pháp thể khinh an, tuệ đăng thường chiếu, và Đại chúng ở Tu viện bền lòng vững chí, an tâm tu học, vui vẻ bên nhau."

Vì thế, Thầy Từ Lực và Chùa Phổ Từ đứng ra tổ chức Tiệc Chay vào cuối tuần này để kêu gọi Phật tử đóng góp tịnh tài vào việc xây cất Chánh Điện của Tu Viện Kim Sơn với mục đích trước là Bày tỏ lòng Biết ơn đối với Công ơn Giáo dưỡng của Sư Ông Kim Sơn đối với đạo tràng Phổ Từ. Sau là phụ giúp chút đỉnh tịnh tài trong công tác kiến tạo ngôi Chánh Điện làm nơi tu tập cho tứ chúng.

Nói tóm lại, ngôi tòng lâm Kim Sơn là nơi tu học cho tứ chúng Phật tử, cho nhiều thế hệ, đem lại lợi ích tâm linh cho nhiều người. Tu Viện Kim Sơn luôn tổ chức những khóa tu thiền, hội thảo, an cư kiết hạ, tu học cho tổ chức GĐPT v.v... Tu Viện còn có Chương Trình Phật Pháp Ứng Dụng Trong Đời Sống do Tăng Đoàn Tu Viện Kim Sơn, Tu Viện Liên Trì tại Hoa Kỳ thực hiện bằng tiếng Việt và phát đi trên hệ thống truyền hình đài VBS (Vietnamese Broadcasting Service) qua làn sóng Satellite Galaxy 19, Frequency 12022 và Symbolrate 22000.

NHẬT KÝ GIÁO DƯỠNG: NHỚ BÁC, NHỚ CHÙA XƯA, NHỚ MẸ!

** Yết đế, yết đế. Ba la yết đế, Ba la tăng yết đế. Bồ đề Tát bà ha*
Gate gate. Pàragate, Pàrasaṃgate. Bodhi svàhà
Gone, Gone. Gone beyond, Gone far beyond. Awaken, Rejoice

Ngày 18 tháng 6, 2017, anh bạn già, bác sỹ Trần Quang Sơn, nhắc tin: "Khoẻ ơi, Bác Lộc mới ra đi sáng nay rồi. Buồn quá." Không buồn sao được, chúng tôi giữ bình tĩnh, thở sâu và niệm danh hiệu Phật A Di Đà để nguyện cầu cho Bác Trần Phú Lộc, người mà chúng tôi có rất nhiều kỷ niệm thuở ban đầu khi còn sinh hoạt tại GĐPT Linh Quang tại Chùa Linh Quang, Lincoln, Nebraska. Anh Sơn và tôi là những người mới định cư ở Hoa Kỳ vào đầu thập niên 1990's. Gia đình hai chúng tôi bắt đầu từ bàn tay trắng, làm lại từ đầu như bao gia đình Việt Nam tỵ nạn hoặc di cư khác. Anh Sơn thành nhân và thành danh, sau khi đi học ra bằng Bác sỹ và làm thực tập chuyên khoa thận tại trường Đại học Tulane ở New Orlens, LA, và Đại học UCSF tại Cựu Kim Sơn, anh trở về lại Lincoln để lập nghiệp gần gủi với gia đình. Còn tôi, thì ở lại California nuôi dưỡng Ba Mẹ già sau khi học xong.

Lúc bác Trần Phúc Lộc ra đi, đương nhiên chúng tôi nhớ lại căn nhà 2737 Dudley St, Lincoln, NE 68503. Lúc đó, có những lúc chị Phượng tôi, chị Thuỷ, anh Sơn và nguyên cả gia đình, bạn bè mới qua hát nghêu ngao với chiếc đàn thùng guitar, vô tư lự. Đây là căn nhà đầu tiên gia đình chúng tôi, 6 người, ở khi qua Mỹ. Bên trong có một phòng thờ Phật của Cộng đồng Người Việt tại thành phố Lincoln, NE. Phòng thờ này là tiền thân của Chùa Linh Quang. Sau đó Cộng đồng PG Lincoln, trong đó có những người đồng thành lập, cụ Đặng Tuyết Mai, cụ Trần Phú Lộc, v.v... nay đã mãn phần, mua một căn nhà ở 216 West F street để 'Cải gia vi tự' thành Chùa Linh Quang bấy giờ lấy tên tiếng Anh là Linh Quang Buddhist Center (Buddhist Community of Lincoln). Sau một thời gian nữa, Linh Quang Buddhist Center dời qua một vị trí mới ở gần Công Viên Pioneer của thành phố. Còn ngôi chùa ở đường F trở thành chùa An Lạc.

(This is a very small house that our family used to live when we first arrived to the US in 1991. Inside the home we shared, there was a main room which served as the Buddha Hall for the Vietnamese Buddhist community. That was the original altar of Linh Quang Buddhist Temple. In the early 1990s, the late co-founders Mrs. Mai Tuyet Dang, Mr. Loc Phu Tran, etc... and many Vietnamese families just immigrated to Lincoln brought a house on West F street and converted that house into Linh Quang Buddhist Temple, also known as Linh Quang Buddhist Center. Now that a co-founder, Mr. Loc Tran, just passed away, I wrote this poem in his honor).

Nhớ căn nhà này, rồi nhớ sang bàn thờ Phật trong nhà, tiền thân của Chùa Linh Quang và Chùa An Lạc, rồi nhớ đến Bác vô vàn. Nên chúng tôi, có viết bài thơ này để tưởng niệm Bác.

TÌNH BÁC KHÔNG PHAI

Kính tiễn đạo hữu Trần Phú Lộc.

Bác đã đi rồi thật thế sao?
Lincoln nhớ mãi tự thuở nào
Linh Quang cõi tịnh ai xây đắp
Cánh nhạn qua đồi gió lao xao

Bác đã đi rồi, bác đã đi
Nhẹ nhàng thanh thoát bất lâm ly
Người đi để lại bao tiếc nuối
Về với Niết Bàn, cõi Từ Bi

Thế danh Trần Phú Lộc
Quảng Phước là Pháp danh
Thanh nhàn và quý tộc
Đời Bác tựa bức tranh.

'Cộng biểu từ bi đức
Đồng dương hỷ xả tâm
Phật từ khai mạc lộ
Giáo thế giác mê tâm'

Đó là lời của Bác
Khi thành lập đạo tràng
Bao thế hệ xanh ngát
Đến Đi gió mùa sang.

Bác lại nhắc đạo tràng.
'Đáo thiền môn tĩnh tâm tầm Phật Pháp
Hoàn thế sự tu tánh giới phàm tâm.'
Từ Bi và Trí tuệ
Bác đi về thong dong!

Xin tiễn Người vô song
Nén hương lòng tấc dạ!
Trời bơ vơ nắng hạ
Đi về cõi tâm không!

Cuộc đời Bác là thế, suốt đời tận tụy với gia đình, giúp đỡ và xây dựng cộng đồng Phật giáo, trong đó có tổ chức Gia đình Phật tử Linh Quang, mà chúng tôi là một trong những huynh trưởng thuở hàn vi. Tưởng niệm Bác, nhìn lại căn nhà nhỏ ở đường Dudley, nhớ lại những chuỗi ngày chị em chúng tôi đạp xe đi chợ, lủng lẳng tòn ten những túi thực phẩm; và Mẹ ra tận dưới chân cầu chờ đón tụi mình về... Và nhớ luôn những ngày đầu tiếng xe cứu thương, xe cảnh sát & xe cứu hoả đến nhà mỗi khi anh Thảo lên cơn kinh phong, và phải gọi 911... Nói sao cho hết, thôi thì viết vài câu thơ vậy.

NHỚ MẸ

Nhìn căn nhà nhỏ năm xưa
Bao nhiêu kỷ niệm như mưa chợt về
Nhớ Mẹ ánh mắt để huề
Nhớ Mẹ tần tảo lê thê giữa đời

Nuôi con giữa chốn chơi vơi
Mà Người hiền thục không lời kêu van
Thương con quý cả hơn vàng
Thương chồng quý cả giang san nhà chồng

Mẹ đi giữa cõi sắc không
Thường-Lạc-Ngã-Tịnh thong dong Người về
Qua rồi Yết đế kiếp mê*
Mẹ về Cực Lạc để huề Chân như.

Mẹ đó, Bác đó, cầu nguyện cho hương linh Bác và Mẹ để huề về Quê hương Cực Lạc. Nam Mô Tiếp Dẫn Đạo Sư A Di Đà Phật. Còn bạn, nếu còn Ba hay Mẹ thì xin hãy thương yêu, nâng đỡ và chăm sóc bạn nhé. Kính chúc người đi kẻ ở đều an lạc cát tường như sở nguyện.

IV. VĂN HỌC NGHỆ THUẬT

MẮT BIẾC TRONG THƠ TUỆ SỸ

Thầy Tuệ Sỹ là một vị danh Tăng, một thạch trụ già lam, vị tu sĩ uyên bác mà cả hàng triệu người trên thế giới biết đến. Hồn thơ và sắc thái của Tuệ Sỹ vốn thanh tao và giải thoát, vốn lai láng và cao siêu, đã và đang làm nhiều người say mê, học hỏi và thả hồn mình trong nguồn suối từ miên viễn này.

Khi đọc thơ Tuệ Sỹ, chúng ta có thể cảm nhận được sự hoàn mỹ và siêu việt của văn chương Việt Nam, ở đó là một bể học vô tận và sự đắc đạo của Người. Thơ Tuệ Sỹ tao nhã, giải thoát, và đầy chất liệu Bi-Trí-Dũng. Thơ ông có khi oai hùng, có khi ngậm ngùi, có khi lãng mạn, nhưng điểm chung là có cả niềm tin yêu, ước mơ và hy vọng. Cõi thơ Tuệ Sỹ thuộc loại độc nhất vô nhị, rất lạ thường, nhiều tư tưởng, thi ảnh (imagery), đầy thiền quán, và sâu thăm thẳm. Cõi bất nhị ấy, chúng ta chỉ có thể cảm nhận bằng tâm khảm, bằng tấm lòng trong sáng của mình; chúng tôi chưa có đủ khả năng bình luận, và ở đây xin mạn phép nhắc đến hai từ rất đẹp trong thơ Tuệ Sỹ mà thôi. Đó là hai từ "mắt biếc" trong bài Một Thoáng Chiêm Bao:

Người mắt biếc ngây thơ ngày hội lớn
Khóe môi cười nắng quái cũng gầy hao
Như cò trắng giữa đồng xanh bất tận
Ta yêu người vì khoảnh khắc chiêm bao
(Rừng Vạn Giã 1976)

Nhà văn Vĩnh Hảo đã nói về bài thơ này rất chi tiết và tuyệt vời. Tôi cố tìm cái nghĩa ẩn dụ của từ "Mắt Biếc" trong thơ Tuệ Sỹ thì tìm thấy nhà thơ Tâm Nhiên cũng đã hỏi: *"…Thế thì, tuyệt cùng ẩn ngữ thi ca Tuệ Sỹ là gì? Làm sao chỉ ra được, khi ngôn ngữ cứ lấp lánh ẩn hiện trong ánh sáng phát ra từ tâm cảm thâm trầm? Có ai nắm giữ được những tiếng dương cầm âm thanh thánh thót, phiêu diêu, dịu dàng vang ngân bất tận từ giữa lòng bàn tay của người nghệ sĩ tài hoa?"*

Hỏi và trả lời của thi nhân Tâm Nhiên như thế thì quá tuyệt về lối ẩn ngữ của Tuệ Sỹ, vì thế chúng ta chỉ có sự lãnh hội và cảm nhận của mỗi cá nhân mà thôi. Nhưng để sự cảm nhận đó được trọn vẹn, nhất là đối với giới trẻ đang sống ở xứ người như chúng tôi, bài thơ cần được dịch ra tiếng Anh; nên chúng tôi cố gắng dịch bài này. Thiết nghĩ, nếu nói đến Mắt Biếc là nói đến nét đẹp ngây thơ (innocent), xinh xắn và đầy niềm hy vọng. Có lần tôi định dịch từ "Mắt Biếc" là mắt xanh (blue eyes), chỉ cho phái nữ và để có sự tương phản trong màu sắc, con cò 'trắng', nhưng thực ra trong văn học Việt Nam, từ "Mắt Biếc" hàm ý trẻ đẹp và sâu thẳm. Một vị Thầy dạy ngôn ngữ học, Giáo sư Nguyễn Văn Thái cũng nói như thế. Ông chia sẻ và tâm sự trong thâm tình:

"… (Hãy) diễn tả từ "biếc" qua từ "deep" vì trong văn hóa và chủng tộc Á đông không bao giờ có "blue" eyes, và trong văn chương tiếng Việt từ "mắt biếc" hàm ý đẹp và sâu thẳm, chứ không phải là màu xanh. Từ "white" là trắng, nhưng anh nghĩ từ "trắng" ở đây mang một ý nghĩa thâm thúy hơn là sắc trắng. "Cò trắng" ở đây chuyên chở cái ý (connotation) được mang theo từ câu giới thiệu "mắt biếc ngây thơ", nghĩa là cái "trắng" trong hàm ý "untouched, unsullied". Quan trọng trong thơ là cách chọn từ (diction) có thể tạo "imagery" (thi ảnh) chứ không bộc bạch, làm mất cái đẹp và ý nghĩa của thơ: mình không nói "trắng" (trong tiếng Anh) mà hiểu là trắng, cái trắng tinh tuyền không bị vẩn đục (virginal = unsullied, untouched), cũng như khi nói "trắng" (trong tiếng Việt) mà không hiểu là trắng mà hiểu là "trinh nguyên" (virginal). Và sau cùng hai vế của câu thơ cuối không thể là nguyên nhân (cause) và hậu quả (effect) được, mà vế nói về "yêu" phải là nội tại trong thời gian (temporally internal) của vế nói về "giấc mơ", nên phải dùng từ "in" thay vì "because of" mặc dù con chữ tiếng Việt là "vì" (because).

"Đó là những ý nghĩ của anh, nhưng thưởng thức thi ca là một tiếp nhận cá biệt và dịch thơ đòi hỏi phản ánh hàm ý (connotations) chứ không thể dùng bể mặt của con chữ (denotations) được. Sự tiếp nhận cá biệt là tích tụ của văn hóa và của kinh nghiệm cá nhân nên mỗi người hiểu một bài thơ rất khác nhau, ngoại trừ loại thơ chỉ dùng bể mặt của con chữ và trong trường hợp này thì không phải là thơ nữa. Do đó anh chỉ trình bày sự tiếp nhận của anh, và dĩ nhiên là những từ em muốn thay đổi không có gì là không đúng, nhưng theo ý anh thì em chỉ phản ánh denotations. Anh lấy một ví dụ: "người mắt biếc ngây thơ ngày hội lớn" đâu phải là những người có đôi mắt biếc mà là "Em có đôi mắt biếc..." nhưng nếu dùng từ "em" thì thô lỗ đối với một thi sĩ tao nhã (có lẽ là một bậc thiền sư), nhưng hàm ý vẫn là "em".

Chúng tôi đồng tình cùng Giáo sư Nguyễn Văn Thái, nhưng chỉ thêm vào đây - chữ Người hay chữ 'Em' trong thơ Tuệ Sỹ - có thể là biểu tượng của cái hay, cái đẹp, rất Chân-Thiện-Mỹ và có lẽ là biểu tượng cho cả một kiếp nhân sinh, một dân tộc, hay những gì tốt đẹp nhất dành cho tha nhân. Sự giải thích và chữ nghĩa của Giáo sư thật quý phái và trong sáng, nên cuối cùng chúng tôi đúc kết bài này qua phần tiếng Anh như sau:

Fleeting Glimpse of a Dream

Your deep innocent eyes on that day of gala
And your graceful smiling lips dim the dazzling rays of the sun
Incarnating the virginal heron in the midst of the endless verdant prairie
In the fleeting glimpse of a dream, I'm in love with thee.
Vạn Giã Forest, 1976.

Poem by Thích Tuệ Sỹ / Thơ Tuệ Sỹ
Translated by / Bạch X. Phẻ Việt dịch
Edited by / GS. Nguyễn Văn Thái hiệu đính

Chỉ hai từ "mắt biếc" thôi, chúng ta thấy được cõi Chân-Thiện-Mỹ, niềm ước mơ, tương lai và hy vọng cho cả một dân tộc Việt Nam. Chỉ một bài thơ thôi mà chúng ta thấy được cả nỗi niềm, hoài niệm, quán tưởng của tác giả (cũng như nhiều người), chúng ta lãnh hội được sự thăng trầm của quê hương tổ quốc. Nhưng trên hết là chúng ta đã thấy được ở Thầy trí tuệ viên thông trong chốn thiền môn cô tịch.

Nói tóm lại, ngôn ngữ thi ca của Tuệ Sỹ trong sáng, tao nhã, sâu sắc chứa đựng nhiều ẩn dụ và biểu tượng. Sự suy diễn và lãnh hội hay cảm nhận của mỗi cá nhân tùy thuộc vào sự khế cơ, sự tu học, hành trì và kinh nghiệm sống của mỗi chúng ta. Thơ Tuệ Sỹ chỉ có ông mới Rõ-ràng-Thường-Biết, còn chúng ta thì xin hãy bước vào cõi thơ của Ông thật nhẹ nhàng, thanh thản với tấm lòng và trái tim rộng mở. Thì ở đó chúng ta mới thấy được áng Mây trắng thong dong trên bầu trời hay bóng Nhạn lướt qua dòng sông của Thầy.

Tài Liệu Tham Khảo/References:

1. Hương Tích Phật Việt - Giấc Mơ Trường Sơn (2014).

2. Tâm Nhiên - Tuệ Sỹ - Trên Ngõ Về Im Lặng - tải xuống ngày 23 tháng 4, 2015.
http://www.vanchuongviet.org/index.php?comp=tacpham&action=detail&id=186 25

3. Vĩnh Hảo - Đọc Thơ Tuệ Sỹ - tải xuống ngày 22 tháng 4, 2015.
http://www.vinhhao.info/Doctho/t/tuesy.htm

LƯU NGUYỄN ĐẠT,
HƯƠNG CỦA CÁT

Lời dẫn: *Đây là bài nhận định về Thơ của Lưu Nguyễn Đạt trong buổi Ra Mắt Sách Văn Luận Thời Luận và tập thơ Lưu Nguyễn Đạt - Dòng Thơ 50 Năm tổ chức tại Thủ phủ Sacramento, CA.*

Trong đời tôi, có được hữu duyên gặp những pháp hữu, những người anh cùng chí nguyện và những anh chị trong văn học nghệ thuật xa gần, trong đó có anh Lưu Nguyễn Đạt. Ông là một hoạ sỹ, luật sư, nhà thơ và có nhiều học vị từ giáo sư đến tiến sỹ v.v… nhưng chúng tôi quen biết nhau và đến với nhau chỉ vì một tấm lòng trong sáng và hướng thiện, cũng không ngoài mục đích trở về với mái nhà dân tộc, mái nhà tâm linh và mái nhà nhân loại.

Anh Lưu Nguyễn Đạt đã mời tôi nói về thơ của anh, nhưng làm sao chúng tôi nói hết được sức viết và cái tâm của ông trong hơn 50 năm qua. Cũng làm thơ như anh, chúng tôi hiểu được mỗi bài thơ là một câu chuyện, một kỷ niệm, một ấn tượng, một trăn trở, một hoài niệm, một thao thức băn khoăn, một hy vọng hay một dấu ngoặc trong đời, v.v… Những bài thơ hay đều hội đủ ít nhất là ba yếu tố quan trọng: Thi ảnh, âm điệu và tư tưởng. Chúng tôi nhận thấy những điều đó trong thơ của

Lưu Nguyễn Đạt trong đó có tập thơ Vẽ Tình- Painting Love. Giọng thơ của anh rất lạ và rất Tây. Chúng tôi biết anh Đạt viết thơ bằng Tiếng Pháp trước khi viết tiếng Việt. Tuyển tập đồ sộ, gồm 670 bài trong tập *Lưu Nguyễn Đạt, Dòng Thơ 50 Năm*, là một bằng chứng hùng hồn. Hãy nghe Giáo sư Nguyễn Khắc Hoạch, người Thầy của anh, nói về anh, "Lưu Nguyễn Đạt — Lưu Nguyễn, từ Thiên thai trở về, mang theo lòng đam mê Tư tưởng, đạo, cốt lõi, chân chất, và Ngôn từ, cổ xe chở đạo. Yêu đắm đuối ở một đỉnh Hoa sơn luyện kiếm, vạn sự khởi ư...Văn khoa..., tác giả đã cho thấy hơn một niềm băn khoăn: vừa khổ hạnh tu luyện, vừa thả lỏng trôi theo những lá liễu và nét mi trần gian.

Trong Văn Luận cũng vậy. Vừa trí thức, trừu tượng, cố đi đến cùng của nguyên lý, tổng hợp, đại thể; vừa phân tích tác văn, tỉ mỉ, cụ thể từng chi tiết hiện thực... Anh cởi mở, khai phóng, niềm cảm thông lớn sẵn sàng đón nhận vẻ đẹp đến từ mọi hướng trời. Đó là một thái độ tích cực đáng được khuyên một điểm son."

Cũng như GS. Nguyễn Khắc Hoạch, tôi yêu cái bản lĩnh, tấm lòng và thái độ tích cực của anh. Giống như anh, chúng tôi cũng luôn ưu tư, khắc khoải và hy vọng về Quê hương, Đạo pháp, Dân tộc và Kiếp nhân sinh. Nói về cõi người trong cuộc đời, Anh có viết:

CÕI NGƯỜI

đào mạch ghé hồn ta hạ thổ
trăm năm mở hũ rượu đầy thơ

nếu cõi người
là nỗi ấm bên lối về
lấy thân phận mình
làm gạch nối hay khởi điểm
lấy sức sống
làm niềm tin và sáng tạo

thì người làm văn nghệ

đang có mặt
nơi mong manh đó

những ngẫu nhiên
của cuộc đời
sẽ chuyển màu
thành kỷ niệm

tình người sẽ tiếp nối
với biển cả với vũ trụ
để ủ ấp và linh biến
sự hiện diện của ta
thành những cầu vồng
muôn sắc

từ dòng thơ tranh
những khung cửa sổ
đang hé nhìn vào lòng trời

Mà *lòng trời* là gì? ngoài Bụi Hồng băng lăng trong kiếp ba sinh này; hãy nghe anh tâm sự:

BỤI HỒNG

tranh thủy mặc
ẩn mình non cách nước
mực đen nguồn
khép tối khắp biển đông

mây héo lạnh
hồ gươm tê bội ước
em ở đâu
thất thểu giữa bụi hồng

cây cổ thụ
đốn dần tới tận gốc

cành đã khô
lá cũng tàn tạ qua

từng thước đất
cố nhân hoà máu ngọc
nay còn chăng
hương khói buốt hoang xa.

Chúng ta có thể hiểu anh chỉ vỏn vẹn trong hai bài thơ trên và qua lời tâm tình vì sao anh làm thơ ở đây: *"Sứ mạng của thơ là tẩy xoá, tháo gỡ mọi mục nát, tăm tối, mù loà trong cuộc sống hằng ngày để khoác lên ngôn từ những tấm áo tao nhã, đa dạng, và từ đó khơi mào thứ ánh sáng tái tạo muôn sắc, đôi khi màu nhiệm ngay trong tâm tưởng con người khao khát hy vọng và lẽ sống chân thực.*

Cát là đơn vị nhỏ bé nhất khi nó vỡ mảnh từ triền cao núi biếc. Nhưng cát cũng có thể kết sinh thành bờ cõi, thành chất liệu lát đường; chuyển hoá thành thủy tinh khởi sắc; thành tấm gương trong sáng; thành lăng kính viễn xuyên. Vậy, (Thơ Lưu Nguyễn Đạt hay) LỜI CỦA CÁT chính là âm hưởng vang vọng cuộc hành trình thiên-nhân-địa, mà con người là trục nối giữa đất và trời; giữa hà tì và tuyệt đối; giữa đổ vỡ và nguyên vẹn; giữa bất toại và lý tưởng tuyệt mỹ".

Tư tưởng của anh là ở đó - sự hài hoà giữa Thiên nhiên và Con người, giữa Có và Không, giữa Đến và Đi, giữa Còn và Mất. Tự nhiên chúng tôi nhớ đến lời giới thiệu của Nhà Sư Minh Đức Triều Tâm Ảnh viết cho Nhà thơ Toại Khanh trong tập sách Khi Nhà Sư Qua Sông rằng: *"Khi tư tưởng, triết lý phóng vọt tới đằng trước như một con ngựa bấm kham... thì thơ ca là sự dừng lại, neo đậu bên sông để nhìn ngắm cái bóng của chính mình trong dòng nước lung linh, mờ ảo...*

Khi tư tưởng và triết lý bế tắc, cùng đường, thất bại trong cuộc tìm kiếm thượng đế vô ngã, lý tính tuyệt đối... thì thơ ca mới xuất hiện để chở mang nỗi niềm thân phận của một hạt bụi viễn khách ly hương còn dính đâu đó ở cầu sương, điểm cỏ..."

À thì ra tất cả chúng ta ở đây, trong quán trọ của cuộc đời này, cũng chỉ là một "hạt bụi viễn khách ly hương". Cuộc sống quá mong manh như sương tan, bọt biển, mây chiều. Nhà thơ Fuso của Nhật Bản, hưởng dương chỉ có 47 tuổi, cũng đã thấy điều đó; ông viết:

"Upon the lotus flower
Morning dew is
Thinning out.

Nhà thơ Toại Khanh dịch:

Trên cành sen
Buổi sớm mai
Màn sương đầu ngày
Từng phút
Dần tan...

Hay nói như nhà Thơ Toại Khanh vậy khi ta "Quan sát được từng bước chân của thần chết một cách lãng mạn đến vậy không phải ai cũng làm nổi.

Rise, let us go
Along the path lies
The clear dew.
(Fujo, mất ngày 27 tháng 8 năm 1974, thọ 52 tuổi)

Nào, ta làm cuộc lên đường
Hành trình
Là một ngõ sương
Cuối trời.

Phải nhẹ như gió mới có thể dẫm lên sương mà đi. Người khuân vác đủ thứ trên vai và trong lòng thì làm sao đạt tới được cái công phu thượng thừa đó chứ!"

...

Rồi nhà thơ Toại Khanh lại nhắc đến Ensei, một nhà thơ Haiku khác của Nhật Bản.

"A parting gift to my body:
Just when it wishes
I'll breathe my last.

Chút quà
Tôi tặng chính tôi,
Không chi
Chỉ một làn hơn cuối cùng
(Toại Khanh dịch)

Đó, cái chết của chúng ta, của mọi loại rồi cũng sẽ đến. Những cánh cửa sanh lão bệnh tử sẽ mở và đóng lại cho ta và cho mọi loài, vì thế chúng ta nên lạc quan để sống. Việc còn lại là chúng ta hãy sống sao cho trọn vẹn, giàu tình thương yêu, bao dung và tha thứ. Lòng từ bi, hiểu biết và tỉnh thức sẽ làm cuộc đời này phong phú hơn.

Và có lần chúng tôi viết, Nếu cuộc sống dài như hơi thở, ta làm gì giữa hơi thở trong ta. Cuộc đời ta đó, ngắn hay dài chỉ vọn vẹn một hơi thở mà thôi. Vậy một lần nữa, chúng ta hãy đặc câu hỏi, mình đang làm gì đây trong cuộc đời còn lại này? Với anh Lưu Nguyễn Đạt thì anh luôn lạc quan và yêu đời, anh bảo:

HÃY MỞ RỘNG TÌNH YÊU

hãy đứng xa giáo điều để tìm về tôn giáo
hãy ra khỏi vòng ôm để nối lại tầm tay
hãy mở rộng tình yêu để thu vén tình người
hãy quên đi từng phút để nhớ lại từng giây

hãy thức tỉnh lần đầu khi còn say lần cuối
hãy tận hưởng đầy vơi ngay trong hồn vắng vợi
hãy đi suốt cuộc đời dù không sao đi nổi

hãy hẹn lại mùa yêu dù mưa buồn trăm nỗi...

Còn chúng ta thì sao? Xin mọi người hãy tìm câu trả lời cho chính mình. Riêng cá nhân chúng tôi chỉ xin muốn tâm sự. Sự hiện hữu của chúng ta trong cuộc đời này sẽ làm cho đời ngày càng thăng hoa, đẹp đẽ và rộng lượng hơn. Chúng tôi tin chắc rằng, cũng như Chori, nhà thơ Nhật, mất năm 39 tuổi nói.

"Leaves never fall
In vain - from all around
Bells trolling."

Mà nhà thơ Toại Khanh dịch:

"Lá vàng
Nào ngẫu nhiên rơi
Quanh ta
Giờ đã mấy thời chuông ngân."

Hay nói một cách khác, theo tinh thần Phật giáo, tất cả hương hoa đều bay theo chiều gió, chỉ có hương người mới bay ngược khắp không gian. Trong những hương hoa đó, có hương của bùn, có hương của đất, có hương của cát, có hương của Lưu Nguyễn Đạt.

Thì thôi, chuông ngân vang, hương thoang thoảng. Trong tiếng chuông ngân đó, chúng tôi lại nhớ lời dạy của cố Hoà thượng Thích Tâm Châu rằng:

"Rồi cũng thế thôi, một cuộc đời!
Hơn thua, danh lợi, áng mấy trôi,
Hoa tàn, trăng khuyết, song bồi, lở
Bừng nở hoa tam, ánh rạng ngời."

Vậy xin tất cả chúng ta hãy *rạng ngời* cõi tâm của chính mình, hãy là hương hoa cho cuộc đời, dù đó chỉ là hương của bùn hay hương của cát.

Kính chúc anh và tất cả quý vị sức khoẻ dồi dào, thân tâm an lạc, luôn an lành, thảnh thơi, và hạnh phúc trong cuộc sống.

Kính thưa quý vị,

Trước khi chúng tôi chấm dứt, xin mời quý vị cùng chúng tôi hít thở ba hơi thật sâu và chậm để nghe tiếng chuông trong lòng của chính mình, cũng như để biết chúng ta đang còn sống hầu làm cho cuộc đời ngày càng tốt đẹp hơn. Xin cảm ơn quý vị và kính chúc an lành trong sáu thời.

Thank you.

CÁI DUYÊN CỦA MỘT BÀI HÁT
CÓ BAO GIỜ CHA BIẾT

Kính tặng bác Phiêu Bồng

Nhân dịp lễ Cha - Father's Day, xin mạo muội chia sẻ bài hát này và bài Cái Duyên Của Một Bài Hát - Có Bao Giờ Cha Biết. Đây là một bài thơ, tình cờ khoảng 2 năm trước, bác Phiêu Bồng - một nhạc sỹ quá thập tuần và đã "gác kiếm", sau khi đọc tập thơ Hương Lòng do chị BKP tặng, vì bác là khách hàng dễ thương của chị, bác đã phổ nhạc. Bác tâm sự rằng, đã ngồi nhiều giờ để viết bài hát này, rồi nhờ nhạc sỹ Nguyễn Hữu Tân phối âm và hát vì đôi tai của bác đã không còn nghe tốt như thuở nào.

Làm xong, bác gởi cho chị tôi và bác lại viết: "Tôi rất mến mộ tác giả BXK, mặc dù là thế hệ trẻ nhưng biết nhiều hiểu rộng và văn thơ dồi dào phong phú. Hy vọng tác giả sẽ còn tiến xa hơn nữa trên bước đường nghệ thuật văn thơ." Vậy mới thấy tấm lòng cao quý của Bác. Cho nên tôi rất trân quý và kính trọng bác. Tôi có viết thơ cảm ơn Bác Phiêu Bồng thật nhiều, trong đó có hai câu.

Phiêu du một cõi Ta Bà
Bồng lai tiên cảnh về nhà Như Lai.

Bác trả lời là: "Không có chi! Chỉ là chút duyên văn nghệ, tấm lòng mến mộ đối với giới trẻ thông thạo Việt ngữ, không quên cội nguồn dân tộc, và tấm lòng đại hiếu Mục Kiền Liên Bồ Tát..."

Rồi tôi có chia sẻ với người em, người bạn Nguyễn Huy Hoàng - một ca sỹ có giọng ca thật truyền cảm, đầm ấm và đặc sắc. Sau đó nhờ em bỏ vào youtube để ca ngợi và cảm ơn những đấng Cha lành như Ba tôi, như Bác Phiêu Bồng, nhạc sỹ Nguyễn Hữu Tân, v.v... Cuối cùng được đầy đủ thuận duyên, em vừa gởi nên xin được chia sẻ tất cả những tấm lòng cao quý này đến với quý vị độc giả. Kính chúc quý vị một ngày Father's Day luôn bình an và hạnh phúc.

Lời bài hát (Lyrics):

CÓ BAO GIỜ CHA BIẾT

Cha ơi cha! Cha là tất cả

Là bầu trời lấp lánh ngàn sao

Là suối ngọt bên rừng già xanh mát

Là điệu hò vang xa khắp phương trời

Có bao giờ cha biết? Con yêu cha thiết tha.

Có bao giờ con nói, cha thần tượng của con.

(Và) có bao giờ cha biết? Cha tất cả đời con.

Và bây giờ con nói, con mãi mãi thương cha!

Cha ơi cha! Cha là biển cả

Là tâm hồn, khúc hát dịu êm

Là nơi tựa những ngày còn thơ ấu

Là những gì quý giá nhất cuộc đời.

VỀ VỚI TÂM XUÂN:
PHẠM DUY, PHẠM THIÊN THƯ
VÀ ĐẠO CA

Vui như ngày hội! Đó là lời tâm sự của một vị trong Ban tổ chức và một khán thính giả đến sớm như tôi tình cờ nghe được. Giữa sự náo nhiệt, thân thiện và nhiều năng lượng trong văn phòng Việt Báo, chúng tôi đang ngồi tạm trên chiếc ghế của nhà báo lão thành Nguyễn Thanh Huy để đợi anh Ngô Đức Chiến và anh Phan Tấn Hải; nhân tiện tôi nảy ý định viết về buổi sinh hoạt văn học nghệ thuật này như là một món ăn tinh thần gởi gắm cho nhau.

Sự nhộn nhịp trong việc chuẩn bị cho buổi Nhạc thính phòng tạo không khí vui nhộn như ba ngày Tết. Chúng tôi thấy có Họa sỹ giáo sư Ann Phong, chị là hội trưởng (president) của Hội Văn Học Nghệ Thuật Việt Mỹ (VAALA - Vietnamese American Arts & Letters Association), người nhỏ con như vậy mà cũng vất vả pha trà cho khách. Cô bạn Hòa Bình Lê xinh xắn, vui vẻ và hoạt bát lo mọi việc trước giờ trình diễn. Bên cạnh đó, những anh chị trong ban tổ chức thân thiện chào hỏi lẫn nhau và làm việc thật nhịp nhàng. Rồi sự có mặt sớm của nhà văn Nhã Ca, ca sỹ Khánh Ly và quý anh chị trong ban nhạc đang tập dợt lần cuối đã làm cho không khí càng vui nhộn.

Lâu lắm rồi, từ khi chúng tôi tổ chức chương trình nhạc thính phòng cuối cùng, Tiếng Lòng tại trường Đại học UC Davis Mondavi Performance Art Center, với dàn nhạc giao hưởng do anh Thomas Ngô phụ trách, nay mới có dịp nghe lại nhạc thính phòng tại miền Nam California. Tuy chưa hoàn toàn đúng nghĩa là nhạc thính phòng có tầm vóc, nhưng rất ấm áp và đầy thân tình.

Chúng tôi được biết chương trình Tâm Xuân là để vinh danh nhạc sỹ Phạm Duy và nhà thơ Phạm Thiên Thư tại hội trường Việt Báo Gallery đã hết vé, nhưng người bạn thật dễ thương, cô Hòa Bình Lê, đã ưu ái dành cho chúng tôi 2 chiếc vé xinh xắn. Ôi đó cũng là tấm lòng của người bạn đầy tử tế dành cho người bạn ở xa tận Miền Bắc California vậy.

Chương trình tổ chức rất đúng giờ, vào lúc 7:30PM (âu đó cũng là điểm son của người Việt tại Nam California). Trong hội trường Việt Báo - Việt Báo Gallery trên đường Moran, Westminster, CA, chúng tôi thấy sự trang hoàng thật là thanh tao, đầy nghệ thuật. Họa sỹ Lê Hùng đã khéo léo vẽ 2 bức tranh của nhạc sỹ Phạm Duy và thi sỹ Phạm Thiên Thư lên tường thật đẹp. Bên cạnh đó, tranh trừu tượng của họa sỹ Cao Bá Minh đầy màu sắc và có hồn được trưng bày trong hội trường nhỏ gọn. Và có mấy ai biết đằng sau những bức tranh treo ngay thẳng của họa sỹ Cao Bá Minh là sự leo trèo của họa sỹ Ann Phong.

Chúng tôi được biết ban tổ chức gồm có những anh chị dễ thương và có học vị. Nhưng quan trọng hơn là ai cũng có tấm lòng với nghệ thuật, với cộng đồng, với nhạc Phạm Duy, trong đó có: các nhà xuất bản (Producers) Hòa Bình Lê, Quỳnh Trang Nguyễn, Thiên Phượng Phạm, Janine Trang Nguyễn. Cô MC trong chiếc áo dài Việt Nam duyên dáng, đầy tự tin và quyến rủ, Ysa Le, cũng là điểm son của chương trình. Cô là Giám đốc điều hành (Executive Director) của VAALA. Nơi đây là chiếc cầu cho nhiều thế hệ cũng như giữa Đông và Tây. Sứ mệnh của hội "là kết nối và làm phong phú hóa các cộng đồng qua nghệ thuật và văn hóa

Việt Nam." (This mission is to connect and enrich our communities through Vietnamese art and culture).

Phần trình diễn gồm các ca sỹ: Kim Tước, Phạm Duy Hùng (con trai của cụ Phạm Duy), Thương Linh, Phạm Hà, Trần Đại Phước, Lan Hương, Bích Liên và Nhóm Cát Trắng. Ngoài ra, cũng có vài bài khán giả cùng hát. Phần hòa âm phối khí do nhạc sỹ trẻ Hoàng Công Luận điều khiển. Anh là nhạc sỹ năng động, tài hoa và đa dạng--đầy triển vọng trong âm nhạc Việt Nam mà chúng ta cần ủng hộ và nâng đỡ. Anh bạn chúng tôi, kỹ sư Ngô Đức Chiến, rất có cảm tình với người nhạc sỹ trẻ này. Ngoài nhạc sỹ Hoàng Công Luận ra còn có nhạc sỹ Piano: Sỹ Dự, Violin/keyboard: Hoàng Công Luận, Bass/ Acoustic Guitar: Lê Từ Phong và Percussion: Gary Wing. Phần âm thanh có anh Tuệ Nguyễn và ánh sáng/design có Tuệ Nguyễn và Thiên Phượng.

Như chúng ta đều biết, cụ Phạm Duy, tên thật Phạm Duy Cẩn, là nhạc sỹ, nhà nghiên cứu âm nhạc lớn của Việt Nam. Ông mất ngày 27 tháng 1 năm 2013, hưởng thọ 91 tuổi. Vì thế Ban tổ chức chọn tháng chạp này có lẽ là nhân ngày giỗ thứ tư của ông.

Chương trình nhạc thính phòng, TÂM XUÂN - Phạm Duy, Phạm Thiên Thư và Đạo Ca, và giới thiệu CD ĐẠO CA do bác sỹ Bích Liên hát. Chúng tôi được BTC cho biết là Chương trình được xem như sự tưởng niệm cố nhạc sỹ Phạm Duy đã khuất và vinh danh thi sỹ Phạm Thiên Thư vẫn còn ở Việt Nam. Số tiền lời nếu có sẽ được sung vào thư viện đại học UCI Library để lưu giữ tài liệu về nhạc sỹ Phạm Duy hoặc ủng hộ Phạm Duy Foundation.

Chương trình Tâm Xuân - Phạm Duy, Phạm Thiên Thư và Đạo Ca có hai phần. Phần đầu về Nhạc Phạm Duy và con người trong cuộc sống, gồm có: Người Tình Già / Rong Ca 1 được hợp ca. Sau đó là trình diễn của Phạm Hà, nhạc phẩm Chiều Về Trên Sông. Tiếp theo là Tâm Ca 1: Tôi Ước Mơ và Tạ Ơn Đời do ca sỹ lão thành Kim Tước. Đây là một sự ngạc nhiên cho chúng tôi, ở độ tuổi này mà giọng cô và lối trình diễn vẫn còn thu hút lòng người. Bài Tôi Ước Mơ, thơ của Nhất Hạnh, do Phạm Duy viết vào năm 1965, đưa ta về lại với một thời chiến tranh chết chóc, nhưng đẹp làm sao khi chúng ta phải nói lên những ước mơ và hy vọng.

Sáng nay vừa thức dậy
Nghe tin em gục ngã nơi chiến trường
Nhưng trong vườn tôi
Vô tình khóm tường vi
Vẫn nở thêm một đoá.
Tôi vẫn sống! Tôi vẫn ăn! Và tôi vẫn thở
Tôi vẫn sống! Tôi vẫn ăn! Và tôi vẫn thở
Nhưng biết bao giờ
Tôi mới được nói thẳng
Những điều tôi ước mơ? Biết bao giờ?
Biết bao giờ?
Tôi mới được
Tôi mới được
Nói những điều
Nói những điều
Tôi ước mơ, tôi ước mơ
Tôi ước mơ, tôi ước mơ...

Tiếp theo là nhạc phẩm Giọt Mưa Trên Lá được nhóm Cát Trắng thể hiện nhịp nhàng và Đường Chiều Lá Rụng do Trần Đại Phước, từ Dallas, Texas, hát với cả tâm can. Sau đó anh mời phu nhân của mình là chị Lan Hương cùng song ca bài Nghìn Thu. Hai người hát như quấn quít vào nhau từng câu từng chữ, ôi... "Tình ta biến hóa trong từng sát na; Tình luôn lai vãng đi về cõi chung" vậy.

Sau đó là cô ca sỹ trẻ, giản dị nhưng có giọng hát cao vút, Thương Linh, thể hiện tuyệt vời bài Bên Ni Bên Nớ, như gọi hồn về...

Đêm chớm ngày tàn, theo tiếng xe về, lăn về viễn phố
Em hời sương rơi, ngoài song đêm hạ, ôi buồn phố xá

Hoang liêu về chết tha ma, tiếng chân gõ guốc xa xa...

Sau nữa là anh Phạm Duy Hùng hát bài Kiếp Sau, và Chỉ Chừng Đó Thôi y như lời hẹn họ với Bố mình và tưởng niệm người anh, nhạc sỹ Duy Quang đã khuất.

Một chi tiết nhỏ tế nhị khác mà người viết muốn chia sẻ ở đây là sự có mặt của nữ ca sỹ Khánh Ly dưới hàng ghế khán giả. Khánh Ly được cô MC Ysa mời lên sân khấu có vài lời về nhạc sỹ Phạm Duy và được khán giả yêu cầu hát, cô ca sỹ nổi tiếng giọng trầm (alto) này nhẹ nhàng từ chối một cách từ tốn và cảm ơn nhạc sỹ Phạm Duy nói riêng và những nhạc sỹ khác như Trịnh Công Sơn, Trầm Tử Thiêng, Vũ Thành An, Ngô Thụy Miên, Lam Phương, Nguyễn Đình Toàn, Trần Dạ Từ v.v... nói chung đã giúp bà tạo nên sự nghiệp ca hát trong khoảng 50 năm qua. Khánh Ly còn nói lời cảm kích và kính phục đến với nữ ca sỹ Kim Tước trước khi xin về làm lại người khán giả hiền hòa trong đêm nay.

Đến đây, phần đầu chương trình được kết thúc với Hát Với Tôi: Tâm Ca 10 do nhóm Cát Trắng cùng hát với khán giả. Nói chung, tất cả ca sỹ đều thể hiện hết khả năng của mình, như Đại thi hào Nguyễn Du đã từng nói, "Mỗi người một vẻ, mười phân vẹn mười" là vậy.

Nhạc của Phạm Duy thật đa dạng, phong phú và là tinh hoa của âm nhạc Việt Nam. Giáo sư toán học Hạo Nhiên cũng đồng tình; anh tâm sự: "Kho tàng tác phẩm Phạm Duy cực kỳ lớn, và nhờ đêm nhạc Tâm Xuân và CD Đạo Ca của cô Bích Liên mà tôi biết được thêm một mảng âm nhạc hay mà nhiều ý nghĩa của nhạc sĩ. Nghe Đạo Ca và những bài phổ thơ Phạm Thiên Thư, tôi càng tin là Phạm Duy có tư duy triết lý rất sâu, rất đậm, về cuộc sống, tình yêu, và cả cái chết."

Chỉ phần đầu thôi, chúng ta đã thấy vẻ đẹp và sự chan hòa giữa thơ và nhạc, giữa người đi và kẻ ở, giữa có và không, giữa còn và mất... Thôi thì chép lại vần thơ cũ của bốn năm trước như là tưởng niệm nhạc sỹ Phạm Duy vậy.

TIỄN CỤ PHẠM DUY

Một nhạc sỹ danh tài đất Việt

Trăng mười lăm sáng tỏ
Nghe tin Ông ra đi
Người nhạc sỹ lâm li
Vui buồn theo vận nước
Những tác phẩm ông viết
Dân ca và quê hương
Thân phận hay yêu thương
Nhạc cũng đều đa dạng
Ông luôn làm cách mạng
Cho âm nhạc Việt Nam
Khảo cứu người vẫn làm
Những công trình giá trị
Thế rồi Ông ra đi
Nghìn Thu như lời hứa
"Tình âm dương chan chứa
Xoay trong vùng tử sinh".
Tiễn người một kiếp sinh linh
Tài hoa một cõi mộng tình thiên thu.

Phần 2 là Đạo Ca, là những tuyệt tác. Chương trình được giới thiệu bằng giọng thu âm của chính nhạc sỹ Phạm Duy và nhà thơ Phạm Thiên Thư, được chiếu trên màn hình (projected screen) cho mọi bài hát. Chắc có lẽ chúng tôi sẽ viết về phần này trong một bài khác chi tiết hơn khi có thời gian. Nhân đây chúng tôi cảm ơn bạn Hòa Bình Lê, bác sỹ Bích Liên, Hội Văn Học Nghệ Thuật Việt Mỹ (VAALA) và Ban tổ chức đã có một buổi sinh hoạt văn học, âm nhạc đầy ý nghĩa. Chúng tôi tạm mượn lời bài Đạo Ca I - Pháp Thân, thơ Phạm Thiên Thư, nhạc Phạm Duy để kết thúc bài viết này.

...Mai sau chờ nhau nhé, đầu thai vào kiếp hoa

Chốn mây mờ phiêu bạt, chờ đợi... chim hót ca.
A ha, ta tuy hai mà một! A ha, ta tuy một mà hai!
A ha, ta tuy hai mà một! A ha, ta tuy một mà hai!

Sacramento, một ngày mưa gió. 01.20.2017.

MÙA XUÂN VIẾT VỀ ĐẠO CA

Lời dẫn

Đạo Ca không phải là Chứng Đạo Ca, Đạo Ca ở đây chỉ đơn thuần là từ ngữ khi hai vị tiên sinh họ Phạm gặp nhau và làm một dự án thi nhạc nói về một phần nhỏ triết lý Phật Đà. Hai tiên sinh đó là cố nhạc sỹ Phạm Duy và thi sỹ Phạm Thiên Thư.

Nhạc sỹ Phạm Duy tâm sự qua bài, Những Trang Hồi Âm - Đạo Ca, như sau:

"Cái may mắn cho tôi là gặp được nhà thơ Phạm Thiên Thư. Sau khi có được vài bài thơ của anh để soạn thành vài bài tình ca rất trong sáng như Ngày Xưa Hoàng Thị, Em Lễ Chùa Này... tôi đã động tới chuyện cùng nhau soạn nhạc đạo, vì chúng ta đã đánh mất đạo giáo và đang tìm đường trở về Đạo Việt Nam.

"Và Đạo Ca tuần tự ra đời... Quên chuyện thực tại rất ê chề đi, chúng tôi cùng nhau đi vào cõi siêu hình. Không còn là tả thực (realism) trong âm nhạc nữa, Đạo ca dùng cốt truyện, âm điệu, nhất là hợp âm, để diễn tả những ý tưởng trừu tượng (abstract). Đạo ca đi ra ngoài hành trình âm nhạc đại chúng của tôi, không còn có những yếu tố cận nhân tình như quê hương, dân tộc, xã hội, chính trị..."

Vậy có thể nói Đạo ca đi ngoài hai thái cực đúng sai, có không, còn mất v.v... Cái còn lại chăng là âm hưởng của những gì chúng ta đang thưởng thức bây giờ và ở đây. Chúng tôi muốn nói đến phần hai, Đạo Ca trong Đêm nhạc thính phòng Tâm Xuân tại hội trường Việt Báo.

Mở đầu bằng giọng nói của Phạm Duy giới thiệu về Đạo Ca. Bác sỹ Bích Liên, ca sỹ nghiệp dư, như cô thừa nhận, trình diễn rất xuất xắc và rất có hồn qua ba bài nhạc: Đạo Ca 1- Pháp Thân, Đạo Ca 3 - Chàng Dũng Sĩ và Con Ngựa Vàng, Đạo Ca 4 - Quán Thế Âm.

Đạo ca số một thật tuyệt vời và đây là lần đầu tiên tôi nghe live, thôi thì mượn lời nhạc sỹ Phạm Duy dùng lời của nhạc sỹ Hoàng Ngọc Tuấn, nói những gì chúng tôi không thể nào diễn tả về bài Đạo Ca 1 - Pháp Thân.

"Bài đạo ca số 1 có cái tên là Pháp Thân (Essence Of Being). Nhà nhạc học Hoàng Ngọc Tuấn ở Úc Châu đã có nhận định về bài này (với vài dòng bổ sung của tôi cho bài viết rõ ràng hơn):

"Đạo ca là thơ của Phạm Thiên Thư, một thầy tu kiêm thi sĩ do Phạm Duy phổ nhạc. Chữ "Đạo" không có nghĩa là tôn giáo, mà có nghĩa là con đường. Tuy nhiên Đạo không phải chỉ có nghĩa là con đường của Lão. Ý nghĩa chữ Đạo đã rõ ràng trong toàn thể mười bài Đạo Ca và thâu tóm trong bài một: Mình với ta tuy hai mà một, thì tại sao lại còn phân biệt Lão với Phật hay với gì khác?

"Đạo Ca cũng không phải là một bài học triết lý. Đã rất nhiều tác phẩm văn học nói về những ý tưởng trong Đạo Ca một cách sâu sắc hơn. Cái đặc biệt của Đạo Ca là sự cộng tác mật thiết giữa hai tác giả, đưa đến một sự đồng nhất chưa từng có giữa thơ và nhạc.

"Về nhạc lý, điểm đặc sắc nhất của Đạo Ca là trong vài bài, nhạc sĩ đã xây dựng toàn bản nhạc căn cứ từ hòa âm (harmony) chứ không phải là từ sự ngân nga câu thơ như lối làm nhạc của hầu hết các nhạc sĩ Việt Nam, ngày xưa cũng như bây giờ.

Xưa em làm kiếp chim, chết mục trên đường nhỏ

Motif chính: *Si si la do si, sol mi sol re mi* Anh làm cội băng mai, để tang em, chờ mấy thuở...

Imitation: Re si si re re, si re re si re si...

Đạo Ca 1 có thêm phụ đề là "Giữa thành vách sương mù", kể chuyện một người đi tìm chân lý, để thoát ra khỏi đám sương mù tối ám. Chân lý có thể ở rất gần ta nhưng ta không thấy. Bài ca khởi đầu ở G trưởng, nhưng ngay cuối câu đầu đã xuất hiện nốt E giảm nghe là lạ - giọng C thứ chăng? Trở lại G trưởng, nhưng rồi lại hiện ra một cung B giảm không thuộc giọng trưởng. Câu nhạc nghe khúc khuỷu, lần mò, nhiều lần như muốn đổi mà lại trở về chỗ cũ, chân lý như sát gần nhưng rồi lại xa vời:

Xưa em làm kiếp lá, rụng xuống lòng suối thu
Anh làm mưa tháng Bảy, đôi hàng lệ ướt tương tư...

Rồi video cuộc gặp gỡ giữa Phạm Thiên Thư và Phạm Duy được trình bày. Hai ông đến với nhau như nắng hạ chờ mưa..., nhờ đó mà nhạc của Phạm Duy có chiều đổi hướng về dòng nhạc tâm linh và thánh thiện hơn.

Có thể nói, giọng ca sỹ "nghiệp dư" như lời Bác sỹ Bích Liên nói về mình, thật xuất thần. Cô hát với cả tấm lòng say mê âm nhạc họ Phạm. Giọng cô có lúc cao vút, có lúc lắng đọng. Đôi mắt lim dim như thiền định trước khi cô hát như là một phong thái nhà nghề. Tuyệt. Sau phần nhập hồn của bác sỹ kiêm ca sỹ Bích Liên, anh Phạm Hà đã "Đưa Em Tìm Động Hoa Vàng" với nốt nhạc (C) nhẹ nhàng và quyến rủ. Cô ca sỹ trẻ Thương Linh thì "Em Lễ Chùa Này", thật xuất sắc. Giọng của cô cần được sự ủng hộ và khuyến tấn để cô ngày càng vươn xa. Nhóm Ca Cát • Trắng trong bài Ngày Xưa Hoàng Thị thật dịu dàng và duyên dáng.

Sau đó, bác sỹ Bích Liên cám ơn Ban tổ chức, các nhà xuất bản / producers, các nghệ sĩ tham dự và khán thính giả. Sau cùng cô tặng hai quyển sách với thủ bút của Phạm Thiên Thư cho Việt Báo. Nhưng có lẽ chúng ta cũng nên cảm ơn sự can đảm của bác sỹ Bích Liên, đứng ra tổ chức một buổi nhạc đầy sắc thái này. Về sau, chúng tôi có hỏi cô Bích Liên qua facebook, nhân duyên gì cô tổ chức buổi Tâm Xuân cũng như 'nghiệp dư' ca hát của mình. Đây là câu trả lời chân tình của cô.

"Tôi yêu nhạc Phạm Duy từ tấm bé. Khi nghe Đạo Ca lần đầu trên 40 năm trước là đã có một ấn tượng rất sâu. Từ đó đã tâm nguyện một ngày nào sẽ được hát và thu thanh. Trong hai năm thực hiện rất vất vả vì còn phải lo công việc thường ngày nhưng rất vui vì tôi rất thích hòa âm của Hoàng Công Luận và cảm thấy Luận rất hiểu và đồng cảm với những cảm nhận của tôi về những bản nhạc này. Lại được sự khuyến khích và hỗ trợ của rất nhiều thân nhân và bạn bè nên CD mới ra đời được, lại xong đúng vào ngày giỗ bác Phạm Duy nên ra mắt luôn. Những bài Đạo Ca đặc biệt là vì sự kết hợp tuyệt vời của thơ Phạm Thiên Thư và nhạc Phạm Duy. Chúng tôi nhân dịp này làm một chương trình nhạc Phạm Duy phổ thơ ông. Tôi rất vui khi thấy ông đang hồi phục và sự tham dự thật vui tươi của ông qua video.

"Về ca hát thì tôi cũng không có 'sự nghiệp' gì đáng nói cả vì tôi chỉ hát tài tử thôi. Chỉ có một album Bích Liên hát Nhạc Buồn thôi. Tôi cũng hát và giúp huấn luyện một số các chị trong ban hợp xướng Ngàn Khơi ở Nam Cali. Tôi hy vọng là thính giả sẽ vui vẻ đón nhận công trình tâm huyết này của tôi."

Có thể nói, đó cũng là một ước nguyện của Cô Bích Liên vậy. Cái ước nguyện nho nhỏ đó chan hòa vào cái đại nguyện (bài hát kế tiếp), như có lần tôi đã viết, "...và tiểu ngã đang chan hòa cùng đại ngã, ôi hư không em có nếm vô thường?"

Và lời của bài hát có lẽ là câu trả lời cho tất cả chúng ta:

... Muôn loài như sương rơi, xin làm hoa trắng đỡ
Hoa yêu sương chẳng rời, hoa yêu sương tuyệt vời
Muôn loài như cát trắng, xin làm dòng nước trong
Ra trùng dương tím mát, cát sông vẫn nguyện lòng...

Xin làm hạt cây nhé, cho đời hiện hữu Xuân
Xin làm chim gõ mõ, gõ tan kiếp hồng trần.
Thương người như thương thân! Thương người như thương mình!
Thương người như thương thân! Thương người như thương mình!
Thương người như thương thân!

Đêm nhạc kết Thúc bằng bài Tâm Xuân, chủ đề của đêm đó, nhưng rất tiếc là chúng tôi phải về sớm. Đâu đó lời nhạc của Tâm Xuân vẫn xuất hiện trong đầu: Mùa Xuân có không? Hay là cõi Tâm?

Mùa Xuân có không? Hay là cõi không?

Về nguồn về cội! Về nguồn về cội!

Để rồi vươn tới, với lòng mênh mông…

À, thì "để rồi vươn tới, với lòng mênh mông… với lòng mênh mông..."

Sacramento, Tháng chạp năm Đinh Dậu.

Tài Liệu Tham Khảo/References:

1. Phạm Duy. Những Trang Hồi Âm - Đạo Ca. Tải xuống ngày 22 tháng 1, 2017, từ trang nhà: http://phamduy.com/vi/van-nghien-cuu/nhung-trang-hoi-am/5850-dao-ca

2. Phạm Quang Tuấn. Bàn về kỹ thuật viết nhạc trong vài ca khúc Phạm Duy. Tải xuống ngày 22 tháng 1, 2017, từ trang nhà: http://www.tuanpham.org/nhacphamduy.htm

ĐỊNH DỊCH BÀI THƠ XUÂN VÃN
CỦA VUA TRẦN NHÂN TÔNG (1258 - 1308)

Ngài là một vị vua anh minh lỗi lạc, một nhà văn hóa lớn, một thi sĩ uyên thâm, một thiền sư đắc đạo, và hơn hết Ngài là một vị Tổ Sư Thiền Việt Nam. Ngài sáng lập dòng Thiền Trúc Lâm Yên Tử năm 41 tuổi, sau khi nhường ngôi lại cho con là Vua Trần Anh Tông (1276-1320).

Trong những thi phẩm của Ngài, thơ xuân chiếm một phần rất lớn. Một trong những bài thơ đó là bài "Xuân Vãn". Có lẽ Ngài chỉ mượn cảnh mùa xuân để diễn đạt sự chứng ngộ của Ngài. Mà sự chứng ngộ của riêng Ngài thì làm sao kẻ phàm phu tục tử như chúng ta có thể thấu triệt được. Bài thơ như sau:

XUÂN VÃN

Niên thiếu hà tằng liễu sắc không,
Nhất xuân tâm sự bách hoa trung.
Như kim khám phá Đông hoàng diện,
Thiền bản, bồ đoàn khán trụy hồng.

Dịch nghĩa:

Khi còn trẻ (chúng ta/nhà Vua) chưa từng hiểu rõ "sắc" với "không" /

Mỗi khi xuân đến vẫn xao xuyến/gửi lòng trong trăm hoa / Ngày nay đã khám phá/nhận diện được bộ mặt của Chúa xuân / Ngồi trên nệm cỏ/bồ đoàn nhà thiền ngắm cảnh hoa hồng rụng.

Bài thơ này đã có nhiều người dịch, ví dụ:

Xuân Muộn

Tuổi trẻ chưa tường không với sắc,
Lòng xuân mãi vướng với trăm hoa;
Nay đà hiểu hết được lẽ thật,
Bình thản ngồi trông bóng xuân qua.
(Phan Thành Khương dịch)

Xuân Muộn

Tuổi trẻ chưa tường lẽ sắc không,
Xuân sang, hoa nở, rộn tơ lòng.
Chúa xuân nay đã thành quen mặt,
Nệm cỏ ngồi Thiền ngó rụng hồng.
(Trích từ bài của Nguyễn Công Lý)

Nhưng có lẽ chúng tôi thích nhất là lối dịch rất thoát của Ôn Trúc Lâm.

CUỐI XUÂN

Thuở bé chưa từng rõ sắc không,
Xuân về hoa nở rộn trong lòng.
Chúa Xuân nay bị ta khám phá,
Thiền bản, bồ đoàn, ngắm cánh hồng.
(Hòa thượng Trúc Lâm dịch -
Trích từ bài của thầy Thích Thông Huệ)

Riêng cá nhân chúng tôi, thì cũng định dịch ra như sau:

XUÂN QUA

Tuổi trẻ chưa tường tỏ sắc không
Tâm xuân vừa đến trăm hoa lòng

Bây chừ hiểu rõ thềm chân lý
An nhiên tĩnh tọa cánh hồng rơi.

Đọc qua, đọc lại, vẫn thấy chưa diễn đạt những gì Tổ Sư muốn nói, rồi lại đổi thành:

XUÂN RÃI

Tuổi trẻ chưa tường tỏ sắc không
Tâm xuân vừa đến trăm hoa lòng
Chúa Xuân hiện hữu thừa chân lý
Giường Thiền tĩnh toạ thấy hồng rơi.
(Tâm Thường Định dịch)

Bài thơ này được cư sỹ Nguyên Giác dịch ra tiếng Anh là:

The Late Spring

When I were young, I did not understand the existence and the emptiness.
Now the spring flowers bloom, and I am blissful to see clearly the face of the spring.
From the Zen bed, sitting on a grass mat, I keep watching the falling roses.

Rồi chúng tôi theo gót anh cũng mạo muội dịch ra tiếng Anh như sau:

Spring Perspective

The young don't understand existence or emptiness
Their inner spring arrives and hundreds of flowers start to bloom
A clear understanding and realization of the true path arises
Sitting and reflecting on the falling of the rose petals.
(Phe Bach translated)

Nhưng cũng chưa hài lòng lắm, nên dịch lại là:

The Inner Spring

When I was young, I didn't quite understand existence or emptiness
The spring comes and I am still excited as hundreds of flowers start
blooming
Now, realizing the inner spring is always here; it is the true path
Sitting on the Zen mat acknowledging the falling of the rose petals.
(Phe Bach translated)

Nói tóm lại, chúng ta không thể thấu triệt được những gì đã chứng ngộ, là trí tuệ bát-nhã, là tinh thần Bồ Tát Đại thừa của vị Thiền Sư đắc đạo. Hay như Thầy Thông Huệ nhấn mạnh: "Thuở bé chưa từng rõ sắc không / Xuân về hoa nở rộn trong lòng": Thuở bé là lúc còn non tuổi đời, cũng là khi còn ấu thơ về đạo lý. Nhân một ngày xuân đi dạo trong vườn thượng uyển, Thái Tử thấy trăm hoa đua nở tỏa hương ngào ngạt. Chưa thấu hiểu lý Bát Nhã, chưa rõ thể tánh không của các pháp, Thái Tử ngỡ thân tâm cảnh đều thật có. Ý thức chấp ngã chấp pháp mạnh mẽ, nhất là trong điều kiện thuận lợi về vật chất, Ngài làm sao tránh khỏi rộn ràng xao xuyến khi thấy cảnh xuân về?

Mà cá nhân chúng tôi chỉ mới ở độ tuổi ba mươi, thì làm sao dịch cho hay được? Mình bị giới hạn bởi những gì mình đang là. Cho nên, mặc dù tất cả chúng ta có ý nghĩ tốt, nhưng dịch những bài thơ thiền của người đã chứng ngộ như vậy thì chúng ta chưa đạt được, nên chúng ta hãy để nguyên như vậy:

XUÂN VÃN

Niên thiếu hà tằng liễu sắc không,
Nhất xuân tâm sự bách hoa trung.
Như kim khám phá Đông hoàng diện,
Thiền bản, bồ đoàn khán trụy hồng.
Sacramento, cuối Đông 2011.

Tài Liệu Tham Khảo/*References:*

1. Nguyễn Công Lý, Trần Nhân Tông với cảm hứng mùa xuân. Giáo Ngộ Online. http://giacngo.vn/PrintView.aspx?Language=vie&ID=5B4250

2. Nguyễn Lang, Việt Nam Phật Giáo Sử Luận, I-II-III, Nhà Xuất Bản Văn Học, Hà Nội. 2000.

3. Phan Tấn Hải, Trần Nhân Tông - Đức Vua Sáng Tổ Một Dòng Thiền, Nguyên Giác dịch và bình. Thư Viện Hoa Sen https://thuvienhoasen.org/a11751/tran-nhan-tong-duc-vua-sang-to-mot-dong-thien-nguyen-giac

4. Phan Thành Khương, Mùa Xuân, Lại (*) Đọc Thơ Xuân Của Hoàng Đế Trần Nhân Tông (1258 - 1308). Văn Chương Việt. http://www.vanchuongviet.org/index.php?comp=tacpham&action=detail&id=174 24

5. Thích Thông Huệ, Bài thơ XUÂN VÃN của Điều Ngự Giác Hoàng - Trần Nhân Tông. Thư Viện Hoa Sen. https://thuvienhoasen.org/a9226/bai-tho-xuan-van-cua-dieu-ngu-giac-hoang-tran-nhan-tong

SỰ BIỂU HIỆN CỦA CÂY TRE
VÀ KHÓM TRÚC

Sáng qua, người anh thân quý đã khoe là Hoa Trúc Nhật vừa nở. Thật vui mừng và bất ngờ vì chưa bao giờ mình biết là loài trúc có hoa. Chiều về anh gởi bốn tấm hình đẹp tuyệt vời của Hoa Trúc Nhật. Trúc, cũng như anh, thật mảnh mai và thanh khiết. Nó là hình ảnh biểu tượng cho người quân tử, cũng giống như anh. Nó có sức sống tràn trẻ và thích hợp trong phong cách thiết kế trong mọi không gian và thời gian.

Với tôi, anh không những là khóm trúc đẹp mà là những cây tre trân quý. Như chúng ta đã biết, cây tre là biểu tượng cho tuổi thọ bởi vì nó luôn xanh tươi quanh năm và vẫn phát triển trong những điều kiện thật khó khăn. Khi bị cháy, đốt than của thân tre vẫn thẳng chứ không cong gãy. Vì thế, nó có thể là biểu tượng của sự bất khuất và kham nhẫn. Như một người quân tử, trước sau như một. Tôi cũng mong được làm khóm trúc nho nhỏ cạnh vườn anh.

Nhìn hình đẹp quá, tôi lại ghé nhà anh thăm để được nhìn tận mắt loài hoa trân quý. Gởi tặng anh và những bậc quân tử bài thơ này.

Hoa Trúc Nhật

Thân tặng anh Nguyễn Sanh Tỵ

và những chàng quân tử

> *Tôi đã biết anh là hàng quân tử*
> *Nhưng đâu ngờ anh cũng lại nở hoa*
> *Hoa mảnh mai thanh khiết thon dài*
> *Sao thanh nhã như bức tranh vừa họa*
> *Hoa Trúc Nhật ấm lòng em yêu dấu*
> *Để lại đời hình ảnh đẹp thanh tao*
> *Như tình yêu tinh khiết tự thuở nào*
> *Hương hoa đẹp sẽ ngược bay chiều gió.*
> *Hoa Trúc Nhật anh và em bãng lãng*
> *Áng mây chiều đâu có vội bay xa*
> *Cuộc đời này cũng sẽ vào quên lãng*
> *Nhưng tấm lòng mãi ở lại trong ta.*

Cũng như thế, anh và tôi hay cây tre, khóm trúc cũng sẽ trôi vào quên lãng theo thời gian, có chăng chỉ là tấm lòng người để lại. Mà nói như cố nhạc sỹ Trịnh Công Sơn là "Sống trong đời sống cần có một tấm lòng.... để gió cuốn đi." Thăm nhà anh, nhìn hoa nở hoa tàn, chỉ có hương hoa vẫn la đà trong tâm thức.

Nhớ lại, anh thường nhắc tôi lời quý Thầy dạy: "Lấy thân giáo làm hành trang." Hôm nay có chút nắng gắt, nghĩ về anh và viết vài hàng để làm quà lưu niệm.

Sacramento ngày 7 tháng 6, 2012.

SỰ GẶP GỠ GIỮA THIỀN,
HỘI HỌA VÀ VĂN THƠ
TRONG CON NGƯỜI VÕ ĐÌNH MAI

"Hội họa: một ngôn ngữ của thân tâm."

- Võ Đình

Nhân ngày giỗ kỷ niệm 4 năm của Họa sỹ, nhà văn Võ Đình Mai, chúng tôi mạn phép nói về đề tài này. Vậy, hội họa là gì? Theo họa sỹ Võ Đình, "Hội họa là gì nếu không là một phương cách biểu hiện của con người trước thực tại. Và thực tại thì luôn luôn chuyển động, luôn luôn biến hóa, thực tại là thường trong cõi vô thường." (Mây Chó, 2004). Hội hoạ, có thể nói, là một phương pháp thực hành để đưa ta đến thực tại Chân như, Chân-Thiện-Mỹ, Giải thoát, Niết bàn, Giác ngộ v.v...

À thì ra tất cả chỉ là phương tiện, là ngón tay chỉ mặt trăng. Trong chương "Thanh Tịnh Tuệ" của Kinh Viên Giác, Hòa Thượng Thích Trí Quang có dạy rằng "Biết kinh pháp cũng chỉ như ngón tay chỉ mặt trăng, hãy nhìn mặt trăng và biết ngón tay không bao giờ là mặt trăng cả; biết mọi ngôn ngữ của Như Lai chỉ dạy cho Bồ Tát toàn là như vậy. Đó là sự thích ứng viên giác của Bồ Tát bước đã tới thập địa."

Vậy, có thể nói, tất cả những ngôn ngữ, điêu họa và tri kiến của hành giả có thể là những trở ngại, nếu chúng ta quên mất mục tiêu của đời mình. Hay nói một cách khác, chúng ta phải là người thực hành pháp môn đã chọn trong cuộc đời của mình. Đó mới là cứu cánh.

Trong hội hoạ, như cụ Võ Đình dạy cho học trò ruột Eddie của mình: "Vẽ là một cách luyện tập trong chánh niệm. Không cần phải là một họa sĩ. Khi bước đi, hãy nhìn xuống. Thấy màu sắc nho nhỏ ẩn hiện trong ngọn cỏ, lá cây, và cát bụi. Thấy hình tượng trong mọi sự vật. Sắc màu thiên nhiên chan hòa trong nhau."

Người còn chia sẻ thêm: "Hãy nhớ rằng hội họa hài hòa giữa 'hai thái cực': tự do/kỷ luật; liều lĩnh/chính xác; uy dũng/dịu dàng". Câu này được dịch trong cuốn "Mai Vo Dinh - Thoughts and Paintings" như thế này, "Remember that good art is a harmony between opposites:

Freedom/Discipline; Boldness/Accuracy; Power/Gentleness."

Trong hội họa của Võ Đình ta thấy bàng bạc thuyết bất nhị (không hai) trong cõi Thiền. Đó là một triết lý sống phủ nhận sự tồn tại độc lập vĩnh cữu của hai thực thể: có và không, trắng và đen, vật chất và tinh thần v.v... Một sự chan hòa tuyệt hảo giữa màu sắc và thẩm mỹ hay "cách vẽ/viết và quan niệm vẽ/viết".

Ngoài ra, trong cõi hội họa của Võ Đình, chúng ta thấy cả văn chương. Vì theo ông, hội họa và văn chương: hai cũng như một, theo tinh thần Pháp hoa - một là tất cả, tất cả là một. Trong những tác phẩm Mây Chó (2004), Huyết Tuyết: 10 Truyện - 10 Chuyện (Văn Nghệ, 2002), Một Cành Mai (An-Tiêm, 2005), Võ Đình Tuyển Tập (Văn Mới, 2007), Trời và Đất - 10 Truyện, 10 Chuyện (NXB Miền Đông, 2009) v.v..., chúng ta thấy cái tài, trí và cõi từ bi của ông. Ở những năm đầu vào sự nghiệp viết lách, ông viết bài: Tống Biệt vào năm 1945 như sau:

Nắng choàng ngang mái ngói

Rêu đọng màu cố tri
Hương vương đời tĩnh mịch
Nức nở tình chia ly
Lá vàng bay mấy lá
Ngỡ rụng búp ấu thì
Tóc xanh không còn nữa
Đậm sương như lời thi
Nẻo buồn ngưng trắng lệ
Ra đi chẳng biết về
Mơ xưa chiều não nuột
Nắng vờn trên đồi quê.

Đây là bài thơ hay của một người tuổi còn trẻ, rất lãng mạn, nhiều sắc thái và phong cách rất riêng, nhưng hơn hết đây là một bức họa tài tình của Võ Đình. Ở cái tuổi chưa đến "tam thập nhi lập" mà ông cũng nghiệm được thuyết vô thường của nhà Phật.

Trong bài, "Nàng Thu Phong", ta lại thấy cái không gian trầm mặc, tĩnh lặng, giữa vô thường lá rụng, giữa vô ngã lá bay. Bốn câu đầu như sau:

"Từ miền xa ta đến chốn này
rừng phong xơ xác lá vàng bay
ngồi coi mây trắng bay qua núi
cười cuộc ba sinh luống tháng ngày..."

Nhưng có lẽ trầm tĩnh và sâu sắc hơn là bài thơ một mình do nhạc sĩ tài ba Lam Phương phổ nhạc. Lời thơ nhẹ nhàng sâu sắc, cuộc sống mong manh vô thường như nắng xuyên qua lá, như sương đọng trên cành. Bài thơ được phổ nhạc này là một trong những bài hát mà chúng tôi rất thích từ ngưỡng cửa đại học.

Sớm mai thức giấc
nhìn quanh một mình
Ngoài hiên nắng lóe
đàn chim giật mình

Biết lời tỏ tình
đã có người nghe
Nắng xuyên qua lá
hạt sương lìa cành
Đời mong manh quá
kể chi chuyện mình
Nắng buồn cuộc tình
bỗng tắt bình minh
Đường xưa quen lối
tình dối người mang
Tình duyên trăm mối,
một kiếp đa đoan
Cố tìm cuộc tình
chồng chất ngổn ngang
Còn bao lâu nữa
khi ta bạc đầu
Tình cờ gặp nhau
ngỡ ngàng nhìn nhau
Để rồi có còn
gì nữa cho nhau
Sáng trưa khuya tối
nhìn quanh một mình
Đường quen không tới
tìm nhau ngại ngùng
Chỉ vì đời mình,
chưa có bình minh…

…

Sớm mai thức sớm
Nhìn quanh một mình
Đời mong manh quá
kể chi chuyện mình

biết lời tỏ tình
đã có người nghe
Sớm mai thức sớm
nhìn quanh một mình
Ngoài hiên nắng lóe
Đàn chim giật mình...”
(Hương Xưa, 2013)

Đây là một sự nhắc nhở về cuộc sống hằng ngày để chúng ta yêu thương và trân quý thêm. Thật tuyệt vời, không nói nên lời, không viết thành văn, không vẽ ra tranh, tất cả những âm thanh, vàng loang những ánh sáng, là cõi Võ Đình Mai.

Cuối cùng, như chúng ta đã biết cuộc đời Võ Đình thật đa dạng giữa nghệ thuật hội họa và văn chương. Cái chan hòa màu sắc đầy tình tự và nghệ thuật rất riêng của Võ Đình đã đưa ông đến nhiều ngã để ông nhận chân được cái vô ngã của cuộc đời và của chính ông. Vì thế ông đã thong dong tự tại về cõi vĩnh hằng như mây hồng lướt qua bầu trời xanh thẳm vào ngày 31 tháng 5, 2009.

Nhân ngày mất 4 năm của cụ Võ Đình và qua tình tỷ-đệ với chị Lai Hồng, cũng là một nhà văn và họa sỹ, em viết để chia sẻ nỗi mất mát chưa nguôi của chị. *“Yết đế yết đế, Ba la yết đế, Ba la tăng yết đế, Bồ đề tát bà ha.”*

Tài Liệu Tham Khảo/References:

1. *Trần thị Lai Hồng; Thầy Trò, Diễn đàn tháng 7, 2009, số 304 Bộ Mới, trang 14.*

2. *Nguyễn Mạnh Trinh, Nghĩ về một nghệ sĩ vừa ra đi: Võ Đình.*

3. *Trần thị Lai Hồng, Võ Đình - VẼ và VIẾT. Tải xuống từ http://www.gio-o.com/TranThiLaiHong/TranThiLaiHongVoDinhVeVaViet.htm.*

4. *Hương Xưa, Admin, Quy Nhơn, Việt Nam. Tải xuống từ*

http://huongxua.org/index.php?option=com_content&view=article&id=4317%3A
mt-minh&catid=1%3Aabout&lang=vi#addcomments vào ngày 01 tháng 6, 2013.

5. Võ Đình, *Võ Đình Tuyển Tập, Văn Mới California, 2007.*

6. Hòa Thượng Thích Trí Quang, *Kinh Viên Giác.*

HÃY TÌM CHÚT THIỀN
TRONG NHẠC TRỊNH CÔNG SƠN

Trịnh Công Sơn (1939-2001) là một trong những nhạc sỹ nổi tiếng nhất Việt Nam từ trước đến nay. Nhạc của Ông đã đi sâu vào lòng người và hồn dân tộc. Sau 24 năm sáng tác với trên dưới 700 tác phẩm, Nhạc sỹ Trịnh Công Sơn đã trở về với "Cát Bụi". Ông đã để lại cho đời nói chung, và cho kho tàng âm nhạc Việt Nam nói riêng một gia tài đồ sộ và vô giá. Nhạc của Ông có lẽ là những tiếng nấc dở dang tự đáy lòng sâu thẳm, là những rung cảm của trái tim thổn thức và là những thở than thầm kín của tâm hồn. Phải chăng đó là những nỗi lòng quý giá nhất mà Ông đã lưu lại cho chúng ta.

Nhạc Trịnh Công Sơn hay nói về quê hương, tình yêu và thân phận con người, nhưng nếu chúng ta trong những lúc nhẹ nhàng, hãy lắng lòng, dừng lại để nghe những thỏ thẻ của lời nhạc, thì có lẽ sẽ thấy sự tuyệt diệu, cái êm ả của Thiền trong đó.

Như Lặng Lẽ Nơi Này, có những lần một mình Ông đã thong dong phiêu du đây đó để tìm cái bản ngã chân thật của mình: *tôi tìm hạt bụi bay trong cuộc đời*", hẳn đó là những gì thiêng liêng, sự cô đơn trống rỗng hay chỉ là thanh tịnh của tự tâm.

"Trời cao đất rộng, một mình tôi đi, một mình tôi đi

Đời như vô tận, một mình tôi về, một mình tôi về... với tôi."

Khi thấu hiểu chính mình là trọng điểm của cuộc đời (humanism) thì Ông thấy vô thường không nhường bước một cách lặng lẽ, êm ả như suối mơ và vội tan như tia chớp. Có đó rồi mất đó, duyên hợp duyên tan, đúng là thành trụ hoại không mà Ông đã thấu triệt.

"Từng người tình bỏ ta đi như những dòng sông nhỏ..."

Hay là:

"Bao nhiêu năm làm kiếp con người
Chợt một chiều tóc trắng như vôi..."

Không phải thế mà Ông bất mãn hay ruồng bỏ cuộc đời, ngược lại Ông đã nhìn sâu và tìm lẽ phải của nó - "Một ngày như mọi ngày, đời nhẹ như mây khói" - để rồi Ông yêu cuộc đời ngày càng sâu sắc. Hãy lắng nghe đoạn nhạc sau, y hệt như chúng ta được Ông mời cùng yên lặng nghe những giọt mưa rơi mà quán tưởng, để thấy rõ cuộc đời này.

"Người ngồi xuống xin mưa đầy
Trên hai tay cơn đau dài
Người nằm xuống nghe tiếng ru
Cuộc đời đó có bao lâu mà hững hờ?"

Khi biết rõ sự thật, Ông lạc quan hơn bao giờ hết. Thế đấy, cuộc đời thật ngắn ngủi, Ông đã nhắc nhở chính Ông và chúng ta rằng:

"Đừng tuyệt vọng, tôi ơi đừng tuyệt vọng,
Lá mùa Thu rơi rụng giữa mùa Đông
Đừng tuyệt vọng, em ơi đừng tuyệt vọng,
Em là tôi và tôi cũng là em."

Giữa cái tương đồng, tương quan đó... nhạc sỹ Trịnh Công Sơn đã cảm nhận được rằng: mọi việc trên đời vẫn không có gì là tuyệt đối. Cái này nương tựa, tùy thuộc vào cái kia để cùng hỗ tương (co-exist) hay nói cách khác là "cũng cần có nhau" như đoạn nhạc này trong Diễm Xưa:

"Mưa vẫn hay mưa cho đời biển động
Làm sao em biết bia đá không đau
Xin hãy cho mưa qua miền đất rộng
Ngày sau sỏi đá cũng cần có nhau..."

Chắc hẳn Ông đã nhìn thấy được thuyết bất nhị trong nhà Phật...
Nhưng có lẽ Ông vẫn còn bị kẹt phải ở cái bản ngã (egoism):

"Con diều bay mà linh hồn lạnh lẽo
Con diều rơi cho vực thẳm buồn theo
Tôi là ai mà còn ghi dấu lệ?
Tôi là ai mà còn trần gian thế!
Tôi là ai, là ai... là ai?
Mà yêu quá đời này!"

Và rồi Ông đã nhìn thấy cái ta (ego) nhỏ nhoi, "cái ta đáng ghét" (Le
moi est haissable) đó của cuộc đời vì Ông đã bao lần:

"Yên lặng cuộc đời, tôi đã lắng nghe
Yên lặng thở dài, tôi đang lắng nghe
...Tôi đã lắng nghe, yên lặng cuộc đời
...Tôi đã lắng nghe, yên lặng của tôi."

Khi Nhạc sỹ Trịnh Công Sơn đã thực sự nghe những tiếng lòng thanh
tịnh của Ông, Ông đã thoát khỏi cảnh giới Ta Bà này để về phía xa xăm
cuối trời vào lúc 12 giờ 45 phút sáng ngày 1 tháng 4 năm 2001. Xin vĩnh
biệt một người nhạc sỹ tài ba.

"Người ra đi có đôi dòng lệ...
...Này nhân gian có nghe đời nghiêng."

Gate gate paragate parasamgate bodhi svaha!
Gate gate paragate parasamgate bodhi svaha!
Gate gate paragate parasamgate bodhi svaha!

Sacramento, tháng 4 năm 2001.

TỪ ĐÀM QUÊ HƯƠNG TÔI - TÌNH EM BIỂN RỘNG SÔNG DÀI

Viết để tưởng nhớ
nhạc sỹ Văn Giảng (Thông Đạt),
người anh trong GĐPT

Tuần trước nhà văn, họa sỹ Trần Thị Lai Hồng có chuyển tin về nhạc sỹ Văn Giảng (Thông Đạt) tác giả bài hát bất hủ Ai Về Sông Tương vừa qua đời bên Úc. Từ tấm bé chúng tôi đã nghe bài hát này rất nhiều lần. Rồi chị cả Tâm Minh Vương Thúy Nga cho biết nhạc sỹ Văn Giảng và vợ cũng đã từng sinh hoạt trong tổ chức GĐPT (trong đoàn của chị Hoàng Thị Kim Cúc) và có pháp danh Nguyên Thông để viết nhạc. Nhưng mãi đến khi đọc lời chia buồn của anh Trần Trung Đạo trên facebook, mới biết nhạc sĩ Văn Giảng cũng là tác giả bài nhạc Từ Đàm Quê Hương Tôi, một bài hát mà chúng tôi, những người huynh trưởng hoặc đoàn sinh GĐPT ai cũng biết.

Từ Đàm Quê Hương Tôi

Tác giả: Nguyên Thông

Quê hương tôi miền Trung

Sớm hôm chuông chùa nhẹ rung
Tiếng muôn đời hồn tổ tiên kiêu hùng
Ôi uy nghiêm bóng chùa Từ Đàm
Nơi yêu thương phát nguồn đạo vàng
Qua bao dông tố chùa Từ Đàm tôi vẫn còn
Quê hương tôi là đây
Sớm hôm hương trầm nhẹ bay
Vấn vương lời kinh chiều nay vơi đầy
Ôi thân yêu bóng chùa Từ Đàm
Nơi Bắc Nam nối liền một nhà
Tay trong tay quyết vì loài người đời lầm than
Bóng ai, từng đêm, đêm về
Còn nhớ thuở nào đây
Câu thề cùng ước nguyện cứu đời
Tiếng ai, chiều nay u hoài
Trầm lắng vọng về theo
Câu thề nguyện hiến mình cho đời
Ai đi qua miền Trung
Khoan khoan ơi người dừng chân
Lắng nghe về đây hồn ai u hoài
Ôi anh linh bóng chùa Từ Đàm
Ôi nơi đây nắng chiều dịu dàng
Ai hy sinh cứu đời phũ phàng, Từ Đàm ơi!

Hãy lắng nghe nhà thơ Trần Trung Đạo tâm sự:

"Tôi có một ước mơ nho nhỏ. Mai mốt khi trở về, tôi sẽ đi thăm chùa Từ Đàm. Tôi sẽ ngồi trong yên lặng trên thềm chùa, để lắng nghe từ trong lời kinh, từ trong tiếng chuông ngân, từ trong lòng đất, những lời nhắc nhở, những lời dặn dò, những tiếng chân của bao bậc tôn sư và các anh chị trưởng đang vang vọng lại trong tâm hồn tôi.

"Tương tự, tôi cũng tin sẽ có một ngày, các em, các cháu đoàn viên Gia

Đình Phật Tử, vừa mới sinh ra, sẽ sinh ra và lớn lên trên nước Mỹ, Đức, Pháp, Anh, Úc... cũng trở về. Các em lại như tôi, ngồi bên bậc thềm chùa Từ Đàm và nói với nhau bằng tiếng Việt Nam không dấu: 'Tại đây, chính từ nơi này, một trăm năm trước, hai trăm năm trước, ba trăm năm trước, có những người huynh trưởng Gia Đình Phật Tử Việt Nam với những chiếc áo lam giống như chúng ta và phương châm Bi Trí Dũng giống như chúng ta, đã bắt đầu hành trình đào tạo Thanh, Thiếu, Đồng Niên trở thành những Phật Tử chân chánh và góp phần vào việc cải tạo xã hội theo tinh thần Phật Giáo, nhờ thế mà có chúng ta.' Và trong số các em, thế nào chẳng có em sẽ khe khẽ hát: Quê hương tôi là đây..."

Nghe và hát Từ Đàm Quê Hương Tôi, nhưng tôi chưa bao giờ thắc mắc hay đi tìm hỏi tác giả Nguyên Thông của bài hát là ai, mãi đến hôm nay, khi tác giả qua đời. Người viết bản nhạc là nhạc sĩ Văn Giảng. Ông cũng là tác giả của tình ca nổi tiếng Ai Về Sông Tương viết vào năm 1949.

Ai có về bên bến sông Tương
Nhắn người duyên dáng tôi thương
Bao ngày ôm mối tơ vương
Tháng với ngày mơ nhuốm đau thương
Tâm hồn mơ bóng em luôn
Mong vài lời em ngập hương...
Và ông cũng là tác giả bài Lục Quân Việt Nam:
Đường trường xa muôn vó câu bay dập dồn
Đoàn hùng binh trong sương lướt gió reo vang
Đi đi đi, lời thề nguyền, tung gươm thiêng, thi gan trai
Đời hùng cường quyết chiến đấu đoàn quân ra đi...

Thêm vào đó, đọc bài 'Giấc mơ ở hai đầu biển rộng' của anh Uyên Nguyên mới biết, nhạc sỹ Văn Giảng cũng là tác giả một bài hát bất hủ khác: "Tình Em Biển Rộng Sông Dài" mà chúng tôi đã nghe không biết bao nhiêu lần từ khi còn nhỏ cho mãi đến bây giờ.

Hãy nghe Uyên Nguyên kể:

"Đêm choàng trở giấc mơ ở hai đầu biển rộng, tôi thấy sông và cây cầu tương tư trong nhạc của Văn Giảng chỉ là một, là nỗi khát khao Việt Nam hòa bình, giục giã, ngân dài:

Hòa bình ơi,
Tình yêu em như sông biển rộng.
Tình yêu em như lúa ngoài đồng.
Tình yêu em tát cạn biển đông.
Hòa Bình ơi, ơi hòa bình ơi
Sao em nỡ lòng kẻ đợi người trông.
Sao em nỡ lòng lúa khô ngoài đồng.
Sao em nỡ lòng.
Người về đây xin may áo cưới
Tặng người yêu vui trong gió mới.
Tôi đón em đi về. Tôi đón em đi về.
Xây dựng lại tình quê.
Hòa bình ơi, chờ trông nhau như con chờ mẹ
Chờ trông nhau như gió mùa hè
Chờ trông nhau nắng đẹp tình quê
Hòa bình ơi, ơi hòa bình ơi
Ba mươi tuổi đời thoát từ vành nôi
Ba mươi năm trường khổ đau nhiều rồi.
Về đây hỡi người ơi! Về đây hỡi người ơi…!
(Thông Đạt, tức Nhạc sĩ Văn Giảng -
Tình Em Biển Rộng Sông Dài)

Vì mến mộ những bài nhạc trên của nhạc sỹ, nên hôm nay viết bài thơ ngắn này để tiễn đưa một người anh trong tổ chức GĐPT, một nhạc sỹ tài hoa của quê hương Việt Nam.

Tiễn nhạc sỹ Nguyên Thông - Văn Giảng

Tác giả bài Từ Đàm - Quê Hương Tôi

Nguyện Bồ Đề tâm toả

Thông kinh điển mây bay
Ngô gia tế phước lộc
Văn Tư Tu đong đầy
Giảng cứu trầm luân khổ
Người thăm Tịnh Độ Ta Bà
Yêu thương để lại về nhà Như Lai

Có thể nói sự nghiệp âm nhạc của nhạc sỹ Văn Giảng (Nguyên Thông, Thông Đạt) rất đa dạng, trầm mặc, lờ lững và khắc khoải tựa sông Hương, thanh tao và sâu sắc như biểu tượng Hoa sen trong Phật giáo. Xin cúi đầu thành kính đưa tiễn Giác linh Người và xin chân thành phân ưu cùng tang gia hiếu quyến của nhạc sỹ Ngô Văn Giảng.

Sacramento, 14 tháng 5, 2013.

GIỚI THIỆU LÀNG HUỆ VÀ
TRANG TRANH THƠ NHẠC
CÕI TÂM NHƯ THỊ

Có thể nói trang nhà Làng Huệ là một môi trường giáo dục ảo trên mạng Internet. Trang nhà đang âm thầm làm việc giáo dục, vì người và cho người, để đưa độc giả tìm lại chính mình và hướng gần đến Chân-Thiện-Mỹ. Làng Huệ là một diễn đàn lành mạnh cô đọng nhiều tác giả trong và ngoài nước bao gồm nghiên cứu, tủ sách làm người, giáo dục, văn học, nghệ thuật, y-học, biên khảo, văn thơ nhạc, v.v… Những bài viết trên Làng Huệ tương đối chuẩn, nghiêm túc, mang tính nhân văn. Tinh thần khai phóng và nhân bản đó đã len lỏi và bàng bạc ở những phần mục lục của trang nhà.

Riêng trang Tranh Thơ Nhạc, có thể nói là công trạng của chị Thanh An, thật đặc biệt, hấp dẫn và quyến rũ. Vì sao vậy? Có lẽ ở đó chúng ta bắt gặp được sự hòa đồng của âm thanh, màu sắc, thi ảnh và tư tưởng. Ở đó thực ra là những bài thơ bốn câu (tứ tuyệt), ngắn và cô đọng, nhưng chứa nặng tình người, tình đời, tình quê hương dân tộc và luôn cả tình yêu lứa đôi, đề tài muôn thuở của nhân loại.

Sắc thái của những bài thơ hay không chỉ nằm ở phần âm điệu, hình ảnh hay tư tưởng mà là ở tấm lòng biểu lộ từ bi cho mình và cho người ngay ở giây phút hiện tại và cho cả tương lai. Các tác giả dường như đang chia sẻ những kinh nghiệm sống, biết dừng lại quán chiếu về cuộc đời, để rồi sáng cho người thêm niềm vui, chiếu giúp người bớt khổ. Ở đây người đọc có thể chọn đọc thơ, nghe nhạc hay xem tranh, nhưng nếu chúng ta có khả năng tận dụng nhiều giác quan cùng một lúc trong sự chánh niệm qua từng hơi thở hay từng phút giây hiện hữu, chúng ta sẽ thấy, nghe và cảm nhận được sắc thái trong từng lời thơ, tiếng nhạc và nét vẽ từ tâm.

Đôi khi chúng ta lại nghe tiếng sáo và tiếng đàn tranh, âm thanh quen thuộc của quê hương dân tộc như đang mang ta về một cõi bình an. Vậy xin quý vị hãy lắng lòng, lắng lòng để nghe, lắng lòng để thấy và lắng lòng cảm nhận từng hơi thở, lời thơ, âm thanh, tâm tư vọng về trong tiếng lòng thổn thức như vọng về cõi Chân Như bất diệt. Xin trân trọng giới thiệu trang nhà Làng Huệ (www.langhue.org) và trang Tranh Thơ Nhạc.

ĐÊM NHẠC TÁC GIẢ VÀ TÁC PHẨM 2
VÀ CUỘC HỘI NGỘ CÙNG ANH NGÔ TÍN

Tuần rồi, vợ chồng anh Ngô Tín và chị Liên Hoa lái xe lên miền Bắc California để tham gia trong chương trình giới thiệu Tác Giả và Tác Phẩm 2 (TGTP2) tại Santa Clara Convention Center vào lúc 2 giờ chiều Chủ Nhật 23/6/2013. Tuy nhiên anh chị đã lái thẳng về Sacramento thăm chúng tôi vào tối thứ Bảy trước đó.

Mặc dù đã biết anh là một nhạc sỹ chơi nhạc Flamenco classical guitar từ lâu, nhưng mãi đến gần đây thì chúng tôi mới có dịp làm quen qua sự giới thiệu của anh Nguyên Lương, chị Xuân Thi và chị Tuyết Đào của Hương Xưa. Là người Bình Định với nhau, nên chúng tôi đã thưởng thức bánh tráng của xứ Nẫu ngay trong đêm đầu gặp gỡ. Sau 3 đêm hàn huyên tâm sự và đàn hát cho nhau nghe, gia đình tôi, gia đình anh chị Quang Khuê, và gia đình anh chị Tín Hoa càng gần gũi nhau hơn.

Trở lại đêm nhạc Tác Giả và Tác Phẩm 2 tại Santa Clara Convention Center, đó là một buổi hòa nhạc hội tụ 15 nhạc sỹ với những ca khúc mới nhất của mình. Trong số đó, chúng tôi quen biết 3 anh, nên đi để ủng hộ. Ngoài anh Ngô Tín ra, anh Lê Minh Hiền là một người nhạc sỹ có tâm đạo và luôn cố gắng để đưa Đạo vào đời; rồi anh Nguyễn Quang Nhàn, cũng là người con xứ Nẫu mà chúng tôi quen từ những năm trước. Nhạc của anh lắng đọng, nồng nàn và sâu sắc.

Có thể nói, TGTP2 là một sân chơi lành mạnh và đáng khích lệ. Nó chính là một cầu nối giúp các nhạc sỹ chuyên chở những tác phẩm của mình đến với khán thính giả ở miền Bắc California. Trong lần tham gia này có những nhạc sỹ như sau: Cúc Trần, Duy Hải, Hoàng Huy Duy, Công Dũng, Quang Nhàn, Đào Nguyên, Lê Minh Hiển, Thảo Trang, Thiên Phương, Ngô Tín, Duy Văn, Dự Nguyễn, Quốc Dũng và Sơn Hoàng. Đặc biệt, chúng tôi đánh giá cao vai trò của nhạc sỹ Lê Huy, người đã chịu trách nhiệm chính trong việc hòa âm, phối khí cho chương trình Tác Giả và Tác Phẩm lần này.

Với tôi, các nhạc sỹ đã có một buổi ra mắt khá thành công. Mỗi nhạc sỹ đều có những nỗi niềm ray rứt và những phong thái viết nhạc khác nhau, tạo nên một một sự đa dạng trong từng thể loại. Có thể nói mỗi người mỗi vẻ đã góp phần làm phong phú thêm cho nền âm nhạc Việt Nam nói chung và âm nhạc Việt ở hải ngoại nói riêng. Với tôi, sự tham gia của hai anh nhạc sỹ dày dạn kinh nghiệm Ngô Tín và Lê Minh Hiển dường như không ngoài mong muốn thổi thêm luồng sinh khí và cảm hứng cho các đồng nghiệp.

Nhạc sỹ Ngô Tín thì đã viết hơn 200 ca khúc; nhạc của anh cũng như Trịnh Công Sơn, nói về tình yêu, thân phận và quê hương. Anh đã bắt đầu học nhạc từ lúc 7 tuổi và sáng tác từ tuổi 18 vào năm 1973. Còn nhạc sỹ Lê Minh Hiển thì đã phổ nhạc gần 100 ca khúc. Thuở xưa anh viết Tình ca, về sau anh viết Thiền Ca. Anh và vợ, ca sỹ Thu Nga, cùng nhóm Tuệ Đăng rất có tâm đạo và phục vụ rất nhiều cho cộng đồng ở Miền Bắc California, nhất là làm thiện nguyện cho các chùa trong vùng.

Đặc biệt những tác phẩm của anh Ngô Tín gần đây đã được thể hiện rất thành công qua các giọng ca gạo cội như Tuấn Ngọc (Một Thuở Yêu Người) và Ý Lan (Trên Sợi Tình). Ngoài ra, một trong những nét ấn tượng nhất của đêm TGTP2 là bài độc tấu Flamenco - Bão Trên Đỉnh Núi - của anh Ngô Tín. Anh đã làm cho khán giả đi từ ngạc nhiên này đến ngạc nhiên khác bằng những ngón tay biết khiêu vũ trên phím đàn. Chúng tôi thật sự đã chứng kiến những cảm xúc rất thú vị và hết sức sảng khoái khi xem anh biểu diễn. Về lại Sacramento, anh lại một lần nữa cho chúng tôi chiêm ngưỡng những ngón đàn quá thuần thục đến mê hoặc lòng người của anh.

Ngày kế tiếp chúng tôi đi chơi, tham quan và tối về nhà anh Nguyễn Văn Quang người mà chúng tôi luôn trân quý. Đêm đó có thể nói là một đêm hội ngộ đầy thú vị giữa anh em chúng tôi cùng bạn bè tại Sacramento. Có vợ chồng anh chị Thu Tỵ, những người bạn quý và gương mẫu mà chúng tôi đang cùng sinh hoạt trong tổ chức Gia Đình Phật Tử. Ngoài ra còn có vợ chồng anh Sơn, người bạn học 40 năm về trước của anh Tín, hiện cũng đang sống tại Sacramento. Bằng những tình cảm nồng nàn và thân thiết như quen nhau tự thuở nào, chúng tôi hát cho nhau nghe cho đến quá nửa đêm, nào là giọng ca và ngâm thơ mượt mà của anh Lê Chương Andy, nào là giọng hát say sưa từ con tim của chị Ngô Thị Thu, đến giọng ca truyền cảm và tiếng đàn êm dịu của anh Nguyễn Văn Quang, nhưng độc đáo và trên hết vẫn là tiếng đàn và tiếng hát của anh Ngô Tín. Không gian càng về khuya càng lắng đọng chừng nào thì anh càng hát và đàn hay chừng đó. Không biết có ai nhập hay không mà xuất thần lắm!

Trời đã quá khuya, chúng tôi lại phải chia tay trong quyến luyến vì ngày mai mọi người phải đi làm, vả lại anh chị Tín Hoa cũng phải về lại LA vào sáng sớm hôm sau. Trước khi chia tay từ biệt, chúng tôi không quên cảm ơn anh chị Quang Khuê đã tiếp đãi ân cần và nồng hậu. Rồi tôi có bài thơ làm trong đêm trước và đã nhờ anh Chương ngâm như một lời cảm tác đối với anh chị Tín Hoa cho lần hội ngộ này tại Sacramento, 2013.

KHIÊU VŨ TRÊN PHÍM ĐÀN

Thân tặng nhạc sỹ Ngô Tín

Trăng khuya thẹn thùng quá

Chưa thổ lộ đôi điều
Nhưng cung đàn muôn điệu
Nói vạn lời thay ta
Như bão táp phong ba
Tiết tấu nào sấm sét
Có mưa dông trống thét
Có tiếng sóng nỉ non
Nhạc Ngô Tín sắt son
Thanh âm nào đa dạng
Và bao lời lãng mạn
Rót vào cuộc bể dâu
Nhạc anh có chiều sâu
Nhẹ nhàng và lai láng
Như tơ trời lãng đãng
Bồng bềnh trong mắt ai
Mong manh như sương mai
Nồng nàn và da diết
Và một điều ai biết
Quyến rủ nhạc Ngô gia
Sacramento, June 24th, 2013.

Không biết quý anh chị ở Phila hay những ai gặp gỡ anh Ngô Tín và nghe bài nhạc này, có cùng cảm xúc hay cảm nhận như chúng tôi chăng? Ra về, những chú ốc sên cũng thong thả về theo.

Đêm khuya
trời se lạnh
trời se lạnh
long lanh
vô thường.

THAY LỜI CUỐI SÁCH

GIÁO VIÊN VÀ HỌC SINH
MANG CHÁNH NIỆM VÀO LỚP HỌC

Hai mươi bốn giáo viên ngồi thành một vòng tròn, lưng thẳng và mắt nhắm khi một bản nhạc nhẹ vang lên. Một giọng nói giúp họ thanh lọc tâm hồn: "Hãy hít vào thật sâu, thật chậm và thở ra thật chậm."

Buổi thiền tập này được dẫn dắt bởi các giáo viên San Juan Unified, trong chương trình huấn luyện về thực tập chánh niệm.

"Xin hãy chú tâm và tận hưởng giây phút hiện tại, bây giờ và ở đây", anh Bạch Xuân Phẻ, một giáo viên hóa học tại trường Trung học Mira Loma, người tổ chức khóa đào tạo này hướng dẫn: "Hãy quan sát và cảm nhận những cảm xúc đang diễn ra xung quanh bạn và bên trong bạn."

Các nhà giáo dục đã nghiên cứu và tìm tòi các tài liệu và phương pháp để giúp họ thực tập chánh niệm và để giúp các học sinh cùng thực hành chánh niệm.

Sharan Kaur là một giáo viên lớp 1 tại trường Tiểu học Charles Peck, nơi được biết là có nhiều học sinh cần sự giúp đỡ. Đây là một môi trường khá căng thẳng, cô chia sẻ. Là một giáo viên đã dạy được ba năm, cô đặt ra mục tiêu cá nhân trong năm nay là luôn ở trạng thái tích cực.

Cô nói: "Có chánh niệm trong mọi việc tôi đang làm, chú ý đến những việc tôi đang làm trong giờ phút hiện tại, và không phản ứng ngay... Hãy bình tâm và ngưng lại vài giây trước khi có phản ứng khi một điều gì đó xảy ra trong lớp học. Lối tư duy đó đã giúp tôi rất nhiều."

Vào ngày thứ sáu vừa qua, cô đã ngồi xếp bằng trên sàn nhà với học sinh của mình trong một vòng tròn. Các em được yêu cầu chuyển một quả bóng đến người bên cạnh, và nhìn vào mắt nhau khi làm việc đó.

"Chúng ta để ý gì về đôi mắt của bạn mình?" Cô Kaur hỏi. "Hailey?"

"Họ đang nhìn... đang có cảm xúc", em học sinh trả lời.

Bài thực tập buổi sáng này đã giúp học sinh tập trung và tạo một không khí bình an trong lớp học của mình, cô Kaur nói: "Tất cả chúng ta đều cần sự cảm thông. Khi về nhà, các em sẽ thực tập và thật sự để ý đến những cảm thọ của các em, các em đang cảm thấy thế nào? Sáng nay các em đã cảm thấy thế nào? Chúng ta cùng thực tập và cho người bạn của mình biết là họ đang hiện diện, chúng ta thật sự đang nhìn thấy họ."

Cô Kaur cũng bắt đầu dạy cho học sinh của mình tập thiền bằng cách sử dụng một cái chuông nhỏ.

"Sẽ có hàng chục ngàn điều chúng ta phải nắm hết trong ngày", cô nói. "Cần dành thời gian để tiếp nhận mỗi điều và khai thác sâu vào."

Anh Bạch Xuân Phẻ hy vọng rằng khi các giáo viên thực tập chánh niệm thì sẽ có một tác động hữu ích đến các trường học.

Anh Phẻ đã thực hành chánh niệm trong nhiều thập kỷ, nhưng bắt đầu học thiền định chuyên sâu hơn khi hoàn tất học vị tiến sĩ hai năm trước đây. Anh cũng hướng dẫn các khóa đào tạo chánh niệm trên toàn tiểu bang của Hiệp hội Giáo viên California. Anh Phẻ và những người cùng hỗ trợ, cô Teresa Tolbert, gặp nhau trong nhóm Thành viên Lãnh đạo Giảng dạy (Instructional Leadership Corps).

Cô Teresa dạy tiếng Anh tại trường Trung học Rio Americano và ca ngợi tác dụng của bài tập thở chánh niệm trong lớp học của mình - từ 60 giây tới ba phút.

"Ở trường tôi, các em là những học sinh có hiệu suất học tập cao. Các em chia sẻ với tôi về mức độ căng thẳng và lo âu cao. Rất nhiều trong số các em chỉ ngủ bốn hoặc năm giờ một đêm", cô nói. "Khi tôi thực hiện hơi thở chánh niệm trước các bài kiểm tra, rất nhiều em đã cho tôi thông tin phản hồi tích cực."

Trong một thế giới với nhịp độ nhanh chóng, cô hy vọng rằng việc học các phương pháp thực tập chánh niệm này sớm sẽ có tác dụng lâu dài cho các em.

"Tôi nghĩ rằng đó là một kỹ năng sống cho các em. Trẻ em có thể được hướng dẫn lúc còn nhỏ để giúp chúng đối phó với những căng thẳng của đại học và công việc sau này".

Việt dịch: Thuỳ Trang

TEACHERS, STUDENTS BRING MINDFULNESS TO THE CLASSROOM

Two dozen teachers sat in a circle, their backs straight and eyes closed, as soft music played. A voice walked them through steps to clear their minds.

"Take a slow, deep breath in, and slowly exhale."

This guided meditation was part of a recent training on mindfulness, led by and made for San Juan Unified teachers.

"You focus on the here and now," explained Phe Bach, a chemistry teacher at Mira Loma High School who facilitated the training. "Self-cultivation and self-observation of what's going on around you, and within you."

Educators explored resources to develop their own mindfulness, as well as activities and strategies to help students practice mindfulness.

Sharan Kaur is a first-grade teacher at Charles Peck Elementary, a Title 1 school with many high-needs students. It can be a stressful environment, she said, and as a third-year teacher she set a personal goal this year of staying positive.

"It's being present in whatever I'm doing. Paying attention to what I'm doing now, and not being reactive," she said. "Just thinking and taking a second before responding when something happens in the classroom. That mindset helped a lot."

On a recent Friday, she sat crossed-legged on the floor with her students in a circle. The children were asked to pass a ball to one another, pausing to look at each person in the eye.

"What are we noticing about their eyes?" Kaur asked. "Hailey?"

"How they're looking...feeling," the girl responded.

This morning exercise has helped students focus and sets a tone in her classroom, Kaur said. "We all need acknowledgment. They take that home and start to really look at What are they feeling? What kind of morning did they have? You're acknowledging that the person is present and you're seeing them."

Kaur is also beginning to teach her students meditation using a small bell.

"There's going to be 10,000 things we've got to cover in the day," she said. "It's taking the time to move through it and dig deep."

Bach hopes that as more teachers embrace mindfulness, there will be a positive effect on school culture.

He has been practicing mindfulness for decades, but began to study meditation more intensively while completing his doctorate in education two years ago. He also leads statewide mindfulness trainings for the California Teachers Association. Bach and his co-facilitator, Teresa Tolbert, met as Instructional Leadership Corps members.

Tolbert teaches English at Rio Americano High School and praises the effects of mindful breathing exercises in her classroom - ranging from 60 seconds to three minutes.

"At my school, they're high-performing students. They tell me of their high stress and anxiety levels. A lot of them are sleeping four or five hours a night," she said. "When I implemented mindful breathing before tests, a lot of kids gave me positive feedback."

In an increasingly fast-paced world, she hopes that learning these techniques early will have a lasting impact.

"I think it's a life skill for them. Kids can learn early to help them cope with the stresses of college and the workforce."

Source: San Juan Scene News.

Vài nét về Tác giả

Bạch X. Phẻ (Khỏe) sinh năm Bính Thìn tại Vũng Nồm, Phước Lý, Quy Nhơn, Việt Nam. Định cư ở Hoa Kỳ từ năm 1991. Hiện đang dạy Hóa học tại Mira Loma High và dạy Lãnh đạo bằng Chánh Niệm và Mang Chánh niệm vào học đường cho giáo chức của tiểu bang California.

Anh đỗ văn bằng cử nhân, cao học và tiến sỹ. Anh đã lập gia đình, cùng vợ, Nguyễn Thị Thanh Trang, và hai con đang cư ngụ tại thủ phủ Sacramento, CA. Phẻ viết để duy trì, phát huy và nâng cao ngôn ngữ, văn hoá và di sản của người Việt, đồng thời quảng bá thông điệp từ bi, hiểu biết, yêu thương và chánh niệm. Anh sáng tác thơ, văn, tùy bút và làm nghiên cứu bằng tiếng Anh và tiếng Việt và được đăng tải trên các trang mạng và tạp chí khác nhau ở Việt Nam và ở Hoa Kỳ. Anh cũng thuyết trình các nghiên cứu của mình ở các nơi trên Hoa Kỳ, Thái Lan và Ấn Độ. Phẻ còn sinh hoạt trong tổ chức GĐPT từ năm 1993 và làm thiện nguyện dạy Thiền cho tù nhân qua tổ chức Buddhist Pathways Prison Project, Inc từ năm 2011.

TÁC PHẨM ĐÃ XUẤT BẢN BẰNG ANH NGỮ VÀ VIỆT NGỮ.
HIS BOOK PUBLICATIONS IN ENGLISH AND VIETNAMESE
INCLUDED:

1. *The Beauty of Multiculturalism - Vẻ Đẹp Đa Văn Hóa*, Hương Tích Phật Việt / NXB Hồng Đức / United Buddhist Foundation, Saigon / Sacramento / Orange County (2017).

2. *Tuệ Sỹ - Tinh Hoa Phật Giáo Việt Nam: Vị Thầy của Bốn Chúng* - Liên Phật Hội / United Buddhist Foundation (Orange County, CA. (2017)

3. *Tâm Bút Bạch Xuân Phẻ (Tâm Thường Định)*, NXB Liên Phật Hội (United Buddhist Publisher), Lotus Media, Inc. California, USA. (2017)

4. *Thầy Tôi - My Master*, Editor, Trung Dao Publisher, Sacramento, CA. (2016)

5. *Tâm Trong* - Co-editor, Trung Dao Publisher, Sacramento, CA. (2016)

6. *An Essence Of Mindful Leadership: Learning Through Mindfulness And Compassion*. LAP LAMBERT Academic Publishing, Germany. (2015)

7. *Awaken: Buddhism, Nature and Life – A Vision of Poems for West and*

East. Hoa Đàm Publisher. Westminster, CA. (2014)

8. *Tưởng Niệm và Tri Ân – Remembrance and Paying Tributes.* Trung Dao Publisher, Sacramento, CA. (2014)

9. *Best Teaching Practices: A Supporting Guide for New Teachers.* LAP LAMBERT Academic Publishing, Germany. (2013)

10. *Hương Lòng - Perfume of the Heart.* (2007)

11. *Mẹ Cảm Xúc và Em.* (2004)

About the Author

Phe X. Bach is a Buddhist practitioner and an educator in the greater Sacramento area. He is a husband and a father of two sons, residing in Sacramento, CA. He is an Instructional Leadership Corps professional development workshop trainer. He is teaching Mindfulness in the classroom for educators throughout California. Phe Bach acquired his Doctor of Education in Educational Leadership with the concentration in HRD at Drexel University. Dr. Bach is a Buddhist Practitioner and a Vietnamese Buddhist Youth (GDPT) leader. Currently, he teaches Chemistry at Mira Loma High; he also has been teaching Mindful Leadership and Mindfulness in the Classroom to educators in California since 2014.

He was born in Nhon Ly, Quy Nhon, Binh Dinh, Viet Nam in 1976. In his early years, he finished 6th grade in Vietnam and started as a sophomore at Lincoln High School, Lincoln, NE. He got his Bachelor of Science, Biology; with minors: Chemistry/Psychology at the University of Nebraska, Lincoln, NE and got accepted into the PhD program in Bio-Organic Chemistry at UC Davis. After 4 years of studying graduate school, teaching and researching, he earned his Prof. Clear Single Subject Teaching Credential in Science with CLAD, University of California,

Davis and teaches Chemistry at Mira Loma High since then. He also got his Preliminary Administrative Credential, CSU, Sacramento and a Master's Degree degree in Educational Leadership and Policy Studies, CSU, Sacramento. He earned his Doctoral degree in Education in Educational Leadership and Management at Drexel University, concentrated in Human Resources Development.

Phe writes as a way to preserve, promote and empower the Vietnamese language, culture and heritage while promoting the message of compassion, understanding, love, and mindfulness. He composes poems, writes articles and conduct research in English and Vietnamese on different websites and magazines both in Vietnam and in the USA. He is also presenting his research and sharing mindfulness throughout the United States of America, Thailand, and India. He also volunteers with the Buddhist Pathways Prison Project since 2011.

TUỔI TRẺ ĐEM ĐẠO VÀO ĐỜI

TRẦN KIÊM ĐOÀN

Dấu hiệu thoái trào hay hưng thịnh của một tôn giáo không dễ dàng nhận ra qua cách biểu hiện rõ ràng như trường hợp tương tự của một nền kinh tế hay chính trị. Lý do đơn giản bởi vì bản chất của tôn giáo là đời sống tâm linh. Thế giới tinh thần không có đơn vị cụ thể để cân đo, đong đếm... nên lắm khi sự thịnh suy tôn giáo diễn ra nghịch lý với những quy ước đời thường.

Riêng đối với trường hợp Phật giáo thì dấu chỉ thịnh suy được ghi nhận trên phạm hạnh của giới Phật tử xuất gia và phước hạnh của hàng Phật tử tại gia.

Một luận sư Tích Lan, thầy Anzar Mahadi, cho rằng: *Một tôn giáo như Phật giáo có dấu hiệu trên đường đi xuống khi giới Phật tử cao niên muốn đem Đời vào Đạo, chấp nhặt những hình thức lễ nghi cầu kỳ đượm mùi mê tín, bị dính mắc với thế giới hình tướng giả danh, chùa to tượng lớn bên ngoài mà lãng quên tôn tượng và tính Phật có sẵn trong chính mình.*

Ngược lại, là khi tuổi trẻ Phật tử đem Đạo vào Đời để làm sáng đạo giữa cộng đồng thế giới.

Tuổi trẻ tham gia phong trào chấn hưng Phật giáo Việt Nam một thời

Khởi đầu thập niên 1930, noi gương Miến Điện, Tích Lan, Nhật Bản và nhất là Trung Hoa với Thái Hư Đại Sư làm chủ xướng, một phong trào chấn hưng Phật giáo đã hình thành ở Việt Nam. Có thể nói tinh thần cốt lõi trong công cuộc chấn hưng Phật giáo là đem đạo vào đời. Đó là một quá trình hiện đại hóa để khởi động và phát huy vai trò tích cực của đạo Phật, biến tâm linh thuần lý kinh điển thành tâm linh ứng dụng đời đạo hạnh trong cuộc sống. Đặc biệt là khuynh hướng đưa tuổi trẻ vào đạo Phật.

Đầu tiên, tại Sài Gòn năm 1931, Hội Nam Kỳ Nghiên Cứu Phật Học ra đời. Sau đó là Hội Lưỡng Xuyên Phật Học do ngài Khánh Hòa, Huệ Quang, Khánh Anh khởi xướng. Tại Trung kỳ, năm 1932 ngài Giác Tiên, Phước Huệ, cư sĩ bác sĩ Tâm Minh Lê Đình Thám thành lập Phật Học Hội Trung Kỳ tại chùa Từ Đàm Huế. Năm 1934 ở Ở Bắc kỳ, năm 1934, có ngài Tố Liên, Trí Hải, ông Nguyễn Năng Quốc, Trần Trọng Kim và một số quý ngài thành lập Bắc Kỳ Phật Giáo Tổng Hội. Những hội trên đều có mục đích và chương trình hoạt động giống nhau là chỉnh đốn Thiền môn cho được thanh tịnh, đào tạo một thế hệ mới và hỗ trợ các tu sĩ chân chính có căn bản học thức để hoằng dương Phật pháp.

Cư sĩ Tâm Minh đã cùng với các danh tăng, trí thức Phật giáo, cư sĩ và đại chúng Phật tử có khuynh hướng cấp tiến đương thời đã vực tuổi trẻ dậy. Vực dậy từ bóng mờ bị che khuất sau lưng thế giới người lớn. Các em đã được thế hệ đàn anh thương quý đón mời để dẫn tới trước cửa ngõ Văn hóa Phật giáo. Tuổi trẻ Việt Nam lần đầu được tiếp cận đạo Phật với tư cách của những người trẻ tuổi có tri thức, nhân cách và vị thế riêng chứ không phải là những "ông bà già thu nhỏ" lon ton níu áo chạy theo những cụ già đạo hữu đã thành cây đại thụ trong Vườn Nhà Lam như bao nhiêu năm về trước.

Đây là lần đầu tiên, các em thiếu nhi không phải là những người lớn thu nhỏ mà có hẳn một vai trò được công nhận trong sinh hoạt Phật giáo Việt Nam thời cận đại. Đó là sự ra đời của *Gia Đình Phật Hóa Phổ* – Tiền thân của Gia Đình Phật Tử Việt Nam – vào năm 1930 với sự tham gia của một thế hệ đàn anh, đàn chị là những nhân vật thành danh, có đầy đủ năng lực và uy tín trong nhiều lĩnh vực, đảm trách vai trò huynh trưởng lãnh đạo, tổ chức và giáo dục.

Năm 1940, đoàn *Thanh Niên Phật Học Đức Dục*, được gọi theo tiếng Pháp là *"Commission d'Études Bouddhiques et de Perfectionnement Moral"* được thành lập tại Huế. Ngày Phật Đản 1944, một đại hội thanh niên được tổ chức tại đồi Quảng Tế, Huế, khai sinh Gia Đình Phật Hóa Phổ. Đó là tiền thân của Gia Đình Phật Tử sau nầy.

Nhờ viễn kiến với tầm nhìn xa, thấy rộng của Bác sĩ Tâm Minh Lê Đình Thám và các trí thức, văn nghệ sĩ Phật giáo tuổi trẻ hay thuộc khuynh hướng trẻ đầy nhiệt tình khai phóng nổi tiếng thời bấy giờ mà tinh thần kế thừa của thế hệ trẻ được nuôi dưỡng và phát huy trong khung cảnh cửa thiền. Những tên tuổi đã thành danh như Tráng Thông,

Đinh Văn Nam, Võ Đình Cường, Phạm Hữu Bình, Lê Bối, Nguyễn Hữu Ba, Phạm Đăng Trí, Lê Ngọc Thừa, Đinh Văn Vinh, Ngô Văn Giảng, ... đã cùng nhau năng nổ đóng góp tài năng và tấm lòng cho thế hệ trẻ.

Chủ trương nổi bật nhất của công cuộc chấn hưng dành cho tuổi trẻ là khai phóng và kế thừa. Khai phóng là sự khai thông, mở trói, đối thoại, bình đẳng của mọi khuynh hướng thay đổi theo chiều hướng tích cực của trào lưu tự do dân chủ trên toàn thế giới như cải tiến, chấn hưng. Đó là một tiến trình cải cách và ứng dụng nhằm làm rõ thêm, đẹp thêm, phong phú thêm và hữu dụng thêm từ một thực tại đang bị thoái trào hay đứng yên trong tù đọng và xuống cấp trong lãng quên. Khai phóng là phá bỏ những rào cản giới hạn, nhất quán và quyết đoán mở ra những con đường tươi mới, phát huy những khả năng và tiềm năng tổng hợp để vận dụng vào nỗ lực phá bỏ hiện trạng tiêu cực và xây dựng lại theo hướng tiến tích cực. Nói tóm lại, khai phóng là tiền đề của tự do dân chủ, của cánh cửa thoáng rộng để hiểu và bước vào cửa ngõ của Văn Hóa Phật Giáo.

Tuổi trẻ Phật tử Việt Nam ngày nay trước nhu cầu chấn hưng Phật giáo

Cuối thập niên 1970 và đầu thập niên 1980, cuộc cách mạng khoa học kỹ thuật ứng dụng vi tính (computer) và mạng lưới thông tin toàn cầu (internet – world wide web) đã dấy lên những bước tiến nhảy vọt trong lĩnh vực truyền thông đại chúng. Với lượng thông tin đồ sộ và không thiếu vắng về bất cứ một ngõ ngách hay vấn đề nào, hầu như hết thảy mọi cơ chế xã hội và truyền thống tâm linh, văn hóa trên toàn thế giới bị đánh động và thức dậy để tự tìm hiểu, nhìn ngắm hay đánh giá lại chính mình. Đây chính là tiền đề và động cơ chủ yếu trong các cuộc cải cách chính trị, cải tiến xã hội và chấn hưng tôn giáo.

Phật giáo Việt Nam còn ở trong một vị thế đặc biệt hơn là đã liên tiếp trải qua những chặng đường lịch sử cam go sau 1963 và 1975, nên vấn đề chấn hưng hiện đại hóa Phật giáo là một nhu cầu cấp thiết, nếu không muốn đạo Phật khỏi bị thoái trào trước những đối lực cải đạo ngày càng tăng.

Nói về tuổi trẻ Phật tử thì phải nói đến tổ chức Gia Đình Phật Tử Việt Nam mà những đoàn sinh tiền phong thời 1930, 1940 nay phần đông đã quá vãng hay đang là những cụ già lum khụm. Biến cố lịch sử 1975 là "ngọn lửa thử vàng" cho sức sống và vai trò sinh động của tuổi trẻ Phật tử trước thời cuộc. Bảy mươi năm, một đời người "thất thập cổ lai hy", thông qua Gia Đình Phật Tử, tuổi trẻ tin theo hay có cảm tình với đạo Phật đã chứng tỏ niềm tin bất thối chuyển về sự hiện hữu và tác dụng cứu khổ của đạo Phật giữa cuộc đời thường đã "ba chìm" trên quê hương và "bảy nổi" nơi quê người.

Theo thầy Thích Đạo Tịnh thì hiện nay đã có 1250 đơn vị Gia Đình Phật Tử Việt Nam và các đoàn thể Cựu Huynh Trưởng (Hương Sen, 2014) sinh hoạt hàng tuần tại trong nước và trên khắp thế giới. Có thể nói đây là những chiếc cầu thế hệ bắt qua những bến bờ tâm hồn khác biệt về tuổi tác, hoàn cảnh và bộ phái…

Tuổi trẻ Việt Nam có khuynh hướng Phật giáo ngày nay, bên cạnh tổ chức Gia Đình Phật Tử, có rất nhiều nhóm phái và cá nhân độc lập năng nổ tham gia những sinh hoạt Phật giáo dưới nhiều hình thức như học Phật, tu học, hành hương, từ thiện, xã hội. Nhìn qua lăng kính tích cực và tinh thần hóa giải của đạo Phật, tuổi trẻ Phật tử đang làm sáng đạo bằng cách đem đạo vào đời. Cụ thể là giới trẻ đã hiểu đạo và hành đạo với tinh thần "tâm không ngăn ngại nên không sợ hãi" của trí Bát Nhã (cao rộng) và tâm Ba La Mật Đa (hoàn mỹ) vào đời. Đó chính là tinh thần Từ Bi, Trí Tuệ cốt tủy của đạo Phật đã được thế hệ đàn anh trao truyền lại cho thế hệ đàn em làm điểm tựa cho hành động cụ thể: Bi, Trí, Dũng.

Tính từ ngày đoàn Đồng Ấu Phật Tử thành lập năm 1935 dành cho thiếu niên Phật Tử từ 12 đến 18 tuổi trong hoàn cảnh đất nước nhiều biến động không ngừng cho đến khi gia đình Phật tử Cựu Kim Sơn, đơn vị Gia Đình Phật Tử Việt Nam đầu tiên ở nước ngoài thành lập tại San Francisco năm 1976 tới nay, tuổi trẻ Phật tử đã trải nghiệm một chặng đường dài 70 năm sức mạnh của tinh thần Bi, Trí, Dũng.

Tuổi trẻ đem đạo Phật vào thế giới phương Tây

Sau năm 1975, hằng triệu người Việt mới thật sự sống ở thế giới phương Tây, nhất là Hoa Kỳ, so với trước đây họ đến đất nước nầy chỉ để thăm viếng hay liên hệ dịch vụ. Trong mớ hành lý còn sót lại sau chặng đường lao đao chìm nổi, có dành một góc khuất cho đời sống tâm linh. Dẫu đó là khuynh hướng thờ phụng Ông Bà, hành đạo theo Thiên Chúa giáo hay Phật giáo… thì vẫn là một cách riêng có sự tương tác giữa đạo và đời.

Đối với xã hội phương Tây thì việc thờ cúng ông bà là sự thể hiện một hình thái văn hóa riêng của từng cá nhân và gia đình, chẳng ăn nhập gì với cuộc sống đại chúng. Thiên Chúa giáo là một tôn giáo cộng đồng cơ bản của phương Tây. Chỉ có Phật giáo là con đường tâm linh tươi mới đến từ một phương Đông huyền bí. Đối với người Âu, Mỹ bề mặt nổi của hình thức lễ nghi, chùa viện, tăng đoàn, đạo tràng chỉ mới là lớp đèn màu trang trí ngoài da. Lý thuyết nhà Phật và phương cách thâm nhập, thực hành mới là xương thịt, là nhu cầu thực sự của xã hội phương Tây khi tiếp cận với đạo Phật.

Bởi vậy, trong gần 40 năm đạo Phật Việt Nam thâm nhập vào xã hội phương Tây, văn hóa Phật giáo đã để lại những dấu ấn sâu đậm trong nếp nghĩ thiên về tâm linh của người Âu Mỹ. Đặc biệt là giới trí thức Phật tử và nhất là giới trẻ thông thạo cả hai ngôn ngữ mẹ đẻ và ngoại ngữ cũng như hòa quyện được hai nền văn hóa Đông, Tây là những đóng góp tích cực nhất cho quá trình đem đạo vào đời.

Trong mùa An cư Kiết Hạ năm nay, 2014, trong cộng đồng văn hóa Phật giáo tại Hoa Kỳ, nhiều bậc tôn túc, thiện tri thức và cư sĩ, Phật tử có một niềm vui về giới trẻ Phật tử. Trong số nhiều thành viên của các tổ chức tuổi trẻ Phật tử ở hải ngoại thành đạt ưu hạng trong học vấn và học vị, có những huynh trưởng Gia Đình Phật Tử như Bạch Xuân Khỏe (bút hiệu: Tâm Thường Định). Anh là một cựu Liên đoàn trưởng Gia Đình Phật Tử Kim Quang, thành phố Sacramento; một đạo hữu thuần thành của chùa Kim Quang và một thiền sinh học Phật ở tu viện Thiền tông Việt Nam – Diệu Nhân – California. Qua những năm năng nổ sinh hoạt với cộng đồng Phật giáo ở nhiều chùa viện, Khỏe đã đem đạo Phật vào đời sống tri thức (learner) và trí thức (intellectual) của mình thể hiện trên nhiều mặt.

Trong lĩnh vực tri thức thuần túy, Bạch Xuân Phẻ (Khỏe) là một người trẻ tuổi Phật tử học Phật khiêm cung và đầy thiện chí. Luận án Tiến sĩ (Doctoral Dissertation) của anh vừa trình duyệt và bảo vệ thành công vừa qua là một công trình Phật học Ứng dụng với đề tài: *Tinh Thần Chánh Niệm Trong Lãnh Đạo (Mindful Leadership)*. Nội dung luận án nhấn mạnh tiêu để rằng: *"Một Nghiên Cứu về Hiện Tượng các Tu Sĩ Phật Giáo Việt Nam tại Mỹ đối với Vai Trò Lãnh Đạo Tinh Thần và những Đóng Góp của quý Ngài cho Xã Hội."* (*A Phenomenological Study of Vietnamese Buddhist Monks in America with Respect to their Spiritual Leadership Roles and Contributions to Society.*) Sau nhiều năm tham khảo, nghiên cứu ở giảng đường và thư viện kết hợp với nhiều cơ hội được tiếp cận học hỏi và tham khảo với quý Thầy, Sư Cô… mùa Hè năm 2014, Bạch Xuân Khỏe đã đỗ "ông Nghè" từ đại học Drexel University.

Về phương diện trí thức đích thực thì một người có tri thức và dùng tri thức của mình để làm những điều tốt đẹp cho mình và cho người là một người trí thức.

Tân tiến sĩ Bạch Xuân Khỏe đã thể hiện được phẩm chất trí thức khi đồng thời trong ngày lễ tốt nghiệp Tiến sĩ ngành Giáo Dục (Doctor of Education), anh đã tổ chức lễ ra mắt hai tác phẩm mới, một bằng tiếng Anh và một bằng tiếng Việt:

- *AWAKEN Buddhism Nature and Life*

- *Tưởng Niệm và Tri Ân*

Đây là hai tập thơ tiếp nối những tác phẩm thơ mà anh đã xuất bản từ những năm trước đây. Điều đáng nói ở đây không phải là khía cạnh phê bình nhận định văn học mà là cái Tâm của tác giả, khi anh tự nguyện cống hiến phần lợi tức phát hành sách cho quỹ sinh hoạt của Gia Đình Phật Tử Kim Quang, Thiện Tâm và quỹ xây dựng chùa Kim Quang.

Ngoài vị thế của một Phật tử thuần thành, Khỏe cũng là người có gia đình vợ con để lo toan và làm giáo sư khoa học tại trường trung học Mira Loma để sinh sống. Thế nhưng anh vẫn "nhín" được chút thì giờ để sinh hoạt thường xuyên tại các chùa, học hành và viết lách trong bao nhiêu năm mới được như ngày nay. Bởi thế, trong bài viết về tuổi trẻ Phật tử đem Đạo vào Đời, xin đưa trường hợp Bạch Xuân Khỏe như một ví dụ điển hình để minh họa cho tinh thần tích cực hướng thượng của tuổi trẻ Phật tử hôm nay đối với dân tộc, đạo pháp, gia đình và bản thân của chính mình. Anh là một người bình thường như muôn nghìn người bình thường khác. Nhưng "bình thường tâm thị đạo" khi có tâm thành với đạo, nghĩa vụ với đời, ân tình với người thân và bằng hữu.

Trong khung cảnh Phật giáo Việt Nam đang bị vây bủa bởi ảnh hưởng tiêu cực nặng nề của tinh thần phân tranh, phân hóa ngày càng làm cho người Phật tử ưu tư suy nghĩ như hiện nay, vấn đề chấn hưng và hiện đại hóa Phật giáo đang trở thành một nhu cầu bức thiết. Đạo Phật là biển cả mênh mông chẳng nổi sóng ba đào hay khô cạn đi vì biến động của những dòng sông, con suối. Nhưng nếu cộng đồng người theo đạo Phật trong một vùng đất hay một thời kỳ nào đó gặp chướng duyên vì những sự phân tranh phi Phật pháp giữa các bộ phái và hàng giáo phẩm thì sẽ bị đánh mất đi duyên lành tu học trong kiếp làm người "bách thiên vạn kiếp nan tao ngộ" hôm nay.

Dẫu sao thì hy vọng vẫn đang dấy lên khi có những tấm lòng tuổi trẻ Phật tử đượm duyên lành đem Đạo vào đời, tạo khả năng làm cho đạo Phật càng ngày càng sáng tỏ hơn trên con đường cứu khổ, mua vui. Tuy tất cả chỉ là phương tiện nhưng trong nhân đã có quả và trong phương tiện đã có mầm của cứu cánh. Ước mong thế hệ kế thừa là những mầm măng mọc đều, mọc thẳng dựng lại những bức thành tươi mới cho đạo Phật Việt Nam.

Sacramento, cuối mùa An cư Kiết hạ 2014
Trần Kiêm Đoàn

Contact information / Liên Lạc.

Author can be reached at phebach.com
or phexbach@gmail.com